நஞ்ணநமன மெல்லினமாம்!

ஹேமா ஜெய்

பொருளடக்கம்

நன்றி

அனைவருக்கும் வணக்கம்,

'நஞுணநமன மெல்லினமாம்!' —— இது ஒரு பெண்ணின் கதை! பல்வேறு சுமைகளைத் தம் இரு தோள்களிலும் ஏந்தியபடி பயணிக்கும் இன்றைய பல பெண்களின் கதை இது!!

ஓர் மெல்லினத்தின் மௌன மொழி பேசும் இக்கதையின் மையத்தை நீங்கள் ஏற்கலாம், 'ஆம், உண்மை தான்!' என்கிற புரிதலுடன் இந்நாவலின் நாயகி சரயுவில் உங்களைக் காணலாம், உங்கள் வீட்டுப் பெண்களை உணரலாம்; அல்லது இப்படியெல்லாம் நடப்பதே இல்லை என்று முற்றிலும் முரண்பட்டு விலகியும் நிற்கலாம். முடிவும் விருப்பமும் உங்களுடையதே!

இப்படியும் உள்ளது என நாணயத்தின் இன்னொரு கோணத்தைச் சுட்டும் ஆவல் மட்டுமே இவ்விடத்தில். இத்தனை பீடிகைகளைக் கண்டு ஏதோ பெரிய புரட்சியை விவரித்திருக்கிறாளோ என்று எண்ணி விடாதீர்கள். நம் இல்லங்களில் அன்றாடம் நடக்கிற, நாம் பார்க்கிற, மிகச் சாதாரணமாகக் கடந்து விடுகிற அம்சங்களைத் தான் இக்கதை பேச இருக்கிறது.

இந்நாவலை வாசித்துத் தங்கள் மேலான விமர்சனங்களை <u>hemajaywrites@gmail.com</u> என்ற மின்னஞ்சல் முகவரிக்கு எழுதுங்கள். எனது படைப்புகளை வாசித்து, விமர்சித்து, எழுத ஊக்கப்படுத்தும் வாசக நண்பர்களுக்கும், தோழமைகளுக்கும் எனது நன்றிகளை உரித்தாக்குகிறேன்.

அன்புடன்,

ஹேமா ஜெய்

1

❦

"எனக்குத் தான் ஜன்னலோரம்...."

"ம்ஹூம்... எனக்குத் தான் ஜன்னலோரம்... "

"போ ஜக்கு... எப்பப் பார்த்தாலும் சின்னக் குழந்தைங்களோட போட்டிக்கு வர்றதே உனக்கு வேலையா போச்சு..." தன் குட்டி மூக்கை துருத்தி முறைத்த தருண் இருக்கையில் கால்களைப் பரப்பி, முதுகில் மாட்டியிருந்த பையை வைத்து அதிக இடம் பண்ணி கொண்டவாறு எதிரில் நின்ற சரயுவை அழுத்தமாகப் பார்த்தான்.

"யாரு நீ...?? குழந்தை....?? வண்டி கிளம்பறதுக்கு முன்னாடியே எனக்கு நெஞ்சு வலி வர வைக்காததடா...." சரயு சிரித்தபடி அவன் தோள் பற்றி இழுத்து விட முயல, அதற்குள் அவள் இடையில் இருந்த குரலே வராத குரல் ஒன்று "ம்ம்மா...." என்றபடி அவன் புறம் கை நீட்டி கால்களை உதைத்தது.

"நீ வேணா அங்க உட்கார்ந்துக்கோ" அவன் எதிரில் காட்டினான்.

"அது நம்ம சீட் இல்லையே.... அதுவுமில்லாம எனக்கு இந்த ஓரம் தான் பிடிச்சிருக்கு. என்னடி செல்லம்... உனக்கும் இந்த ஓரம் தானே வேணும்? இந்தா... இப்படி கை வச்சு இந்தத் தடியனைப் பிடிச்சு அந்தப் பக்கமா இழுத்து விடு..." சரயு பாவனையாகவும், குழந்தை பல பரீட்-சையுடன் இழுப்பதுமாக அவன் தோளில் கை வைக்க,

கெட்டியாய் ஜன்னல் சட்டங்களைப் பற்றிக் கொண்ட தருண், "அம்மா பாருங்கம்மா இந்த ஜக்குவை.... என்னைப் பிடிச்சு இழுக்குறா" வறட்டு அழுகையாகக் கத்தினான்.

"அவ இவன்னு மரியாதையில்லாம பேசுன, முன் பல் இரண்டையும் தட்டி கைல கொடுத்துடுவேன்... ஏன்டி... நீயும் தான் கொஞ்ச நேரம்

சும்மா இரேன்... ஏறினதும் ஏறாததுமா அவங்கிட்ட வம்பு பண்-ணிட்டு...." நடக்கும் பாதையில் நின்றபடி உருப்படிகளை எண்ணிக் கொண்டிருந்த கவிதா தன் கவனம் கலைந்ததில் இருவரையும் அதட்டி-விட்டு மீண்டும் "ஒன்னு, இரண்டு..." என்றாள்.

"கவி... கதை பேசுறது எல்லாம் அப்புறம் வச்சுக்கோ.... முதல்ல போர்டருக்குப் பணத்தைக் கொடுத்தனுப்பு.... அவங்க வெயிட் பண்றாங்க இல்ல" கடைசியாக இருந்த சூட்கேஸ்களைக் கைக்கொன்றாகச் சுமந்-தபடி பாலா உள்ளே வர, "யாரு... நான் கதை பேசுறேன்?" அவனை ஒரு பார்வை பார்த்த கவி தன் கைப்பையைச் சரயுவிடம் இருந்து உரு-விக்கொண்டு கீழே இறங்கினாள்.

"போடா போடா... நானும் நிலா பாப்பாவும் ஜாலியா இப்படிக் கால் நீட்டி உட்கார்ந்து வேடிக்கை பார்த்துட்டே வருவோம்..." சரயு தருணிடம் பழிப்பு காட்டிக் கொண்டே சைட் லோயரில் சென்று அமர்ந்தாள்.

"எனக்கு ஒன்னும் வேணாமே" தருண் ஜம்பமாகத் திரும்பிக் கொண்டான். ஆனாலும் அவனுடைய கவனமெல்லாம் இங்கே தான் இருந்தது. பக்க இருக்கையில் சாய்ந்து கால் நீட்டி தளர்வாய் உட்கார்ந்-திருந்த சித்தியையும், அவள் மடியில் வாகாய் அமர்ந்து சரயுவின் கிச்சு கிச்சு விளையாட்டுக்கு குலுங்கி குலுங்கி சிரிக்கும் தங்கையையும் ஓரப் பார்வை பார்த்தவனுக்கு உண்மையில் நிலைகொள்ளவில்லை.

"ஹை... இங்க செமயா காத்து வருதுல்ல.... ஹப்பா... அங்க பாரேன்.... எவ்ளோ பெரிய ட்ராலி வருது.... அது மேல பார்த்தியா...? அதோடி செல்லம்..." சரயு வேறு நடைபாதை கூட்டத்தைக் கைகாட்டி ஏதேதோ சொல்லி அவனை வெறுப்பேற்றிக் கொண்டிருந்தாள்.

"நிலாக்குட்டி... பாவம்டா சில பேரு... மெல்லவும் முடியாம முழுங்-கவும் முடியாம... இந்தக் கௌரவம், கௌரவம்னு ஒன்னு இருக்கே... அது ரொம்ப மோசமான விஷயம் இல்ல... சே... சே... அந்த வீணாப் போன கன்றாவியெல்லாம் நமக்கு வேணவே வேணாம்டா செல்லம்..."

சரயு ஒரேயடியாக அலுத்துக்கொள்ள, நெற்றியில் பூத்திருந்த வியர்-வையைக் கைக்குட்டையில் அழுந்த துடைத்தபடி மகன் எதிரே அமர்ந்த பாலா இந்தச் சண்டையைக் கண்டு சிரித்தான்.

"அடேங்கப்பா... அமெரிக்கா ஈரான் பஞ்சாயத்தை விட இது ரொம்-பப் பெரிய பஞ்சாயத்தா இருக்கே.."

"அது தான் பாருங்க மாமா.... இங்க வரணும்னு இருக்கு... ஆனா-லும் ஈகோ தடுக்குது... முளைச்சு மூணு இலை விடல அதுக்குள்ள இதுக்கு.... அக்கா சிக்னல் விழுந்துடுச்சு.... ஏறு முதல்ல...." விசில் ஊதப்பட, ஜன்னல் வழியே குனிந்த சரயு போர்ட்டர்களுக்குப் பணம் கொடுத்துக் கொண்டிருந்த கவியை அழைத்தாள்.

"இருடி வர்றேன்... இன்னும் ரெட்ல தான் இருக்கு...." கவி ஜன்-னலில் இருந்து நிதானமாக நகர்ந்தாள். ரயில் ஒரு குலுங்கு குலுங்கி ஆடிப் பின் நின்றது. "சீக்கிரம் வா... ஆடி அசைஞ்சு வர்ற..." சரயு மீண்டும் குரல் கொடுக்க, "கவி.... டாட்டா... பை பை..." என்றான் பாலா நமுட்டாகச் சிரித்தபடி.

"அப்படில்லாம் உங்களைச் சந்தோசமா இருக்க விட்டுட மாட்டேன்... வந்துட்டேன்..." உள்ளே ஏறிய கவி, அவனை முறைத்துக் கொண்டே சரயு அருகே அமர, "ஹ்ம்.... எனக்குத்தான் அந்த கொடுப்பினை இல்-லையே..." என்றான் பாலா பெருமூச்சுடன்.

சரயு இருவரையும் கண்டு சிரித்துக் கொண்டாள். ரயில் மெல்ல நகர ஆரம்பித்தது.

எர்ணாகுளம் ஸ்டேஷனின் பெயர்ப் பலகைகள் ஒன்றன் பின் ஒன்-றாகக் கடந்து பின்னே செல்ல, சில நிமிடங்களில் வண்டி தடதடவென வேகம் பிடித்தது. குளிர்சாதன பெட்டி என்பதால் கொஞ்சமாய் ஏற்றி இருந்த கண்ணாடி சட்டத்தை இறக்கி விட்டார்கள்.

"அம்மா... இங்க வாங்க..." சித்தியைப் பார்ப்பதைக் கவனமாகத் தவிர்த்தபடி தன் தாயை அருகே அழைத்தான் தரூண். சரயுவும் சும்மா இருக்கவில்லை. வேண்டுமென்றே அவன் இங்கே பார்க்கும்போதெல்லாம் அவனை உற்று உற்றுப் பார்க்கிற மாதிரி சேட்டை செய்து கொண்டிருந்-தாள்.

"நீ இங்க வாடா..." கவி கை நீட்டி அழைக்க, அவன் ஒன்றும் சொல்லாமல் ஜன்னலைப் பார்த்து திரும்பிக் கொண்டான். "நீ போ... அங்க போய் உட்காரு... அழுகை இங்க நிக்குது... கரையைக் கடந்து-டப் போகுது" தன் இமை விளிம்பைத் தொட்டுக் காட்டிய சரயு கவியின் இடுப்பை உசுப்ப...

"இதுங்க இரண்டுக்கும் வேற வேலையில்ல... நம்மளைப் போட்டு படுத்தி வைக்குதுங்க" பாலாவிடம் அலுத்த கவி, தரூண் அருகே

சென்று அவனை அணைத்தாற்போல் அமர்ந்தாள். இதற்கென்றே காத்-திருந்தமாதிரி அவள் கைக்குள் கை விட்டு அம்மாவின் தோளில் சாய்ந்து கொண்ட தருண் சரயுவை ஓரக்கண்ணால் பார்க்க, அனைவரும் வந்த சிரிப்பை அடக்கிக் கொண்டார்கள்.

"இங்க வராமயா போயிடுவ...? அப்ப வச்சுக்கிறேன்..." சரயு பத்தி-ரம் காட்டினாள். "எல்லாம் எண்ணிட்டியாக்கா...? சரியா இருக்குல்ல"

"ம்.. இருக்குடி. இந்தப் பையையும், இவனோடதையும் சேர்த்தா மொத்தம் ஒன்பது உருப்படி. சாப்பாடு மூட்டையை மட்டும் உன் சீட்-டுக்கு கீழ வச்சிருக்கேன். கால் படாம பார்த்துக்கோ..."

"எதை விட்டாலும் அந்த லக்கேஜை விட்டுடாத... நமக்குச் சோறு முக்கியம்..." என்ற பாலா, "என்னென்ன ஐட்டம் எல்லாம் கொண்டு வந்திருக்கீங்க....?" கைகளை மேலே தூக்கி சோம்பல் முறித்தான்.

"அதுவா.... ராத்திரிக்கு...." சரயு வாய் எடுக்க, "சும்மா இருடி... உங்க மாமா எல்லாத்தையும் கேட்டுட்டு 'கொஞ்சம் பசிக்குற மாதிரி இருக்குல்ல, ஏதாவது எடுத்து கொடேன்'னு ஆரம்பிப்பாரு..." அவளை ப்ரேக் போட்டு நிறுத்தினாள் கவி.

"எப்படி இப்படி....? என் மைன்ட் வாய்ஸ்-ஐ அப்படியே கேட்ச் பண்ணிட்ட.... லேசா பசிக்குற மாதிரி தான்டி இருக்கு..." பாலா தன் செல்லத் தொப்பையை வருடிக் காட்ட, "நான் சொல்லல....??" கவி கேலியாகப் பார்த்தாள்.

"இப்பல்லாம் ஒன்னும் பிரிக்க முடியாது.... இத்தனை மூட்டை முடிச்சையும் கட்டி இதுங்களை இழுத்துக்கிட்டு லொங்கு லொங்குன்னு ஓடி வந்து ஏறி உட்காரவே அக்கடான்னு இருக்கு... எல்லாம் அப்புறம் தான்"

"என்னமோ எல்லாம் நீயே பண்ணின மாதிரி பில்ட்-அப் கொடுக்குற. சமைச்சது உங்கம்மா. பேக் பண்ணது உன் உடன்பிறப்பு, கார்ல ஏத்துனது நானும் உங்கப்பாவும், ஸ்டேஷன் வந்ததும் சுமந்தது அவங்க... அங்க ஏறி இங்க இறங்கிட்டு.... என்ன சீண்டா சாமி!!??"

"அதெல்லாம் அப்படித்தான்.... எங்கயும் ஆர்கனைசர்க்கு தான் அதிக டென்ஷன், பொறுப்பு எல்லாம்.... உங்க மாதிரி வொர்க்கர் குரூப்க்கு என்ன கெடக்கு...? சொன்னதைச் செய்யுமாம் கிளிப்பிள்ளை... இல்லடி சரயு?" நக்கலாகச் சொன்ன கவி தங்கையைப் பார்க்க, "அட

அட அட..." என்கிற மாதிரி உதடுகளைப் பிதுக்கிக் கொண்பித்த சரயு அங்கிருந்தபடியே கவியின் முகவளைவை காற்றில் அளந்து விரல்களை நெட்டி முறித்தாள்.

அக்கா தங்கையின் கூட்டணியில் பாலா தலையில் அடித்துக் கொண்டான். "எல்லாம் நேரம்.... ஆனாலும் உனக்குப் பொருத்தமா தான் பட்டப்பேரு வச்சிருக்காங்க..." என்றான் சரயுவைப் பார்த்து.

"மாமா, யூ டூ...??" மூக்கைச் சுணுக்கியபடி பார்த்த சரயு, கீழே இருந்த பையை இழுத்துத் தம் கட்டி மேலே தூக்கி வைத்தாள்.

"எதுக்குடி அதைக் குடையுற இப்ப?"

"இரு.... பசிக்குதுன்னு சொல்றாங்கல்ல..." அவள் உள்ளுக்குள் கண்கள் விட்டுத் தேடி செய்தித்தாளில் சுற்றியிருந்த ஒரு பொட்டலத்தை எடுத்துப் பாலாவிடம் கொடுத்தாள்.

"இந்தாங்க... என்ஜாய்... மத்தியானம் தான் மாஸ்டர் போட்டாரு... கொதிக்கக் கொதிக்கக் கட்டிட்டு வந்தேன்"

"என்ன இது? வாசனையே ஆளைத் தூக்குது..." சுருட்டிப் போட்-டிருந்த நூல் முடிச்சை அவன் அவிழ்க்க, வாழை இலையில் பொன் மினுமினுப்பாய் தேங்காய் போளிகள்!

"வா...வ்!!!! பார்த்தியா... இதுக்குத்தான் சரயு வேணுங்கிறது... உங்-கக்காவும் இருக்காளே...!? சரியான தத்தி"

"ஆமா... அப்பதானே எக்ஸ்செல் டபுள் எக்ஸ்செல்னு வளர்ந்து-கிட்டே போகலாம்..." கவியின் கமெண்டை 'டோன்ட் கேர் மாஸ்டராக' புறந்தள்ளிய பாலா போளியை விண்டு வாயில் போட்டுக் கொண்டான்.

"ஏன் என் வாயையே பார்க்குற... வேணுமா? இந்தா....."

"எனக்கு இப்ப வேண்டாம்பா.... முதுகெல்லாம் வலிக்குது... குட்டி விடும்மா... அம்மா அப்படிக் கொஞ்சம் சாயுறேன்.." கவி தருணை நகர்த்திப் படுத்த மாதிரி சாய்ந்து கொண்டாள்.

"இப்ப தான் வண்டி கிளம்புது.... அதுக்குள்ள ஆரம்பிச்சாச்சு.... இதுக்குத் தான் எப்பயும் போல பிளைட்ல புக் பண்றேன்னு சொன்னேன், கேட்டியா?"

"ஆமா... எப்பயும் போறது தானே... அப்படி ஒன்னு இரண்டு மணி நேரத்துல வேகமா ஓடி போய் என்ன சாதிக்கப் போறோம்? இந்த மாதிரி நிதானமோ ஒவ்வொரு ஊரா பார்த்துட்டு போறதுக்குப் பேரு தான்

பயணம். பாலா... யு க்நோ... ட்ராவல் மேக் வொண்டர்ஸ்...."

"ஓஓ...!!!!!! ஐ சீ...!!!!! அப்ப அனுபவி..."

தம்பதியர் இருவரும் வழக்கடித்துக் கொண்டிருக்க, சரயு மெல்ல சிரித்தவாறு சாளரம் ஓரம் திரும்பி அமர்ந்தாள். இரு கால்களையும் விரித்து அவள் மடியில் உட்கார்ந்திருந்த நிலா அவள் நெஞ்சில் தலை சாய்த்து மெல்ல தூக்கத்தின் பிடியில் நழுவிக் கொண்டிருந்தாள்.

ரயிலின் தாளமும், இதமான காற்றைப் பரப்ப ஆரம்பித்திருந்த ஏர் கண்டிஷனரின் மெல்லிய குளிரும் தாலாட்டு பாட, குழந்தையின் விழி-கள் சொக்குவதும், சொருகி திடுக்கென விழிப்பதுமாக இருந்தன. சரயு தன் துப்பட்டாவை அவள் மேல் போர்த்தி அணைத்துக் கொண்டவாறு மெல்ல முதுகில் தட்டிக் கொடுத்தாள்.

எதிர்த்தாற்போல இருந்த பயணிகள் திருவனந்தபுரத்திலோ, கொல்-லத்திலோ அல்லது அதற்குப் பிந்தைய நிறுத்தங்களிலோ ஏறியிருக்க வேண்டும். ஒரு குடும்பம் சுற்றி அமர்ந்து சாப்பிட்டுக் கொண்டிருக்க, சிலர் அலைபேசியைப் பார்ப்பதும், சிலர் உறங்குவதுமாக இருந்தார்கள்.

இலக்கற்று அங்கே, இங்கே எனச் சிறிது நேரம் வேடிக்கை பார்த்த சரயு, கண்கள் எரிந்ததில் தானும் விழிகளை மூடிக் கொண்டாள். இரு-பது நிமிடத்தில் அலுவா நிலையம் வர, ரயில் இரண்டு நிமிடம் நின்று கடந்தது. அடுத்த முக்கால் மணி நேரத்தில் திருச்சூர், அங்கு ஐந்து நிமிடம். பிறகு இரண்டு மணி நேரத்தில் பாலக்காடு... அப்புறம்...

பழகிய ரயில் பாதை உள்ளுக்குள் இருந்த ஏதேதோ நினைவுகளைக் கிளறி விட்டது. எத்தனையோ முறை கடந்து போயிருக்கும் சின்னச் சின்ன ஊர்களின் பெயர்களும், அவற்றின் நிலையங்களும் காற்றின் சடு-தியென விரைவாகக் கடந்து செல்ல...

மலை, யானை, கடல், ரயில் இவையெல்லாம் எத்தனை முறை பார்த்தாலும் அலுக்கவே அலுக்காது, இல்லை!!?? இது சாதாரணமாக, இயல்பானவர்களுக்கு..... அதுவே தனக்கு...? அமைதியாகக் கண் மூடி சாய்ந்திருந்தவளின் உள்ளத்திற்குள் ஆழியின் சுழலாக ஏதேதோ எண்-ணங்கள்!

'ஏன், நான் மட்டும் இயல்பானவ இல்லையா? எல்லோருக்கும் இப்ப-டித்தான் இருக்குமா? இல்லை, நான் மட்டும் தான் இப்படி இருக்கேனா? எதுக்காக இத்தனை யோசிக்கிறேன்? ஏன் ஒவ்வொரு நொடியும் கடமை

தவறாம ஏதாவது ஒரு நினைப்பை எடுத்துக் கொடுத்துட்டே இருக்கு இந்தப் பாழா போன மனசு, கொஞ்ச நேரம் அது சும்மா இருந்தா ஆகாதா? ப்ச்...' மரங்கொத்தியாய் கொத்திப் பிடுங்கும் சில நியாபகங்கள்!

'மனசு ஒவ்வொரு அலையாக அனுப்பிட்டே தான் இருக்கும், சரயு. அது தான் அதனோட வேலை. நீ ஒவ்வொரு நினைவையும் பின்தொடராம இரு. அதிர்ந்து மேலெழும்பி, உன் கவனம் திருப்ப முயல்ற எண்ண அலைகள் கவனிக்க ஆள் இல்லைனா சவலைப் பிள்ளை மாதிரி ஆகிடும். போதுமான போஷாக்கு இல்லாம தன்னாலே தோத்து அடங்கிப் போயிடும்.'

'நீ செய்ய வேண்டியது எல்லாம் சேட்டை செய்ற குழந்தையை ஒரப் பார்வைல கண்காணிச்சுட்டு இருக்குற அம்மா மாதிரி உன் மனசை நீயே தள்ளி நின்னு அமைதியாகக் கவனிக்கிறது மட்டும் தான்... ஜஸ்ட் வாட்ச் யுவர் தாட்ஸ். டோன்ட் ரியாக்ட் டு தெம்'

ஆறு மாதங்களாகத் தீவிரமாகப் பழகும் தியான பயற்சிகளின் பலன், மனதில் எழும் சிந்தனைகளில் ஈடுபட்டு அவற்றுக்குத் தீனி போட்டு வளர்த்து விடாமல் அவள் தன் மூச்சில் மட்டுமே கவனம் செலுத்த, மேலெழும்பிய அலைகள் கவனிக்க ஆளின்றி மெல்ல நீர்த்துப் போய் அமைதியாகின.

மனசு நிதானப்படச் சுவாசம் சீர்பட்டது. அவள் தன்னையும் அறியாமல் தூங்கிப் போனாள்.

சரயு மீண்டும் எழுந்தபோது நிலா கவி கையில் இருந்தாள். பாலாவும் தருணும் ராக், பேப்பர், சிசர்ஸ் விளையாடிக் கொண்டிருந்தார்கள்.

"அப்படியே அசந்திட்டேன்..." இரு கைகளாலும் முகத்தைத் துடைத்தபடி இருக்கையில் இருந்து எழுந்த சரயு, கழிவறைக்குச் சென்று முகம் கழுவி வந்தாள்.

"டீ வருதா பாருங்க..."

"எனக்கு வேணாம்கா"

"நானும் தாண்டி குடிக்கல... நீ எந்திருக்கட்டும்னு இருந்தேன்"

"அப்ப கூப்பிடு..."

பாலா கடந்து சென்ற ரயில்வே பணியாளரைக் கூப்பிட, கவி இரு கோப்பைகளில் வாங்கி ஒன்றை சரயுவிடம் நீட்டினாள். சரயு தேநீர்

குடித்தபடி தன்னையே பார்ப்பவனை நோக்கி கையசைக்க, தருண் விளையாட்டை பாதியில் விட்டுவிட்டு ஓடி வந்து அவளருகே அமர்ந்தான்.

"சித்தி மேல இருந்த கோபமெல்லாம் போயிடுச்சாடி செல்லம்?" அவன் தலையைப் பெரிதாக ஆட்ட, சிரித்தபடி அவன் கேசத்தைக் கலைத்து விட்ட சரயு தருணை இழுத்து தன் மடியில் அமர்த்திக் கொண்டாள்.

கொஞ்ச நேரம் முன்னால் தான் காட்டிய பிணக்குக்கு 'ஸாரி' சொல்வது போல, தன்னைச் சுற்றியிருந்த அவள் கைகளில் குனிந்து ஒரு முத்தம் கொடுத்தவன் சித்தியை நிமிர்ந்து பார்க்க, "சமத்துடி நீ..." சரயு அவன் உச்சியில் இதழ் பதித்து அணைத்துக் கொண்டாள்.

சிறு பிள்ளையின் ஊடல் எல்லாம் வெறும் நிமிடக் கணக்குகள் தான்!

காலம் தான் எத்தனை வேகமாக ஓடுகிறது, காற்றின் வேகத்தில்!!?? இவள் முதல் முதலாக வெளியுலகத்தைப் பார்க்க திருச்சூரை தாண்டி பயணித்த நேரம் தருண் வெறும் இரண்டு வயது குழந்தை. ஒன்றும் அறியா அந்தப் பருவத்தில் கூடச் சித்தி ஊருக்குப் போகிறாள் என்று இவள் கழுத்தைக் கட்டிக்கொண்டு திமிறிய கைக்குழந்தை, இன்று சரிக்கு சரி சண்டை போடுகிறது. முறைக்கிறது, திட்டுகிறது...!

அவள் சிரித்துக் கொண்டாள். வண்டி ஏதோ ஜங்ஷனுக்குள் ஓடி மூச்சு வாங்கி நின்றது. என்ன நிலையம் என்று புகையாய்த் தெரிந்த கண்ணாடியை ஒருவிரலால் துடைத்துவிட்டு வெளியே பார்த்தாள். இவர்கள் இருந்த பெட்டியில் இருந்து சற்று தள்ளி மஞ்சளில் பெயர் பலகை நின்றது.

மங்கலாகத் தெரியும் எழுத்துகளின் வடிவத்திலேயே என்ன ஊர் என்று புரிய, அவள் முகம் கறுத்துப் போனது. தலைவாசலைக் கடக்கும்போது லேசாய் நிலைப்படியில் முட்டி தேய்ந்தும் தேயாமலும் சிறு நமைச்சல் தரும் பெருவிரலைப் போல, மனம் ஒரு கணம் சுணங்கிப் பின் நிலைக்கு வந்தது,

"கோயம்புத்தூர் சந்திப்பு"

ஏனோ அந்தப் பெயரைக் கண்டதும் உள்ளுக்குள் எழுந்த விசித்திர உணர்வு! அடிவயிற்றின் நரம்பை யாரோ உருவி எடுத்தது போல...

பனிக்கட்டியின் குளிர்ச்சியையும் வெம்மையின் தகிப்பையும் ஒருங்கே உணர்ந்த தவிப்பும் ஆயாசமும்!

சில பெயர்கள் வெறும் பெயர்கள் மட்டும் அல்ல...!

"கோவை" - இந்தப் பெயரும், இந்த மண்ணும், இங்கே வீசுகிற காற்றும் அவள் உயிரோடும், உணர்வுகளோடும் ஒன்றெனக் கலந்தவை.

இந்த ஊர் தான் மதிப்பான வேலை ஒன்றைத் தந்து இவளுக்கான சிறகுகளை முதுகில் பூட்டிக் கொடுத்தது, வாழ்க்கையின் புதுப்புது அத்-தியாயங்களைத் தொடங்கி வைத்ததும் இந்த நிலம் தான், கணங்கள் எல்லாம் ஆசீர்வதித்த ஓர் அற்புத நாளில் முற்றிலுமாக உடைந்து போய் வெளியேறியதும் இதே இடத்திலிருந்து தான்.

அந்தக் குளிரிலும் அவளுக்கு வியர்த்தது. அவளின் கட்டுப்பாட்-டையும் மீறி கலங்கிய கண்கள் அலைபாய்ந்தன.

'முட்டாள் மனமே... யாரைத் தேடுற...? எத்தனை முறை பட்டாலும் உனக்குப் புத்தியே வராதா?" உதட்டைக் கடித்துக் கொண்டவள், தன் உணர்வுகளை அடக்கியபடி நடைபாதையில் சலசலத்துக் கொண்டு செல்லும் கூட்டத்தை வேடிக்கை பார்த்தாள்.

யாரையும் பொருட்படுத்தாமல் வேகுவேகென்று பறக்கிற கூட்டம்; வண்டி நிற்பதற்குள் முன்னால் நிற்பவரை இடித்துத் தள்ளிவிட்டு விடு-விடுவென இறங்கிச் செல்லும் தாத்தா, 'இறங்கு இறங்கு' என்று தன் மனைவியிடம் கத்திக் கொண்டே மொத்த வழியையும் அடைத்து நிற்கும் நடுத்தர வயதுக்காரர், யார் ஏறினால் என்ன, இறங்கினால் என்ன, என்-னுடைய வயிற்றுப்பாடு இது என்று கிடைத்த இடுக்கில் உள்ளே புகுந்து 'சுட சுட சமோசா, கரம் கரம் சமோசா, எக் சாண்ட்விச்சே' என்று கூவி விற்கிற விற்பனையாளர்கள் என விதவிதமான அலாதியான மனிதர்கள்!

இவர்கள் பெட்டி நின்ற இடத்திற்குச் சமீபமாக முக்காடு இட்ட வட இந்திய பெண்மணி ஒருவர் இழுக்க மாட்டாமல் தன் பெட்டிகளை இழுத்துக் கொண்டு நடைபாதையில் தள்ளாட, அவர் அருகே சிறிய பேக்பேக் ஒன்றை முதுகில் சுமந்திருந்த இளம்பெண் ஒருவள் அலைபே-சியை நோண்டிக்கொண்டு நடந்து வந்தாள்.

'ஒரு கை கொடுத்து உதவி பண்ணினா தான் என்ன!?'

அந்த முதியவள் படும் பாட்டைக் கண்டு தான் இறங்கிப் போய் உதவலாமா என்று அவளுக்குத் தோன்றிய அதே கணம் பக்கவாட்டில்

நடந்து வந்த இளைஞன் ஒருவன் அவர் பெட்டியை வாங்கி வண்டிக்குள் ஏற்றி உதவ... அவனருகே.....

ஸ்கேன் செய்வது போலப் பரவலாக மேவி கொண்டிருந்த சரயுவின் பார்வை திடுக்கிட்டது போல நின்று மீண்டும் அதே புள்ளியை போகஸ் செய்ய, சலனமில்லாமல் இருந்தவளின் விழிகள் 'ஜூம் இன்' சாசர் போல விரிந்தன, பின் வியந்தன.

2

ஒல்லியாய் நெடுநெடு உயரத்தில் ரிம்லெஸ் கண்ணாடியும், முதுகில் சுமந்த பயணப் பொதியுமாக ஏறியவன், தன் இருக்கை எண்ணை சரி பார்த்துக் கொண்டே உள்ளே வந்தான். எதேச்சையாகத் திரும்பியவனுடைய விழிகளும் வியப்பில் விரிந்தன, சரயுவை விடச் சற்று அதிகமாகவே!

தன் பையை இருக்கையில் வைத்து விட்டு திரும்பியவன் "பாருடா..." என்றான் கிண்டலாக உதடுகளைக் குவித்தபடி. "என்னய்யா இது அதிசயம்...! மலையாளக் கரையோரம் தமிழ் பாடுற குருவி இங்க உட்கார்ந்திருக்கு..." உதட்டை மீறி வழியும் சிரிப்புடன் சன்னமாக விசிலடித்துக்கொண்டே அவளருகே வந்தான்.

"ஏய் குருவி... சிட்டுக்குருவி... நீ எங்க இங்க....?" ராகம் போட்டவனைச் சரயு நேர்பார்வையாகப் பார்த்தாள். பிறகு கவியைப் பார்த்தாள்.

"ம்ஹூம்... என்னைப் பார்க்காதே..." கவி வேக வேகமாகத் தலையாட்டினாள்.

"எனக்கு எதுவும் தெரியாதுடி... டிராவல் ஏஜென்ட் போட்டுக் கொடுத்த டிக்கெட் இது... இந்த வானரம் எங்கிருந்தோ திடீர்னு குதிச்சு இதே கம்பார்ட்மெண்ட்ல ஏறும்னு எனக்கென்ன ஜோசியமா தெரியும்? வேணும்னா உன் மாமாவைக் கேட்டுப்பாரு..."

சரயு பாலாவைப் பார்க்க, "வாங்க வாங்க வி.பி சார்... எங்களையெல்லாம் உங்களுக்கு நியாபகம் இருக்கா?" அவன் ஆரவாரமாக வரவேற்றுப் பேசிக்கொண்டிருந்தான்.

"மாமாவை தானே...? கேட்டாலும் அப்படியே உண்மையைச் சொல்லிட்டு தான் மறுவேலை பார்ப்பாரு..."

"ஹலோ... ஹலோ... நடுவுல நான் நிக்கிறேன்... உங்க அலைவரி-சையைக் கொஞ்சம் மாத்தி இதர் தேகோ மேடம்ஜி...." சரயுவின் முன்-னால் சிட்டிகையிட்டவன், "டேய்.... குட்டிப்பைய்யா எப்படிடா இருக்க?" அவள் மடியில் அமர்ந்திருந்த தருணின் காதுகளைப் பற்றித் திருகி-னான்.

"அப்புறம் எப்படி இருக்க ஜக்கு...? பார்த்து எத்தனை நாளாச்சு... டெல்லிவாசியாவே மாறிட்டாயா? இந்தப் பக்கம் வர்ற உத்தேசமே இல்-லையா...?"

சரயு அவனைக் கண்டு அமைதியாகப் புன்னகைத்தாள்.

"நான் கேட்க வேண்டிய கேள்வியை நீ முதல்ல கேட்டுட்டா தப்பிச்-சுடலாம்னு ஒரு ஸ்ரேடிர்ஜி... ம்ம்ம்..." என்றாள் புருவங்களை உயர்த்-தியபடி. அவன் வழக்கம் போலத் தன் கன்னங்குழிய சிரித்தான்.

"பெரிய ஆளாகிட்ட இல்ல விக்கி? நீ வந்தது கூட எனக்குத் தெரி-யாது..."

"ஏய் கோச்சுக்காதே.... திடீர்னு தான் கிளம்பினேன், சர்ப்ரைஸா இருக்கட்டும்னு உங்கிட்ட முன்னாடியே சொல்லல... அப்புறம் அக்காவும் தங்கையுமா எங்க பயணம்...?"

"ஓ.... உனக்குத் தெரியா.....து....??? நம்பிட்டேன்..." பெரிதாகத் தலையாட்டி காட்டியவளின் கண்கள் வேறு எங்கும் திரும்பாமல் தீர்க்க-மாக அவனையே பார்த்தன.

சிரிப்பும், கோபமும், எரிச்சலும், குளிர்ச்சியுமாக அவை பல பாவங்-கள் காட்ட, விக்கி சிரித்துக் கொண்டே அவள் உச்சந்தலையைப் பற்றி வட்டமாகச் சுழற்றினான்.

"கூல் மேடம்... எதேச்சையா தான் வந்தேன்னு சொன்னா நம்பவா போற....?" என்றபடி கண்ணடித்துச் சிரிக்க, அவள் அவன் கையைத் தட்டிவிட்டாள்.

"பேசாம போயிடு..." என்றாள் அடிக்குரலில்.

"பாருங்கண்ணே... இந்த ஜிங் ஜக்கு-க்கு என்னமா கோபம் வருது?" அவன் பாலாவைக் கூப்பிட்டான்.

விக்கியுடனே ஏறிய இன்னொரு இளைஞன் தன் பெட்டியை மேலே வைக்க முயல, எழுந்து அவனுக்கு உதவி கொண்டிருந்த பாலா, "அந்-தக் கோபம் உனக்குன்னா நினைச்ச....?" சரயுவைக் குறும்பாகப் பார்த்-

தான்.

கவியும் கிண்டலாக இவளைப் பார்த்து சிரிக்க, சரயுவின் முகம் சிவந்து சூடேறியது. "சொல்லலைன்னு என் மேல தான் கோபம்..." பாலா நமட்டைக் கடித்தபடி சிரிக்க, "கடைசில நான் தான் முட்டாள் போல...." சரயு முனகியபடி திரும்பிக் கொண்டாள்.

"பாருங்க அண்ணி... நானே உங்களை எல்லாம் பார்த்த சந்தோசத்- துல பேச்சு வராம இருக்கேன்... இவ ரொம்பத் தான் பண்றா..."

"போதும்.... ரொம்பத் திகட்டுது விக்கி... ஓவர் ஆக்ஷன் உடம்புக்கு ஆகாது" சரயுவின் கூரிய பார்வை அவனைக் குற்றம் சுமத்த, மேல் தட்டின் கம்பியைப் பிடித்தபடி குனிந்திருந்தவன் அவள் முகத்தை ஆது- ரமாகப் பார்த்தான்.

"சரி இதெல்லாம் விடு... நீ எப்படி இருக்க, அதைச் சொல்லு முதல்ல"

"ம்ம்ம்.. எனக்கென்ன... அது தான் பார்க்குறியே... சூப்பரா இருக்- கேன்...." சொல்லி முடிப்பதற்குள் அவள் விழிகள் கலங்கி விட, மூக்கை புறங்கையால் நெருடி விட்டுக் கொண்டாள். பற்களால் கடித்தபடி இருந்த கீழ் உதடு உணர்ச்சிவசத்தில் நடுங்கியது.

'கடவுளே, ஏன் இத்தனை உணர்ச்சிவசப்படுகிறேன் நான்....???'

அவளையே ஆழ்ந்து பார்த்த விக்கி மீண்டும் ஒருமுறை அவள் தலையைப் பிடித்துச் செல்லமாக ஆட்டினான்.

"உனக்கென்ன நீ எப்பயும் தேவதை தான்..." என்றான் கனிந்த குர- லில்.

"தெய்வமே போதும்... எனக்கே நெஞ்சு வலிக்குது..." அவனை நிமிர்ந்து பார்த்த சரயு கை எடுத்து கும்பிட்டாள். கன்னங்கள் சிரிப்பில் உப்பி விரிய, ஈர விழிகளுடன் ஏறிட்டுப் பார்த்தவளைக் கண்ட விக்கி- யின் இதயம் அந்தக் கணம் நெகிழ்ந்து போனது. தருணை எடுத்து தன் மடியில் வைத்துக் கொண்டு அவள் அருகே அமர்ந்தான்.

"உனக்கு இப்படி ஒரு நினைப்பு வேற இருக்கா? ஆனாலும் நீ மாறவே இல்ல, ஜக்கு.. பொய்னு தெரிஞ்சாலும் அப்படியே நம்புற பாரு, அங்க நிக்குற நீ..." அவள் அவனை முறைத்தபடி அவன் முழங்கை- யில் அடித்தாள்.

"சரி…. எனக்கு மட்டும் ஒரு உண்மையைச் சொல்லு…." என்றவன் அவளிடம் இன்னும் நெருங்கி அமர்ந்தான். "எங்கயாச்சும் உன் மாமனோட முகம் தெரியுதான்னு ஸ்டேஷன்ல எட்டி எட்டிப் பார்த்த தானே…?"

"ஆமா… நீ தான் கண்ட… அடிவாங்காம அப்படிப் போய் உட்-காரு…"

"சரியான அழுத்தக்காரியாகிட்டே ஜக்கு நீ…"

அவன் ஒவ்வொருமுறை 'ஜக்கு' என்றபோதும் தன்னைப் பார்த்து கிண்டலாகச் சிரிக்கும் தருணின் தொடையை நிமிண்டி விட்டாள்.

"என்னடா சிரிப்பு உனக்கு?"

"டேய்… உன் சித்திக்கு ஏன் இந்தப் பேருன்னு தெரியுமாடா?"

"ம்ம்…" தருண் பலமாகத் தலையசைத்தான்.

"எங்க சொல்லு பார்க்கலாம்…"

"ஜிங் ஜக் ஜக்கு தானே…." அவன் இரு கை விரல்களையும் மேலும் கீழுமாகக் கொண்டு வந்து ஒட்டிக் காட்ட, "எருமை… வாயை மூட மாட்ட… இப்ப முளைச்சது எல்லாம்… சை….." சரயு சிணுங்கியபடி தன் கண்களைப் புறங்கையால் மூடிக் கொண்டாள்.

"இப்பயும் அப்படியே தான் இருக்காளாடா…? அவங்கக்கா வெள்ளை காக்கா பறக்குதுனா 'அட ஆமாம்'னு வாயைப் பிளந்து மேல பார்த்துட்டு…"

"ஹ…. ஆமாம் சித்தப்பா…" தருண் வேகமாகத் தலையசைக்க, அவள் முஷ்டியைக் குவித்து விக்கியின் தோளில் குத்தினாள். "மானத்தை வாங்காம எழுந்து போங்க இரண்டு பேரும்…"

"போறேன்… போறேன்…" விக்கி சிரித்துக் கொண்டே பாலாவின் எதிரே சென்று அமர்ந்தான்.

'இதுக்குத்தான் ட்ரைன்ல போகலாம்னு ஒத்தக்கால்ல நின்னியா?' கவியைக் கேட்க நினைத்தவள், எல்லோரும் சேர்ந்து தன்னை ஏமாற்று-கிற கடுப்பில் பேசாமல் இருந்தாள்.

உண்மையில் வெளிப் பார்வைக்குத் தான் அந்த அமைதி, சிரிப்பு எல்லாம்…. உள்ளே ஆழ்கடலின் அடியில் வெம்பித் தணியும் அலைக-ளெனப் பொங்கலும், பெருகலுமாக படபடத்துக் கொண்டிருந்தது.

கவி விக்கியிடம் மும்முரமாக ஏதோ பேச ஆரம்பிக்க, 'நீ என்ன நினைத்தால் யாருக்கு என்ன....!!??' என்கிறமாதிரி யாரும் இவளைச் சட்டை செய்யவில்லை என்பது தான் நிஜம்!

வண்டி கிளம்பியதும் மூன்று ஆண்களும் கதை பேச ஆரம்பிக்க, கவியும் இவளைக் கண்டு கொள்ளாமல் அந்த ஜோதியில் ஐக்கியமாகி இருந்தாள். இவளை உரசிக் கொண்டு அமர்ந்திருந்த தருணும் எழுந்து ஓடி விட, முழங்காலில் முகம் பதித்துக் கொண்ட சரயு இருட்டும் வெளிச்சமுமாக மாறி மாறி விரையும் மங்கலான காட்சிகளைக் கண்ணாடி ஜன்னல் வழியே பார்த்துக் கொண்டிருந்தாள்.

"சாப்பிடலாமாடி...?" கவி கூப்பிட, அதற்குக்கூடத் திரும்பிப் பார்க்கத் தோன்றவில்லை.

"டி... உன்னைத்தான்... எடுத்து வைக்கலாமா?" மடக்கியிருந்த கால்களைக் கீழே போட்டவள், எந்த எதிர்வினையும் இல்லாமல் தன்னிடம் தாவிய நிலாவை வாங்கி தோளில் சாய்த்துக் கொண்டாள்.

"ம்ம்ம்..." இடுப்பில் கைவைத்தபடி அவளை ஒரு நிமிடம் பார்த்த கவி, "சரி நகரு..." என்றபடி சாப்பாட்டுக் கடையைத் திறந்து எல்லோருக்கும் வைத்துக் கொடுத்தாள்.

நிலாவை மடியில் வைத்துக்கொண்டே பேருக்குக் கொஞ்சம் கொரித்த சரயு, முதல் ஆளாக எழுந்து கை கழுவினாள். மற்றவர்களும் சாப்பிட்டு முடிக்க, அரட்டை கச்சேரி மட்டும் நிற்காமல் தொடர்ந்தது.

எந்தப் பேச்சிலும் கலந்து கொள்ளாமல் இரும்பு கிரிட்டரில் தலை பதித்துக் கண்களை இறுக மூடியபடி அமர்ந்திருந்தவளைக் கண்ட இன்னொரு இளைஞன் என்ன நினைத்தானோ...

"படுக்கலாமா? டயர்டா இருக்கு..." என அவன் சொல்ல, அனைவரும் எழுந்தனர்.

"சரயு... நீ இப்படி வந்துக்க... உங்கக்கா பாப்பாவை போட்டு படுக்க அதுதான் வசதியா இருக்கும். மித்ரா, நீயும் விக்கியும் மேல... ஓகே தானே...??"

"ஓகேக்கு என்ன...? படுக்க ஏதோ ஒரு இடம்..."

அந்த ஆடவன் முதல் ஆளாக மேல் பெர்த்தில் ஏறி படுத்து விட, சரயுவும் தருணும் கீழ் படுக்கைகளை எடுத்துக் கொண்டார்கள். சைட் அப்பர், லோயரில் பாலா தனக்கும் கவிக்குமாகப் படுக்கையை விரித்-

தான்.

சரயு கீழடுக்கில் போர்வையை விரித்துத் துப்பட்டியால் முகத்தை மூடிக் கொண்டு படுத்து விட்டாள். அசதி மிகுதியில் தருணும் அடம் செய்யாமல் தனக்கான பெர்த்தில் படுத்து நிமிடத்தில் தூங்கியும் போனான். விக்கி கவி இருந்த இருக்கையில் சென்று அமர, அவர்கள் மூவரும் மெல்லிய குரலில் பேசிக் கொண்டிருந்தார்கள்.

****

சரயுவுக்கு எதிரே மேலிருக்கையில் இருந்த அந்த இளைஞன் முழங்கையைக் கண்கள் மேல் அழுத்தியபடி படுத்திருந்தான். அவனுக்-குத் தலை வெடித்துவிடும் போல் இருக்க, 'இப்படி ஒரு பயணம் தேவை-தானா...?' நூறாவது முறையாக அவன் மனம் கேள்வி கேட்டது.

கணவன் மனைவி குழந்தைகள் என்று இங்கிருக்கும் சூழல் இந்த இரண்டு மணி நேரங்களிலேயே தாளாத ஏக்கத்தைத் தந்திருக்க, மாறி மாறிச் செய்யும் பயணங்களின் உடற்சோர்வு மனதை இன்னும் களைப்-பாக்கியது.

மித்ரன் இரு விரல்களால் தன் நெற்றிப் பொட்டை அழுத்தி விட்டுக் கொண்டான்.

மும்பையிலிருந்து இரண்டு நாட்கள் முன்பு தான் இங்குப் பெட்டிக் கட்டிக் கொண்டு வந்ததே. சரியான நபர்களைத் தேர்ந்தெடுத்து தன் பொறுப்புகளை ஒப்படைத்து, வீட்டை காலி செய்து ஏறக்கட்டும்போது கூட இத்தனை அலுப்பாய் இல்லை. பிறந்த ஊருக்கு கிளம்பிப் போகிற புதுப்பெண் மாதிரி மனதுக்குள் ஒரு பரவசம், நெகிழ்ச்சி! இப்போது தான் என்னவோ மாதிரி இருந்தது.

"கோயம்புத்தூர் மாதிரி ஒரு ஊர் கிடைக்காது சார்... கிளப், ரேஸ் கோர்ஸ், மால், பார்ட்டின்னு போஷ்-ஆ இருக்கணுமா இருக்கலாம், எளிமையா சிறுவாணி அருவி, வெள்ளிங்கிரி மலை, பேரூர், பட்டீஸ்-வரர்னு அடக்கமா இருக்கணும்ன்னாலும் இருக்கலாம். இப்பதானே வந்தி-ருக்கீங்க... பழகப் பழகப் பிடிச்சுப் போயிடும்.... அப்புறம் கோடி ரூபா கொடுத்தாலும் இந்த ஊரை விட்டு வேற எங்கேயும் கிளம்பவே மாட்-டீங்க, பாருங்க..."

இரண்டு நாட்களுக்கு முன்னால் விமான நிலையத்தில் தன்னை அழைத்துப் போக வந்திருந்த ரிலேஷன்ஷிப் மேனேஜர் சேதுராமன்

கோவையைப் பற்றிப் பெரிதாகப் பிரஸ்தாபித்த போது இவன் மெலிதாகப் புன்னகைத்தான்.

"நானும் இதே ஊர்க்காரன் தான் மிஸ்டர். ராமன். கொடிசியா கிட்டதான் வீடு..."

"அட... அப்படியா... அதுதான் நான் பார்க்கும்போதே நினைச்சேன். வடக்கத்தி ஆளு மாதிரி இல்லையே, தமிழ் பையன் மாதிரி இருக்கீங்களேன்னு..." அவன் அதற்கும் பல் தெரியாமல் சிரித்தான்.

"தமிழ்ப் பையன் மாதிரியா..? இத்தனை வருஷம் இங்க இருந்ததை வச்சு அப்படியும் சொல்லலாம்...." என்றவன் அதற்குமேல் பேசாமல் வந்து நின்ற காரில் ஏறி வெளியே வேடிக்கை பார்க்க ஆரம்பித்தான். விமான நிலையத்தின் வாகன நெரிசலைத் தாண்டி வண்டி ஏர்போர்ட் ரோட்டில் ஏறி பிரதான சாலையில் பயணிக்க ஆரம்பித்தது.

"ட்ரைவர், கொஞ்சம் ஏசியை நிறுத்திட்டு ஜன்னலை திறந்து விடுநீங்களா?"

"இதோ சார்...." கண்ணாடி கீழிறங்க, அதிகாலை காற்றின் குளுமை குபுகுபுவென்று உட்புகுந்து கேசம் வருடிச் சென்றது. அவன் ஆழமாய் மூச்சை இழுத்து விட்டுக் கொண்டான்.

"எனக்குக் கூட இந்த ஏசி கீசி எல்லாம் ஒத்துக்காது சார். இதைச் சொன்னா உனக்கு வயசாகிடுச்சு.... ஓல்ட் ஜெனரேஷன்.... வசதியை அனுபவிக்கத் தெரியலன்னு என் புள்ளைங்களே திட்டுதுங்க... என்ன சொல்லுங்க... சில்லுனு வீசுற இந்தக் காத்துக்கு முன்னாடி இதெல்லாம் எடுபடுமா...?" சேதுராமன் முன்னால் இருந்த டேஷ் போர்டைத் தட்டிக் காண்பித்தார்.

"ம்ம்... அது தானே..." கொஞ்சம் அமைதியாக இந்தப் பயணத்தை அனுபவிக்கவேண்டும் என்று அவன் மனம் விரும்பினாலும், கலகலப்பாகப் பேசும் அவருடைய சுவாதீனத்தைக் குலைக்க விரும்பாமல் அவருடன் பேசிக் கொண்டு வந்தான்.

"என்னமோ சார்... இப்படிச் சொன்னா நீங்க தப்பா எடுத்துப்பீங்களோ என்னவோ, இத்தனை சின்ன வயசுல நீங்க இவ்வளவு பெரிய போஸ்ட்டுக்கு வந்திருக்கிறது பார்க்கவே பெருமைய இருக்கு... உங்களுக்கு என் பையன் வயசு தான் இருக்கும், அந்த உரிமைல சொல்றேன். இப்ப இருக்குற பசங்க எல்லாம் ஹைலி போகஸ்ட் அண்ட் டெடி

கேடட்... அதனால தான் இந்த வயசுலயே இத்தனை உயரம் வந்து சக்சஸ்புல்லா இருக்கீங்க..."

அவன் இதழ்களில் மீண்டும் கோடாக ஒரு புன்னகை, அவ்வளவே....!!!

"எங்க ஜெனரேஷன் எல்லாம் சம்பாதிக்க ஒரு வழி, குடும்பம் நடத்த காசு தேவையேன்னு ஆபிஸ் வந்தோம்... நீங்கல்லாம் சாதிக்கணும்னு வர்றீங்க......" விடாமல் அவர் பேசிக்கொண்டிருக்க, தலையசைத்து ஆமோதித்தபடி இருந்தாலும், உள்ளுக்குள் ஏளனமாகச் சில எண்ணங்கள் எழுவதை அவனால் தவிர்க்க இயலவில்லை.

'சக்சஸ்ஃபுல்லா....? நானா...?'

'இருக்கிறதுலேயே பெரிய ஜோக் இது தான்...'

'என் முழுகதையும் தெரிஞ்சா நீங்க இப்படிப் பேச மாட்டீங்க. ஒரு வகைல நான் வாழ்க்கைல தோத்துப் போனவன், ரொம்ப மோசமா தோத்துப் போய்... அது எங்கன்னு தேடிட்டு திரியுறவன்.'

'மனசுல இருக்குற வலி வெளில தெரியாம இருக்க, போற வழியெல்லாம் கண்ணை வித்துச் சித்திரம் வாங்கிட்டு இருக்கேன்...'

"வீட்டுல எல்லாரும் எப்ப வர்றாங்க சார்?"

"நீங்க பேர் சொல்லியே கூப்பிடுங்க ராமன் சார். வருவாங்க... அவங்களும் வேலை பார்த்துட்டு இருக்காங்க. அங்க செட்டில் பண்ணிட்டு தானே வரணும்..." அவனுடைய அலைபேசி ஒலிக்க, ராமன் முன்புறம் திரும்பிக் கொண்டார்.

மித்ரன் எடுத்துப் பேசினான். கொஞ்ச நேரம் "ம்ம்... ம்ம்ம்" என்றவன், "நான் எதுக்கு? நீங்க எல்லோரும் போய்ட்டு வாங்க...." அவனுடைய குரல் கம்பீரமாக இருந்தாலும் நூலாகச் சிறு பிசிறும் சேர்ந்து ஒலித்தது.

"வந்தா மட்டும் எல்லாம் மாறிடுமா? எதுக்கு வீணா? நான் வந்தா உங்க மூடையும் சேர்த்து ஸ்பாயில் பண்ணிடுவேன்."

"அடி வாங்காம பேசாம வா.... ஏதோ போனா போகுதுன்னு ப்ளீஸ் போட்டா ரொம்ப சீன் போடுற?" இந்த முறை அதட்டலாக வந்த பதிலின் சத்தம் ஸ்பீக்கரை மீறி கசிய, ராமன் ஆர்வமாக ஒருமுறை பார்த்துவிட்டு திரும்பிக் கொண்டார்.

"சொன்னா கேளு ப்ளீஸ்..." சிறிது நேரம் எதற்கோ மறுத்துக் கொண்டிருந்தவன், "வந்து தொலைக்கிறேன்... வேற வழி...? எல்லாம் என் தலை எழுத்து, நீயெல்லாம் என்னைத் திட்டுற மாதிரி இருக்கு...." சிரித்துக்கொண்டே அழைப்பை வைத்தான்.

"ராமன் சார்..."

"நீங்க எனக்கு ஒரு உதவி பண்ணனும்... நாளன்னிக்கு பொருள் எல்லாம் ட்ரக்ல வரும்..... நான் இருப்பேன்னு நினைச்சு நேத்தே அனுப்பி விடச் சொல்லிட்டேன்... இறக்கும்போது நம்ம ஆளு யாராவது கூட இருந்தா நல்லா இருக்கும்."

"அதுக்கென்ன சார்... நான் பார்த்து இறக்கிடுறேன்... வேற என்-னென்ன தேவைன்னு சொல்லுங்க.... எல்லாத்தையும் சரி பண்ணி வச்-சிடுறேன்... என்ன திரும்பப் பயணமா?"

"ஆமாம். நெக்ஸ்ட் சண்டே வந்துடுவேன். இந்தாங்க வீட்டுச் சாவி... அட்ரஸ் இதுல இருக்கு..." தன் அருகே இருந்த ப்ரீப்கேசின் ஜிப்பைத் திறந்து சாவியை எடுத்துக் கொடுத்தவன், ஸ்டிக்-நோட்டில் விலாசத்தை எழுதி அவரிடம் தந்தான்.

"உங்களுக்கு கம்பெனி கெஸ்ட் ஹவுஸ்ல தான் எல்லா ஏற்பாடும் பண்ணியிருக்கேன்... சாருக்கு இங்க வீடு இருக்குறது எனக்குத் தெரி-யாதே... அங்க இருந்து சொன்னவங்க ஒழுங்கா தகவல் சொல்லல.... கெஸ்ட் ஹவுஸ் ரெடியாகுற இந்த ஒரு வாரத்துக்கு மட்டும் ஸ்டார் ஹோட்டல்ல புக் பண்ணியிருக்கேன்... இப்ப...??" சேதுராமன் கேள்வி-யாக இழுத்தார்.

"இப்ப ஹோட்டலுக்கே போயிடுங்க... அதுல ஒன்னும் சேஞ்ச் வேணாம்... நம்ம வீடு பூட்டி போட்டு தான் கிடக்கு. இப்ப யாரும் அங்க இல்ல... நாளைக்கு நான் கிளம்புறப்ப இந்த இரண்டு பெட்டியையும் என் வீட்டுல போட்டுட்டு ரூமை காலி பண்ணிடுங்க.. வீணா ஹோட்டல்ல ரெண்ட் பண்ண வேண்டாம்..."

ராமன் மெச்சுதலாக ஒருமுறை பார்த்துவிட்டு தலையசைத்தார்.

"முடிஞ்சா கிளீன் பண்றதுக்கு ஆள் யாராவது இருந்தாங்கன்னா கொஞ்சம் பிடிச்சு வைங்க... நான் வந்து செட் பண்ணிக்கிறேன்..."

"அட... என்ன நீங்க? அப்புறம் நான் எதுக்கு இருக்கேன்? சாவி-யைக் கொடுத்துட்டிங்கல்ல.... ஃப்ரீயா போயிட்டு வாங்க.. இங்க எல்-

லாத்தையும் நான் பார்த்துக்கிறேன்..."

அவர் கை கொடுக்கிறேன் என்று சொன்னது நிம்மதியாக இருக்க, கோவை வந்து இறங்கிய கையுடன் போட்டது போட்டபடி அன்றிரவு ஊருக்கும் ஓடி, திரும்ப வந்து, அடுத்த நாளே ரயிலிலும் ஏறியாகிவிட்-டது.

மனதின் வேகத்தில் அலைந்த அலைச்சல் அப்போது தெரியாமல் இருந்தாலும் இப்போது உடம்பின் ஒவ்வொரு கணுவும் ஓய்வுக்குக் கெஞ்சியது. தலை வேறு விண் விண்ணென்று தெறிக்க, மருந்து ஏதா-வது கேட்கலாமா என்று நினைத்தவன், தலையைச் சற்று உயர்த்திப் பார்த்தான்.

விக்கியும் அவனுக்கு எதிரே இருந்த அப்பர் பெர்த்தில் ஏறிப் படுத்-திருக்க, கவியும் பாலாவும் மட்டும் அமர்ந்திருந்தார்கள். குழந்தையை நடுவில் வைத்தபடி பாலா சாய்ந்திருக்க, அவனருகே ஒற்றைக் காலை மடித்து உட்கார்ந்திருந்த கவி நிலாவின் பாதங்களைப் பிடித்து விட்டுக் கொண்டிருந்தாள்.

அவர்களைத் தொந்தரவு செய்ய மனமில்லாதவன் மெல்லிய சிரிப்பு-டன் மீண்டும் தலை சாய்ந்து கொண்டான்.

பார்க்கவே எத்தனை பாந்தமாக உள்ளது!? கண்ணில் விழுந்த அந்த அன்னியோன்யம் தன்னிடம் இல்லாத ஏதோ ஒன்றைச் சொல்லிக் காட்-டுவது போலவும் இருக்க....

"ஜக்கு லைட்டை நிறுத்திட்டேன்..." விக்கியின் குரலில் விளக்கு அணைந்தது. இவனும் விழிகளை மூடியபடி தன்னை விட்டு தூர ஓடும் தூக்கத்தைத் துரத்தும் முயற்சியைத் தொடர்ந்தான்.

உள்ளும் புறமும் சூழ்ந்த அந்தகாரத்தில் அவன் கண்களுக்குள் மீண்டும் மீண்டும் ஒரு சித்திரம் மட்டுமே...!!!

எண்ணெய் காப்பிட்ட பளபளப்பில் அரையாடை உடுத்திய பால-கிருஷ்ணன் கொள்ளை அழகுடன் வீற்றிருக்க, கல் தூண்கள் சூழ குளிர்ந்திருக்கும் அகன்ற பிரகாரத்தின் மையத்தில் கிள்ளி எடுக்கலாம் போன்ற பொலிவுடன் நிற்கும் கண்ணனின் குழல் ஊதும் சிலையும், கருங்கல் சுவர்களில் அவனுடைய சிறு பிராயத்து குறும்புகளை வர்-ணிக்கும் குடைவு சிலா ரூபங்களும், கோவிலை ஒட்டிய சிறு குளமும்....

மனதோடு ஒன்றியிருந்த இந்தக் காட்சிகள் அனைத்தும் பின்னால் போக, குழந்தையை இடுப்பில் இறுக்கியபடி சந்நிதி முன் நிற்கும் பெண்ணவளின் வரிவடிவம் மட்டுமே அவன் கண்களுக்குள்.

மின்னும் தீப ஒளியில் சகலமும் மறந்து கண் முன் தெரியும் தெய்வ ரூபத்துடன் பொருந்தி நிற்பவளின் தோற்றமும், சந்தனப் பிரசாதத்தை இலையில் ஏந்தியபடி சேலையை மேலாகத் தூக்கிப் பிடித்தவண்ணம் தரை அதிராமல் நகர்கிற மென்னடையும், நிலைப்படிகளை உயர்த்தித் தாண்டுகிற கண நேரம் வரைந்து வைத்த ஓவியமாய்க் கண் காட்டி மறைந்த வெள்ளைப் பாதங்களுமாக...

பிரகாரத்தைச் சுற்றி முடித்து கூட்டமில்லாத இடமாக அமர்ந்தவளின் இரு விரல்கள் புடவையை ஒரு லயத்துடன் சரி செய்து பிறையாய் முகம் காட்டும் இடையை மறைத்துக் கொள்வதை அவன் ரசனையுடன் பார்த்துக் கொண்டிருந்தான்.

கையிலிருந்த பிரசாதத்தைக் குழந்தைக்கும் தனக்கும் இட்டுக்-கொண்டவள், மடியில் கிடக்கும் பிள்ளையை மேலும் கீழுமாகச் சென்று கொஞ்ச, அகல விரிந்த இமைகளும், அதில் கண்கொள்ளாமல் வழிகிற சிரிப்புமாக...

அள்ளச் சொல்கிற அழகு பார்ப்பவனின் கண்களை கொள்ளக் கொள்ள நிறைத்தன.

சிணுங்கிய குழந்தையைத் தோளில் எடுத்துப்போட்டு அவள் சமாதா-னம் செய்ய, பசியோ, குறும்போ, கன்னம், காது என நக்கிய பிள்ளை தலையைக் கீழே சாய்த்து அவள் மார்பில் முட்ட... "அடி கழுதை" அதன் காலில் அடித்தபடி வெட்கமாய் நிமிர்ந்து சுற்றிலும் பார்த்துக்-கொண்ட அந்த நிமிடம்...

அங்கேயே கண்ணாக நின்றவன் சிலிர்த்துப் போனான்.

'உன் ரகசியத்தை நான் பார்த்துட்டேனே' அவளறியாமல் பின்பக்க-மாகச் சென்று அப்படியே முதுகோடு அணைத்து...

சிவந்திருக்கும் அவளது காது மடலில் பட்டும் படாமல் இதழ் பதித்து...

அதிர்ந்து துள்ளுபவளைத் தேன் பக்கமாகத் திருப்பி, 'நான் தான்...' என்றவாறு மொட்டாக விரியும் கண்களைப் பார்த்தபடியே மெல்லிய அதரங்களை ஒற்றை விரலால் வருடி....

நினைவுகளில் எழுந்த வேட்கை அவனுக்குள் தீயாக வளர, மூச்சு முட்டியது. உடலெங்கும் குப்பென வியர்த்துப் போனது. தலையோடு போர்த்தியிருந்த போர்வையை விலக்கி முகத்தை அழுந்த துடைத்துக் கொண்டான்.

பெருமூச்சுடன் கண்களை ஒருமுறை மூடித் திறந்தவனின் பார்வை கீழே செல்ல, சரியாக அதே நேரம் சரயு புரண்டு படுத்தாள்.

உள்ளுணர்வில் அவளுடைய கண்களும் விழித்து எதிரே ஏறிட, இருவருடைய விழிகளும் சந்தித்துக் கொண்டன. அடுத்த ஷணமே விலகியும் போயின.

உண்மையில் இரண்டுக்குமான இடைவெளி ஒரு கணமா? ஒரு யுகமா?

பார்த்தவன் தன் நினைப்பின்றித் விழிகளை விலக்கிக் கொள்ளாமல் இருக்க, போர்வையை இழுத்துத் தலையுடன் போர்த்திய சரயு பட்-டென்று திரும்பிப் படுத்துக் கொண்டாள்.

3

அதிகாலையில் சென்ட்ரலை வந்து அடைந்த வண்டி அங்கு அரை-மணி நேரம் நிற்க, நிலாவுக்குப் பாலும், தருணுக்கு இட்லியும் வாங்கிக் கொண்டார்கள். பிள்ளைகளை வைத்துக் கொண்டு சரயு பிளாட்பாரத்-தில் நிற்க, கவி பொருட்களின் பாதுகாப்பிற்காக உள்ளேயே அமர்ந்தி-ருந்தாள்.

ஆவின் பூத்தில் நின்றபடி ஆண்கள் தேநீர் அருந்திக் கொண்டிருக்க, இரு காகித கோப்பைகளில் இவர்களுக்கான காபியை கொண்டு வந்து தந்து விட்டுப் போனான் விக்கி. "ஒழுங்கா தூங்கலையா?" என்றான் சரயுவின் முகத்தைப் பக்கவாட்டில் பார்த்தபடி.

"இல்லையே... நல்லா தூங்கினேனே..." அவசரமாகச் சொன்ன சரயு விழிகளை ஒருமுறை அழுந்த துடைத்து விட்டுக் கொண்டாள். முகத்தை எத்தனை அழுத்தி அழுத்தித் தேய்த்தாலும் புசுபுசுவென வீங்-கிய கண் இரப்பைகளும் சிவந்த விழிகளும் காட்டிக் கொடுக்கத்தான் செய்தன.

"ரொம்பத் தேய்க்காதே... உன் மூஞ்சில பார்க்குற மாதிரி இருக்கிறது அந்தக் கண்ணு ஒன்னு தான்...." நக்கலடித்த விக்கி அவள் முறைப்-பதை சட்டை செய்யாமல், "வேற ஏதாவது வேணுமா அண்ணி?" என்-றான் கவியிடம்.

"எதுவும் வேணாம் விக்கி. நமக்கு சப்பாத்தி சப்ஜி இருக்கு. கொஞ்-சம் பழம் மட்டும் பாலாவை வாங்க சொல்லியிருக்கேன்...."

அவன் தலையாட்டிவிட்டு விலகிச் செல்ல....

"இன்னும் உனக்குக் கோபம் போகலையாடி? இஞ்சியைப் பச்சையா அரைச்சு ஒரு படி விழுங்குன மாதிரி மூஞ்சியை வச்சிருக்க...." காலை

எழுந்ததில் இருந்தே கேட்ட கேள்விக்கு ஒரு வார்த்தை, இரு வார்த்தை எனப் பதில் பேசும் தங்கையைக் கவனித்துக் கொண்டிருந்த கவி கொஞ்சம் கடுப்பாகக் கேட்டாள்.

"என் மூஞ்சியே அப்படித்தான்..."

"அது தான் எனக்குத் தெரியுமே... ஜோக்ஸ் அபார்ட்.... குட்டிம்மா... இங்க பாரு... என்னைப் பாருன்னு சொன்னேன்..."

கவியின் 'குட்டிம்மா' என்ற அழைப்பில் சீண்டலாக நிமிர்ந்து பார்த்தாள் சரயு. "போதும்கா.... இப்படிச் சும்மா தாஜா பண்ணி என்னை ஏமாத்தலாம்னு நினைக்காதே...." என்றாள் வேகமாக.

"உன்னை மட்டும் தான் எந்தக் கேள்வியும் இல்லாம அப்படியே நம்புறேன். நீ கூட என்கிட்ட இருந்து மறைக்குற இல்ல...?"

"ஆமா.... அப்படியே இது பெரிய தங்கமலை ரகசியம். உன்கிட்ட இருந்து மறைச்சுட்டாங்க... போடி பேசாம..." என்றாள் கவி.

"அம்மு... என்னை நம்புறேன்னு தெரிஞ்சதால தான் உனக்கு ஒரு நல்லது நடக்கணும்னு தவிக்கிறேன்... புரிஞ்சுக்கோடா... நமக்குப் பிடிச்சாலும் சரி, பிடிக்கலைனாலும் சரி, நின்ன இடத்துலேயே நின்னுட முடியாது. மேடோ பள்ளமோ கடந்து போயிட்டே தான் இருக்கணும்.... அது தான் வாழ்க்கை..."

ஜன்னல் கம்பியில் படிந்திருந்த சரயுவின் விரல்களை மெதுவாக நெருடிவிட்டன கவியின் விரல்கள்.

"சொல்றது ஈஸி கவிக்கா.... என் நிலைமைல இருந்து பார்த்தா தான் தெரியும், என் மனசு என்னன்னு...."

"போதும் சரயு..." கவி அழுத்தமான குரலில் இடைமறித்தாள்.

"இதைப் பத்தி நாம நிறையப் பேசிட்டோம்... இதுக்கும் மேல பேச ஒண்ணுமே இல்ல... உடைச்சு ஒன்னு சொல்லட்டுமா? உன் வாழ்க்கையை நீ பார்த்தா தான் நாங்க எங்க வாழ்க்கையைப் பார்க்க முடியும்... அது புரியுதா உனக்கு??"

"...க்கா...." எதிர்பார்க்காத நொடியில் கன்னத்தில் அடி வாங்கிய மாதிரி அதிர்ந்து போனாள் சரயு.

"சரயு... ப்ளீஸ் புரிஞ்சுக்கோ... அப்பா, அம்மா, நான், உன் மாமானு யாருமே நம்ம வீட்டுல நிம்மதியா இல்ல... நான்..."

"போதும்கா.... அதுதான் சொல்ல வேண்டியதை எல்லாம் சொல்-லிட்ட இல்ல... விடு............ ஸாரிக்கா..." அக்காவின் முகத்தைப் பார்க்க முடியாமல் போக வர இருந்த ஜனங்களை வேடிக்கை பார்த்த-வளின் விழிகள் முட்டிக் கொண்டு வந்தன.

"ஏஏய் எதுக்குடி ஸாரியெல்லாம்... நான் என்ன சொல்றேன், நீ என்ன சொல்ற?"

"இல்லல்ல... எனக்கே தெரியுது... நான் எல்லோரையும் படுத்தி வச்சு உயிரை வாங்குறேன்னு... இருந்தும்.... கரெக்ட் தான்... என் பிரச்-சனைக்கு நீங்கல்லாம் எதுக்கு சஃபர் பண்ணனும்? அய்யே... நான் ஒன்னும் கோச்சுக்க எல்லாம் இல்ல.. நிஜமா உணர்ந்து தான் சொல்-றேன். ஐ'யம் ரியல்லி ஸாரி..."

"அடி அறிவு கெட்டவளே...." கவி பல்லைக் கடிக்க, அழுத்தமாக உதடுகளை மென்ற சரயு, அங்கும் இங்கும் ஓடிய தருணைப் பிடித்து கோச்சில் ஏற்றி விட்டு நிலாவுடன் தானும் ஏறி உள்ளே வந்து அமர்ந்-தாள்.

"போதும், என் மூஞ்சை மூஞ்சை பார்க்காதே... நான் நல்லா தான் இருக்கேன்...." தன்னையே உற்று உற்றுப் பார்க்கும் கவியை அவள் அதட்ட, சரயுவின் முகத்தில் எப்போதும் கவிழ்ந்திருக்கும் அமைதியும் சுவாதீனமும் மீண்டிருந்ததில் கவி லேசாகச் சிரித்தாள்.

"நீ சரியான விதத்துல புரிஞ்சுகிட்டா அதுவே போதும்டி எனக்கு" என்றாள் தங்கையின் கன்னத்தைப் பரிவாகத் தடவியபடி. அதற்குள் மற்-றவர்கள் வந்து விட, அதற்கு மேல் தொடர முடியாமல் சகோதரிகளின் பேச்சுத் தடைப்பட்டுப் போனது.

அடுத்த ஐந்தாம் நிமிடம் சென்னைக்கு டாட்டா காட்டிவிட்டு வண்டி புறப்பட, காலை நேர உற்சாகத்தில் பெட்டியில் இருந்த அனைவரும் கலகலத்துக் கொண்டு வந்தனர். சரயு பெரிதாகக் கலந்து கொள்ள-வில்லை என்றாலும் நேற்று மாதிரி ஒதுங்கியும் உட்காரவில்லை. எல்-லோருடைய கலாட்டாவையும் ரசித்தபடி அமர்ந்திருந்தாள்.

பாலா வழக்கம் போலச் சாப்பாட்டை ஒதுக்கி விட்டு நொறுக்குத் தீனிகளை ஒரு கை பார்க்க, "உடம்பு போட்டுட்டே போறதை பத்தி உங்க ஃப்ரெண்டுக்குக் கொஞ்சம் கூட ஆக்கரை இருக்கா பாருங்க... நீங்களாவது சொல்லக் கூடாதா?" கவி மித்ரனிடம் குறை சொன்னாள்.

"நீங்க நல்லா சமைச்சு போட்டு இந்தத் தடியனை கெடுத்து வச்-சிருக்கீங்க... டேய்... இதென்ன வயிறா இல்ல வண்ணான் தாழியா...? காலங்கார்த்தாலே எதுக்குடா இத்தனை ஜங்க்?" அவன் பேச்சைச் சட்டை செய்யாமல் சக்கை வறுவலை கரமுரவென்று மென்று கொண்-டிருந்தான் பாலா.

"நீயும் எடுத்துக்கடா... கொடுக்கலேன்னு கோபத்தைப் பாரு..." பாலா கையிலிருந்த பொட்டலத்தை நீட்ட, மித்ரன் முறைத்தான்.

"ஆமா அண்ணி.. அதே இந்த அண்ணனைப் பாருங்க... உடம்பை எப்படி ஃபிட்டா வச்சிருக்காங்கன்னு... எல்லாம் அவங்கவங்க வைஃபி-ஸோட கைங்கர்யம். நீங்களும் கொஞ்சம் கத்துக்கோங்க..."

விக்கியின் கிண்டலில், "ஆமாமா... என் வைஃபி என்னை கவனிக்-கிற கவனிப்பு இரு..." என்னவோ சொல்லத் துவங்கிய மித்ரன் பட்-டென்று நிறுத்திவிட்டு தன் வாயை இருகைகளாலும் இறுக மூடிக் காட்-டினான்.

"போதும்... ஏற்கனவே நிறையப் பேசி சேதாரம் அதிகமாகிடுச்சு.... இனிமேலாவது வாயைக் கொஞ்சம் குறைப்போம்..."

"பாருடா... எப்படியிருந்த அண்ணாச்சி இப்படி ஆகிட்டாப்ல... காலம் செய்த கோலமடி கடவுள் செய்த குற்றமடி" விக்கி சிட்சுவேஷன் பாடல் பாட, அமைதியாக வேடிக்கை பார்த்துக் கொண்டிருந்த சரயுவின் முகத்தில் கூட லேசான சிரிப்பின் சாயல்!

"நீயா சிரித்தது, ஜக்கு நீயா சிரித்தது?' இவளிடம் திரும்பி அவன் வசனக்கவிதை படிக்க, "அடி வாங்காதே விக்கி..." அவள் சிரித்தபடி திரும்பிக் கொண்டாள்.

"இது பாவம். பூங்குன்னத்தைத் தாண்டுனது இல்ல... அதுதான் ஏறுனதுல இருந்து எல்லாத்தையும் 'ஆ'ன்னு வேடிக்கை பார்த்துட்டு வருது..."

"ஆமா... நீ பெரிய உலகம் சுற்றும் வாலிபன் தான்... போ...."

விளையாட்டாக அவனை அடித்தவளுக்குச் சூரியன் எழும்பாத இந்-தக் காலை வேளையில் இப்படி நிதானமாக அமர்ந்து வேடிக்கை பார்த்-துக் கொண்டு செல்வது உண்மையிலேயே அலாதி இன்பமாய் இருக்க, நேற்றைய மனதின் கனம் வெகுவாகக் குறைந்திருந்தது.

சள்ளென்று பறந்து சென்று இறங்கும் விமானப் பயணங்களை விட ஒவ்வொரு ஊராக நின்று செல்லும் இந்த ரயில் பயணம், புதிய புதிய திறப்புகளைக் காட்டி, மனதில் படிந்திருக்கும் படிமங்களை, மடிப்புகளை நிதானமாக உள்நோக்கி நெருங்கிப் பார்க்கச் சொல்வது போல....

விக்கி சொல்லும் அளவுக்கு இல்லையென்றாலும் அவள் ஒரு வயது வரைக்கும் பூங்குன்னத்திற்குள்ளேயே சுற்றிக் கிடந்தவள் தான். கல்லூரி மட்டும் திருச்சூரில், அதுவும் வீட்டில் இருந்தே போய் வருகிற மாதிரி. கோட்டயம், எர்ணாகுளம் எல்லாம் ஒருமுறை பள்ளியில் கூட்டிச் சென்ற சுற்றுலாவில் பார்த்தது தான்.

"பாலக்காடு தாண்டாத பைங்கிளியாச்சேடி நீ... சமாளிச்சுடு-வியா...?" வேலைக்கான ஆர்டர் கையில் வந்த மகிழ்ச்சியில் கவியை அழைத்து இவள் கூத்தாடியபோது அவள் இப்படித்தான் கிண்டலடித்-தாள்.

"அதெல்லாம் சமாளிச்சுப்பேன்..." இவள் ரோஷமாக முறுக்கிக் கொண்டாலும் சாமான்களைக் கட்டிக்கொண்டு ட்ரைனிங்கிற்காகக் கிளம்பிய நாளில் மனசு கொஞ்சம் கலங்கித் தான் போனது.

"ஜாக்கிரதையா இரு... ஒழுங்கா சாப்பிடு, நைட்டெல்லாம் இந்த மொபைலையே நோண்டிட்டு கிடக்காம நேரத்துக்குத் தூங்கு..." அம்மா அறிவுரையாகக் கொட்டியபடி தேக்கு இலையில் புதிதாகப் பொரித்து வந்திருந்த நேந்திர வறுவல்களைக் கட்டிக் கொண்டிருந்தார்.

"அவங்க வீட்டுக்கு போறப்ப பதனமா நடந்துக்கோடி... இவ மாமி-யாருக்குச் சின்னத் தங்கச்சினா உயிரு... நீ போய் இறங்குனதும் அங்-கதான் வரணும்னு நூறு தடவை என்கிட்டே சொல்லிட்டாங்க... சம்பந்-திக்காரங்க வீடு.. பொறுப்பா நடந்துக்கோ..."

"ஏம்மா... அவ என்ன சின்னக் குழந்தையா? ஒரு எம்என்சி பேங்க்-குக்கு ஏம்மா போகப் போறா... அதுவும் டைரக்ட் போஸ்டிங்... என்-னமோ தருணுக்கு சொல்ற மாதிரி நுழைச்சு நுழைச்சு சொல்லிட்டு இருக்கீங்க..." சமையலறை சுவரில் சாய்ந்தமர்ந்து கைக்குழந்தையாக இருந்த மகனுக்குப் பாட்டிலில் பாலூட்டிக் கொண்டிருந்த கவி கிண்டு-லாக இடைமறித்தாள்.

"பத்மா அத்தை நல்ல ஜாலி டைப் அம்மு... நீ நம்ம வீடு மாதிரியே ஃப்ரீயா இருக்கலாம்..."

"பத்மா அத்தையை எனக்குத் தெரியாதாக்கா ? இந்தம்மாவுக்கு வேற என்ன வேலை... எனக்கு அட்வைஸ் மழை பொழிய இவங்களுக்கு இது ஒரு சாக்கு... அவங்க வீட்டுக்கு போறதுக்கு எல்லாம் எனக்குப் பயம் இல்ல... இவங்க கட்டி வச்சிருக்க இத்தனை மூட்டையையும் தூக்கிட்டுப் போறதை நினைச்சா தான் பயந்து வருது..."

அவள் காட்டிய திசையில் அம்மா எடுத்து வைத்திருந்த உருப்படிகளைப் பார்த்த கவி சிரித்தாள்.

சக்கை வறுவல், இனிப்பு, உப்பிட்டது, அதே மாதிரி இனிப்பிலும் உப்பிலும் மினுமினுக்கும் நேந்திரங்காய் வறுவல்கள், அச்சப்பழும், நெய்யில் பொரித்திருந்த உன்னியப்பழும் நெய்யப்பழும், கூடவே சிறு சிறு பைகளில் அடைத்த புட்டு மாவு, சிகப்பரிசி மாவு, மரவள்ளிக் கிழங்குகள் ஒரு பொட்டலத்தில்.... மேலும் சில இத்யாதி, இத்யாதிகள்...

"நான் அவங்க வீட்டுல இருக்கப் போறது ஜஸ்ட் இரண்டே இரண்டு நாளுக்கு. மரியாதைக்குப் பார்த்துட்டு ஹாஸ்டலுக்குப் போகப் போறேன். நீங்க என்னத்துக்கு இத்தனையைக் கட்டுறீங்க?"

"சும்மா இருடி.... போன தடவை பத்மா வந்தப்ப எங்க ஊர் அரிசி மாவுல இத்தனை சாஃப்டா வர்றதில்ல, நீங்க என்ன ஸ்பெஷலா பண்ணீங்கன்னு புட்டு அடைக்கும்போது பக்கத்துலேயே இருந்து பார்த்துட்டு இருந்துச்சு... அதுதான் கொஞ்சம் கொஞ்சம் மாவையும் கட்டி வச்சிருக்கேன்..."

"ஐயோம்மா... அதெல்லாம் சரி. ஆனா எனக்கு இரண்டு கை தான் இருக்கு..." அங்கு இங்கு எனச் சிதறியிருந்த சில கடைசி நேர உருப்படிகளைப் பெட்டியில் அடைத்து ஜிப்பை இழுக்க மாட்டாமல் இழுத்து மூடினாள் சரயு.

"பேசாம கொண்டு போ சரயு... அப்பா வந்து தானே ஏத்தி விடுறாங்க... அவங்க குழந்தைக்குப் பேர் வைக்க வந்தப்ப எத்தனை அள்ளிட்டு வந்தாங்க தெரியுமில்ல..." அம்மா அதட்ட....

"அவ கேட்க மாட்டா... உங்கம்மா பிடிச்ச முயலுக்கு மூனே காலு தான்னு உனக்குத் தெரியாதா...?" எம்எய்ட்டியை ஸ்டாண்ட் போட்டு நிறுத்திவிட்டு அப்பா உள்ளே வந்தார்.

"ஆமா... அப்படித்தான் சொல்லிக்குங்க... என்ன இப்ப....?" தன்னை முறைத்தபடி நீளும் கருந்தேனீரை வாங்கிக்கொண்ட அப்பா

அங்கிருந்த செவ்வக பெஞ்சில் அமர, சரயு வெளியே சென்று வண்டி-யில் கட்டியிருந்த கயிற்றின் முடிச்சுகளை அவிழ்த்து பால் கேன்களை இறக்கி வைத்தாள்.

மடியில் தூங்கிப் போயிருந்த குழந்தையைத் தூளியில் போட்டுவிட்டு கவியும் வர, இருவரும் இரண்டு கேன்களையும் தள்ளி உருட்டிச் சென்று கடையில் வைத்து விட்டு உள்ளே வந்தார்கள்.

"அப்பா... சீக்கிரம் குளிச்சிட்டு வாங்க.... டாக்சி வந்துடும்...." கவி உசுப்ப, டீ டம்ளரை ஒரு சுழற்று சுழற்றி குடித்து விட்டு அவர் எழுந்து சென்றார். அக்காவும் தங்கையுமாக கொண்டு போக வேண்டியவற்றை முன்வாசலில் எடுத்து வைத்தார்கள்.

அப்பா தயாராகி வர, தானும் உடைமாற்றிக் கொண்டு வந்த சரயு பெற்றவர்களின் காலைத் தொட்டு எழுந்தாள். புது இடம், புது வேலை என்கிற புத்தம் புது அனுபவங்களின் எதிர்பார்ப்புகளில் மனசு தளும்பிக் கொண்டிருந்த அதே நேரம் வீட்டைப் பிரிந்து செல்லும் ஏக்கமும் அலை அலையாக அவள் மனதில்...!

பட்டையாகத் திருநீற்றை எடுத்து தன் நெற்றியில் பூசிக் கொண்ட அப்பா, இவளுடைய தலையில் கை வைத்து ஒரு நிமிடம் அப்படியே நின்று விட்டார்.

"என்னமோ இந்த நிமிஷம் ரொம்பப் பெருமையா இருக்கும்மா... படிப்பும் சொத்தும் இல்லாம இந்தச் சின்னக் கடையை நம்பி தொழில் செய்ற சாதாரண ஆளு நான். எப்படியோ கரணம் போட்டு உங்க இரண்டு பேரையும் நல்லபடியா படிக்க வச்சு வளர்த்து ஆளாக்கிட்-டேன்னு நினைக்குறப்ப மனசு அக்கடான்னு இருக்குது..."

"இரண்டும் பொம்பளை பிள்ளைகன்னு ஊர்க்காரன் எல்லாம் கேலி பேசுனானுங்க.. அதையெல்லாம் நான் காதுலயே வாங்குனது இல்ல.. அப்படிப் பேசுனவன் எல்லாம் இப்ப பையன் சரியில்ல, படிப்பு வரல, தொழில்ல நிக்க மாட்டேங்குறான்னு என்கிட்டயே வந்து புலம்புறான்."

அப்பா கம்மிய குரலில் சொன்னபோது அனைவரின் மனதும் நெகிழ்ந்து போனது. உடுமலைப்பேட்டையில் அவர் வேலை செய்து கொண்டிருந்த மாவு மில் திடீரென மூடப்பட, ஒன்று விட்ட தாய்மாமன் கோட்டயத்தில் இருக்கிறார் என பிழைப்பிற்காக ஊர் விட்டு ஊர் வந்து, டிக்கடை வைத்திருந்த மாமனிடம் வேலை கற்று, பிறகு அவருடைய

மகளையே திருமணம் செய்து...

கவி வயிற்றில் இருந்த நேரம் சின்ன டிக்கடை முதலாளியாக வாழ்க்கையின் முதல் அடியை எடுத்து வைத்து, சிறிது சிறிதாகப் பலகா-ரக்கடை, டிபன் சென்டர் என வளர்ந்து, இப்போது ஒரே நேரத்தில் முப்-பது பேர் அமர்ந்து சாப்பிடும் ஹோட்டலாகப் படிப்படியாக வளர்ந்து பரி-மளித்திருக்கும் தொழில்....

கடை வளர வளர, கூடவே உழைத்து பொறுப்பாய் படித்து வளர்ந்த பிள்ளைகள்; கணவன், மனைவி, பிள்ளைகள் எனக் குடும்பத்தின் அத்-தனை பேரும் கடுமையாக உழைத்து முன்னுக்கு வந்து ——

அந்த மொத்த பெருமிதத்தையும் உணர்ந்து அனுபவிக்கும் நெகிழ்ச்-சியும் நிறைவுமாக இந்தக் கணம் அனைவருடைய கண்களும் கலங்கிப் போயிருக்க...

"போற இடத்துல வேலைல நல்ல பேரு வாங்கணும்... இன்னும் மேல மேல வளரணும்..." அப்பா அவளுக்குச் சந்தனத்தை தீற்றி-விட்டார். "இன்னும் ஒரு பெரிய கடமை இருக்கே, அதுக்குள்ள நீங்க அலமலந்து போனா எப்படி...?" அம்மா மெல்லிய குரலில் முணுமு-ணுத்தபடி தானும் நெற்றியில் வைத்து விட்டாள்.

"நீயும் நில்லுக்கா..."

"ஏய்... சீ.. அதெல்லாம் வேணாம்... ஆல் தி பெஸ்ட்டி சரயு..." கவி அணைத்து அவளை முத்தமிட, சரயுவும் அக்காவை இறுக கட்டிக் கொண்டாள்.

"எல்லோரையும் ரொம்ப மிஸ் பண்ணுவேன், முக்கியமா குட்டிப்பை-யனை..." சரயு ஓசைப்படாமல் சென்று தூளியில் எட்டிப் பார்க்க, தருண் சுண்டி எழுப்பிய மாதிரி தன் திராட்சைக் கண்களைத் திறந்து பார்த்-தான். இவள் முகத்தைக் கண்டதும் அரிசிப் பற்களுடன் வாய் திறந்து சிரிக்க...

"அடி தங்கம்.... சித்தி ஊருக்கு போறேன்னு தூங்கவே இல்லையா நீங்க...?" அவனைத் தூக்கிக்கொண்டு அவள் வாசலுக்கு வர, ஏற்-கனவே சொல்லி வைத்திருந்த டாக்சி தயாராக வந்து காத்திருந்தது. அப்பாவும் ட்ரைவரும் பொருட்களை ஏற்றிக் கொண்டிருந்தார்கள்.

"அம்மா.... அப்பா ஏதாவது சொன்னா பதிலுக்குப் பதில் சொல்-லிட்டு இருக்காதீங்க... அக்காவும் அடுத்த வாரம் ஊருக்குப் போயி-

டுவா... யாருமில்லாத கொண்டாட்டத்துல சண்டை போட்டுட்டு இருக்-காம அமைதியா இருங்க... அப்பா உங்களுக்கும் தான் சொல்றேன்”

“ஆமாம்டி... இந்த நூத்துக்கிழவி சொல்லித்தான் எங்களுக்குத் தெரியணும்... இதெல்லாம் உங்கப்பா கிட்ட சொல்லு... நான் பாட்டுக்கும் செவனேன்னு கிடக்கேன்...”

“அவ கிடக்குறாம்மா... வயசான கிழவி ஏதாவது கத்திக்கிட்டே தான் இருக்கும்... நாம தான் கண்டுக்காம போகணும்.... நீ எல்லாத்தை-யும் எடுத்து வச்சாச்சா, அதைக் கவனி முதல்ல...” சரயு பெற்றவர்களை ஆயாசமாக ஒரு பார்வை பார்த்துவிட்டு கவியைப் பார்த்தாள்.

“இவங்க இரண்டு பேரையும் இப்ப தான் புதுசா பார்க்குறியா என்ன? அம்மா கிழக்குனா அப்பா வேணும்னே மேற்கும்பாரு... நேரம் ஆச்சு பாரு... கிளம்புங்க... சரியா இருக்கும்” அவள் காரில் ஏறும் நேரம் தருண் அவள் கழுத்தைக் கட்டிக் கொண்டு கவியிடம் போக மறுக்க, சரயு அவனை நெஞ்சோடு இறுக்கிக் கொண்டாள்.

பிரசவத்திற்கு வந்து மூன்று மாதம் இருந்து விட்டுப் போன கவி, இப்போது தான் தங்கை வேலைக்குச் சேர்கிறாள் என்று அம்மா வீட்-டுக்கு வந்திருக்கிறாள். அது என்னவோ நேரில் பார்த்து சீராடா விட்டா-லும் தொலைபேசியில் சரயுவின் குரலைக் கேட்டால் கூடத் துள்ளுகிற அளவுக்கு ஆழ்ந்த பிரியம் அவர்கள் இருவருக்கிடையே....!

“குழந்தையும் தெய்வமும் கொண்டாடுற இடத்துலன்னு சும்மாவா சொல்லி இருக்காங்க...?” அம்மா அருகில் வந்து முரண்டு பிடிக்கும் பேரனை ஏதேதோ சமாதானம் சொல்லி வாங்கிக் கொண்டாள்.

“போதும்டி... கல்யாணம் ஆகி புருஷன் வீட்டுக்கு போற மாதிரி கண்ணுல தண்ணி வச்சுக்கிட்டு... ஓவர் சீன்-ஆ இல்ல இருக்கு” கவி கேலி செய்தாலும் அவள் கண்களும் கசியத் தான் செய்தன.

அப்போது சொன்னவளுக்கும் தெரியாது, விழிகளைத் துடைத்தபடி சிணுங்கியவளுக்கும் தெரியாது, இந்த வார்த்தைகள் வெகு சீக்கிரமே உண்மையாகப் போவதை.

திருச்சூர் நிலையத்தில் எல்லாப் பொருட்களையும் ஏற்றி விட்ட அப்பா ஆயிரம் முறை பத்திரம் சொல்லி மகளை வழியனுப்ப, சரயு முதன் முறையாகத் தனித்துப் பயணித்தாள்.

அவள் கோவை சென்று இறங்கியபோது நிலையத்திற்குச் சரியான நேரத்திற்கு வந்து காத்திருந்தார் மூர்த்தி. கவி மாமியாரின் தங்கை கணவர்; ஏற்கனவே கோச் எண் கேட்டு வைத்திருந்ததில் அவளிருந்த பெட்டிக்கே வந்து ஆரவாரமாக வரவேற்றார்.

"வாம்மா வா.. வா... எப்படி இருக்க? என்ன பொண்ணு தனியா இருக்கப்போகுதுன்னு வீட்டையே மூட்டைக் கட்டி அனுப்பிட்டாங்களா உங்கம்மா...?" கிண்டல் செய்தவாறு இவளுடைய பெட்டிகளைப் போர்ட்டரை அழைத்து எடுத்துக் கொள்ளச் செய்தார்.

"ஆமா மாமா... அம்மா சொன்னா கேட்டா தானே..." சரயு கூச்சத்துடன் சிரித்தாள். உண்மையில் மூர்த்தியே தன்னை அழைத்துச் செல்ல வருவார் என்று அவள் எதிர்பார்த்திருக்கவில்லை.

'அட்ரஸ் தான் இருக்கே, நானே வந்துடுறேன்...' என்று இவள் சொன்னதைப் பத்மா தீவிரமாக மறுத்திருக்க, ட்ரைவரை அனுப்புவார்கள் என்று நினைத்து இருந்தாள்.

தான் ஏதோ பெரிய மனுஷி மாதிரி அவ்வளவு பெரிய மனிதரே வந்து அழைத்துச் செல்வது சற்று லஜ்ஜையாக இருந்தது. அவர் கேட்கும் கேள்விகளுக்குப் பதில் சொல்லிக் கொண்டே நிலையத்தின் வாசலை அடைய, அவர்கள் வீட்டுக் கார் தயாராக வந்து நின்றது.

பெட்டிகளை எடுப்பதற்காக ஓட்டுனர் இருக்கையில் இருந்து இறங்கியவனைக் கண்ட சரயுவுக்கு ஒரு கணம் மூச்சடைத்துப் போனது.

'என்னடா நடக்குது இங்க...?'

"ஹாய்.... எப்படி இருக்க..?" ஆழமாக ஒலித்த அவன் குரலில் அவள் உடல் மெல்ல சிலிர்த்து அடங்கியது. முந்தினம் அக்காவிடம் விளையாட்டாகப் பேசியது நினைவில் வர, அவள் அப்படியே ஆணி அடித்தது போல நின்றாள்.

"ஹலோ... உன்னைத்தான்" அவன் அவள் முகத்திற்கு நேரே சொடுக்கிட, "ம்ம்... நல்லா..." அவள் சுதாரித்துத் தலையசைப்பதற்குள், "என்னப்பா எல்லாத்தையும் பின்னால வைக்க முடியுதா, இல்லேன்னா பின் சீட்ல வச்சுக்கலாம் கொடு..." மூர்த்தி அவர்கள் அருகே வந்தார்.

"இல்லல்ல... இதுலயே எல்லாத்தையும் வச்சுட்டேன்..." அவன் பின்னால் ஒழுங்குபடுத்தி எல்லாவற்றையும் அடுக்கி டிரங்கை மூடினான்.

ஏதோ கனவில் மிதப்பது போல உணர்ந்த சரயு, மௌனமாகப் பின்-பக்கம் ஏறிக்கொண்டாள். மூர்த்தி சென்று முன்னிருக்கையில் அமர, அவன் வண்டியை எடுத்தான். புது ஊரை வேடிக்கை பார்க்கும் எண்-ணம் எதுவும் இல்லாமல் சரயுவின் மனசு ஒரு புதுவித மயக்கத்தில் ஆழ்ந்திருந்தது.

'கவிக்கா மட்டும் இதைப் பார்த்தா, கொன்னுடுவா என்னை...!?' அவள் உதடுகளில் மிக லேசான கள்ளப் புன்னகை!

"நீயேன்டி பேச மாட்ட? வேலை கிடைச்சாச்சு.... அடுத்து கல்யா-ணம் தான்... என்னவோ இப்ப வேணாம் அது இதுன்னு சீன் போடுற..." கவி நேற்று வேறு ஏதோ பேச்சில் இவளுடைய திருமணத்தைப் பற்றிக் கேலியாக ஆரம்பிக்க...

"ஆமா, அது ஒன்னு தான் குறைச்சல் போ, இவங்க இரண்டு பேரும் சண்டையடிச்சுக்கிட்டே இருக்குறதைப் பார்த்தா யாருக்காவது அந்த ஆசை வருமா? சாமியாரா போகணும்னு தான் தோணுது..." சரயு அலுப்புடன் சொன்னாள்.

"நீ ஏன் இப்படி இருக்குற? அவங்களுக்குள்ள ஏதோ பேசிக்குறாங்-கன்னு போகாம உன் மண்டைல தூக்கிப் போட்டுக்குறது... இதுல சாமி-யாரா வேற போகப் போறாளாம்... பேசாம ஒரு ஆசிரமம் ஆரம்பி.. இருக்குறதுலேயே இப்ப அந்த பிசினஸ் தான் செம கில்மாவா இருக்கு..."

"ஹ ஹா... ஆரம்பிச்சுட வேண்டியது தான்... அப்படி ஆரம்பிச்சா நீ தான் ராஜமாதா...." சரயு கண்ணடிக்க, "அட கருமம் பிடிச்சவளே, அவளாடி நீ?" கவி கொல்லை தரையில் கிடந்த சிறுகல்லைத் தூக்கி இவள் மேல் எறிந்தாள்.

"சரி, உனக்கு எப்படி மாப்பிள்ளை வேணும், அதைச் சொல்லு..."

"என்னமோ ரெடிமேட் ஷோரூம்ல போய் வாங்கிட்டு வர்ற மாதிரி பேசுற...?"

அக்காவுக்கு எதிரே இருந்த சின்னக் கல் மேடையில் அமர்ந்து கவி-யின் கல்யாண ஆல்பத்தைப் புரட்டிக் கொண்டிருந்தவளின் கண்கள் ஒரு புகைப்படத்தில் நிலைகொண்டது. சிரித்தபடி மீண்டும் ஒருமுறை உற்றுக் கவனித்தவள், குறும்பும் சிரிப்புமாக நிமிர்ந்து கவியைப் பார்த்தாள்.

"என்னடி நீயே சிரிச்சுக்குற...?"

"நான் என்ன பண்றது? நீ கேட்குற, இந்த ஃபோட்டோ கண்ணு முன்னால வந்து நிக்குது.. அக்கா... பார்த்தீனா இப்படி ஒரு ஆளைப் பாரு.. கண்ணை மூடிட்டு ஓகே சொல்றேன்..."

அங்கிருந்து எட்டிப்பார்த்த கவி, சிரித்துக் கொண்டே எம்பி அவள் மண்டையில் கொட்டினாள்.

"ஹலோ மேடம்... என்ன கிரஷ்ஷாக்கும்...?"

"ம்ம்... எஸ்... கிரஷ் தான்... வெரி டீப் கிரஷ்..."

"அடிப்பாவி..." கவி நகைத்துக் கொண்டே இவளை ஆழ்ந்து பார்த்-தாள்.

"ஐயோ முறைக்காதே... சும்மா சொன்னேன்.." இவள் பம்மி பதுங்க....

"அந்தக் கடை கிட்ட கொஞ்சம் நிறுத்துப்பா... லிஸ்ட் கொடுத்துட்டு வந்தேன். வாங்கிட்டுப் போயிடலாம்" மூர்த்தி நிறுத்த சொன்ன இடத்தில் காரை நிறுத்தியவன் அவர் இறங்கியதும், "உன்னை எப்படி இருக்கன்னு கேட்டேன். காது கேட்டுதா?" இருக்கையில் முழங்கையை வைத்து நன்-றாகப் பின்னால் திரும்பி அமர்ந்து இவளைப் பார்த்தான்.

'என்னை உங்களுக்கு ஞாபகம் இருக்கா....!? பார்த்தது ரெண்டு மூனு நாள் இருக்குமா? அதுவும் ரெண்டரை வருஷத்துக்கு முன்னால, கல்யாண கலாட்டால...!!??'

"ஒய்... என்ன பதில் சொல்லாம என்னையே முறைச்சு முறைச்சு பார்த்துட்டு இருக்க...?"

"ஹ.... ம்ம்.. நல்லா இருக்கேன்... நீங்க எப்படி இருக்கீங்க?"

"ம்ம்.. ஃபைன்.... அப்புறம் கங்கிராட்ஸ் மேடம்... முதல் தடவையே எக்ஸாமை கிளியர் பண்ணி, நாலு ரவுண்ட் இன்டர்வியூ முடிச்சு போஸ்-டிங் வாங்குறது எல்லாம் அவ்வளவு சாதாரணம் இல்ல, கலக்கிட்ட...."

இத்தனை தூரம் தன்னை நினைவில் வைத்திருப்பான், இப்படி உரி-மையாகப் பேசுவான், வாழ்த்துவான் என்று அவள் தன் கனவிலும் நினைத்தது இல்லை. அவள் கால்களுக்கு அடியில் மேகங்கள் நகர்ந்தன.

"பார்க்க அலட்டிக்காம இருந்தாலும் நீ பெரிய ஆள் தான் போல.... ம்ம்... ஹேப்பி ஃபார் யூ சரயு.... ஒன்ஸ் அகைன் கங்கிராட்ஸ்..."

கண்களில் வெளிச்சத்துடன் அவனைப் பார்த்துப் புன்னகைத்தவ-ளுக்கு அவனுடைய கங்கிராட்ஸ் எல்லாம் பின்னால் போக, தன் பெயர் இத்தனை லயமானதா என்ற வியப்பு தோன்றியது. மென்மையாக ஒலித்த அவன் விளிப்பில் முதன்முறையாகத் தன் பெயரை தானே ரசித்தாள்.

"நீ இவ்ளோ அமேதியான ஆள் எல்லாம் கிடையாதே, நானே பார்த்திருக்கேன்... இப்ப என்னவோ இவ்வளவு சைலண்டா இருக்க...?"

"இல்லல்ல... அமைதினு இல்ல... திடீர்னு பார்த்ததுல... வந்து... ம்.. தேங்க்ஸ்..."

"அது சரி.... வந்து.... உம்... அப்புறம் தேங்க்ஸா...?" அவன் புரு-வத்தை உயர்த்தியபடி குறும்பாக அவளைப் பார்க்க, அதற்குள் கையில் பெரிய கேரி பேக்கை பிடித்துக்கொண்டு மூர்த்தி வந்து ஏறினார். அவன் நிதானமாகத் திரும்பி அமர்ந்து வண்டியைக் கிளப்பினான்.

'சே... இவரு இன்னும் கொஞ்ச நேரம் கழிச்சு வரக் கூடாது...?' அவளுக்குள் ஏக்கமும் ஏமாற்றமும் ஒருங்கே தோன்ற, தன்னை மீறிக் கிளம்பிய பெருமூச்சை சிரிப்புடன் அடக்கிக் கொண்டாள்.

இரண்டு வளைவுகள் தாண்டி வீடு வந்துவிட, இவளைக் கண்டதும் பத்மா அத்தை வாசலுக்கு ஓடி வந்து வரவேற்றார். பொருட்களை எடுத்து வைத்து கூடவே உள்ளே வந்தவன், "வேற எங்கயும் போக வேணாம்ல.... எனக்குக் கொஞ்சம் வெளில வேலை இருக்கு... நான் கிளம்பறேன்..." என்றான் மூர்த்தியிடம்.

"பத்மா..." மூர்த்தி குரல் கொடுத்தார்.

"கேட்டுதுங்க.... இருப்பா.... காபியாவது சாப்பிடு...." உள்ளிருந்து பதில் வர, அவன் சோபாவில் அமர்ந்தான்.

"நீ அந்த ரூம்குள்ள போய் ரிப்ரெஷ் பண்ணிக்கோம்மா....." சரயு மனதே இல்லாமல் பத்மா காட்டிய அறைக்குள் சென்று முகம் கழுவி வந்தாள். அவள் துண்டினால் முகத்தை ஒற்றியபடி வெளியே எட்டிப் பார்க்க, வெறிச்சென்றிருந்தது கூடம்.

பத்மா கொடுத்த காபியை குடித்து விட்டு அவன் கிளம்பி இருக்க, என்னவோ அத்தனை பெரிய வீட்டில் அடிக்கொன்றாக ஒளிர்ந்து கொண்டிருந்த குழல் விளக்குகளின் வெளிச்சம் கூட மங்கியது போன்ற உணர்வு வியாபித்தது அவளுக்குள்!

"நல்லா இருட்டி போச்சு... அந்த லைட்டை போட்டு விடு சரயு...."
பாலாவின் குரலில் ஒரு நொடி விழித்தவள் சுதாரித்து ரயில் விளக்கின்
ஸ்விட்சை தட்டி விட்டாள்.

அங்கு விளையாட்டு மும்முரமாகப் போய்க் கொண்டிருந்தது.

"போடா, இந்தத் தடவையும் செட்டு சேரல... இரண்டு பேரும்
சேர்ந்து இந்தச் சின்னப் பையனை நல்லா ஏமாத்துறீங்கடா ஃப்ராடுங்-
களா..." தொடர்ச்சியாக விளையாட்டில் தோற்றுக் கொண்டிருந்த பாலா
தன் கையில் இருந்த சீட்டுகளை விக்கியின் மடியில் உதறிப் போட்டு-
விட்டு எழுந்தான்.

"இதே வேலை இவருக்கு..." விக்கி முறைக்க, மித்ரன் அவன்
தோளில் சுள்ளென அடித்தான். "சும்மா கல்தா கொடுத்துட்டு ஓடாம
உட்கார்ந்து ஆடு பேசாம..." இருவருமாக அவனை இழுத்து அமர்த்த
முயல, "போங்கடா போங்கடா...." பாலா விடாப்பிடியாக எழுந்து ஓடி
சைட் லோயரில் சென்று அமர்ந்து கொண்டான்.

"பசிக்குது மச்சான்... கான்சன்ட்ரேட் பண்ண முடியல..."

"உனக்குப் பசிக்காம இருந்தா தான் ஆச்சரியம். வாயை மூடிட்டு
இங்க வந்து உட்காரு..." மித்ரன் மிரட்ட, "ம்ஹூம்.... மாட்டேன்..."
என்றான் பாலா வேகமாக.

"அடுத்து என்ன ஸ்டேஷன்டா விக்கி... கீழ இறங்கணும்... கால்
நமநமங்குது..."

"ராஜமுந்திரி தாண்டிடுச்சு... அடுத்து வைசாக் தான்...." தன்
அலைபேசியைப் பார்த்து விக்கி சொல்ல, கையில் பெயருக்கு ஏதோ
புத்தகத்தை வைத்துப் புரட்டிக் கொண்டிருந்த சரயு திடுக்கென நிமிர்ந்து
பார்த்தாள்.

சொல்லி வைத்த மாதிரி அதே நொடியில் மித்ரனும் திரும்ப, இரு-
வரது விழிகளும் இன்னொரு முறை சந்தித்துக் கொண்டன, பிறகு
மீண்டன.

4

இரண்டு இரவுகள், இரண்டு பகல்கள் எனப் பயணம் செய்து வந்தி-ருந்த கௌகாத்தி எக்ஸ்ப்ரெஸ் நியூ ஜல்பைகுரியை அடைந்து கொஞ்சம் மூச்சுவிட்டுக் கொண்டு நின்றது.

இறங்க வேண்டிய பயணிகள் ஒவ்வொருவராக இறங்க, "என்ன 'பே'ன்னு பார்த்துட்டு இருக்க... இதென்ன உங்கம்மா வீடுன்னு நினைச்-சியா...? எந்திரி...." பிளாட்பாரத்தில் இறங்கி நின்ற பாலா மற்றும் மித்ரனிடம் உடமைகளை எடுத்துக் கொடுத்துக் கொண்டிருந்த விக்கி இருக்கையில் இருந்து இன்னும் எழாமல் அமர்ந்திருந்த சரயுவை விரட்-டினான்.

"ப்ச்... என்னமோ இறங்கவே மனசு வரல விக்கி.... பேசாம கௌகாத்தி வரைக்கும் போய்ட்டு திரும்பி வந்துருக்கலாம் இல்ல... அஸ்-ஸாமையும் பார்த்த மாதிரி இருந்திருக்கும்..."

முழுதாக நாற்பத்தி எட்டு மணி நேரத்துக்கும் மேலாக அமர்ந்து வந்த தங்கள் கூபேயைப் பிரிந்து ரயிலை விட்டு இறங்குவது அவளுக்கு ஏதோ குடியிருந்த வீட்டை காலி செய்து கொண்டு போவதைப் போலப் பொசுக்கென்று இருந்தது.

இருக்கையில் நழுவிக் கிடந்த ஷாலை எடுத்து தோளில் குறுக்காகப் போட்டவள், கேரளம், தமிழ்நாடு, ஆந்திரா, ஒரிசா, மேற்கு வங்கம் என பல மாநிலங்களை இப்படி ஒன்றாகக் கடந்து பயணித்தது நிச்சயம் ஓர் வாழ்நாள் அனுபவம் என்று நினைத்துக் கொண்டாள்.

கீழே குனிந்து ஏதாவது விடுபட்ட உருப்படிகள் உள்ளதா என்று பார்த்துவிட்டு மானசீகமாகப் பெட்டிக்கு டாட்டா சொன்னபடி கீழே இறங்கினாள்.

ஒரே தண்டவாள நீளத்தில் அருகருகே அமைந்திருப்பதைப் போல இருந்தாலும் ஒவ்வொரு ரயில் நிலையமும் அதனதன் கலாச்சார உன்னதங்களை உரக்கச் சொல்லியபடி... அந்தந்த பிராந்திய மக்களின் நடை, உடை, பாவனைகள், மொழி என ஒவ்வொன்றையும் சுவாரஸ்யமாகப் பார்த்துக் கொண்டே பயணிப்பது உண்மையில் மகத்தான உணர்வைத் தந்திருந்தது.

"ரொம்ப என்ஜாய் பண்ணினது சாப்பாடு தான் இல்லக்கா...!?"

"ஃபுட் டூர் மாதிரி ஆச்சுடி... இந்த மாதிரி செட்டா வந்தா தான் இப்படி என்ஜாய் பண்ண முடியும்... தனியா வந்தா கடி..." கவி இவளிடம் பேசிக்கொண்டே குவியலாய் இறக்கி வைத்திருந்த பெட்டிகளை எல்லாம் வந்து விட்டனவா என்று சரி பார்த்தாள்.

அவள் சொன்னமாதிரி மணிக்கு ஒருமுறை நின்ற எந்தப் பெரிய நிலையங்களிலும் இவர்கள் இறங்காமல் இல்லை. ஆண்கள் ஓடி ஓடிப் போய் வாங்கி வர, இவர்கள் உட்கார்ந்த இடத்திலிருந்தே 'அதை வாங்கு, இதை வாங்கு' என்று விரட்டிக் கொண்டிருந்த மிக ஜாலியான அனுபவம்...!

விஜயவாடாவின் காரசாரப் பெசரட்டும், இரவு இரண்டு மணிக்குப் புவனேஸ்வரில் கொதிக்கக் கொதிக்கச் சாப்பிட்ட போஹாவும் கிச்சடியும், காரக்பூரின் வடாபாவ்-ம் இனிப்பு மாவாவும், மால்டாவின் லிச்சிப் பழங்களும், ஹௌராவின் சக்கரைப் பாகு கசிந்த ரசகுல்லாக்களும், அதற்கு அப்படியே கான்ட்ராஸ்டாக கிஷன்கஞ்சில் பச்சைமிளகாய் காரத்தில் சுள்ளென்று உரைத்த பெட்கி மீன் கட்லெட்டுமாக....

"செகண்ட் கிளாஸ்ல வந்திருந்தா இன்னும் நல்லா வேடிக்கை பார்த்துட்டு வந்திருக்கலாம். ஜாலியா இருந்திருக்கும்..." சரயு சொல்ல,

"உனக்கென்னம்மா நீ எத்தனை வெயில் அடிச்சாலும் பிரிட்ஜ்ல வச்ச தக்காளியாட்டம் இருப்ப... அதுவே பாலாண்ணா மாதிரி ஆளுங்களை நினைச்சுப் பாரு... ஏசில வந்து இறங்கினதுக்கே தீஞ்சிப்போன கத்திரிக்காய் மாதிரி பாவம் வதங்கிப் போய் நிக்குறாரு..." விக்கி முன்னே நின்று கொண்டிருந்த பாலாவைச் சுட்டிக் காட்டினான்.

"டேய்... அது ஏன் உன்னைச் சொல்லாம என்னைக் கை காட்டுற...? தடியா இவன் அப்படியே சுண்டினா ரத்தம் வர்ற கலரு..."

"அண்ணா... பாலாண்ணா..... எங்க இருக்கீங்க.... சத்தம் மட்டும் வருது ஆளைக் காணோம். ஹ... இப்ப சட்டைக் கலரு தெரியுது..."

கண்ணுக்கு முன்னால் நிற்பவனைக் கை நீட்டித் தேடிய விக்கி, "நல்லவேளை வெள்ளை வெளேர்னு சட்டை போட்டுருக்கீங்க... இல்-லேனா எங்க போய் நான் உங்களைத் தேடுறது...?" பாலாவின் டி-ஷர்ட் கையைப் பிடித்து நக்கலடிக்க...

"ஏத்தம்டா உனக்கு..." பாலா அவனை முன்னால் இழுத்து முதுகில் ஓங்கி ஒன்று வைத்தான். அனைவரும் சிரித்துக் கொண்டே தங்கள் மூட்டை முடிச்சுகளைத் தூக்கியபடி பிளாட்பாரத்தில் நடந்தார்கள்.

நிற்க முடியாமல் தூங்கி வழியும் தருணைத் தூக்கிக் கொள்ள சரயு குனிய, அருகே வந்த மித்ரன் தருணை தூக்கிக் கொண்டான்.

ஒரு வார்த்தை கூடப் பேச முற்படாமல் அவன் நகர்ந்து போன விதம் சற்று முன் சாப்பிட்ட மீனின் முள்ளாய் அவள் தொண்டையில் நெருடியது.

"பாலாண்ணா இந்த ஸ்டேஷனுக்கு ஏன் பாலாண்ணா நியூ ஜல்பகு-ரின்னு பேரு? அப்ப ஓல்ட் ஜல்பகுரி எங்க....?"

"என்னது கிணத்தையே காணோமா...? அப்ப எதுக்குப் பாலாண்ணா இதுக்கு 'நியூ'ன்னு பேரு....?"

"சொல்லு பாலாண்ணா சொல்லு...."

"உலக விஞ்ஞானி உனக்கே தெரியலன்னா இந்தப் பச்சை மண்ணு எங்க போய் யார்கிட்ட கேட்கும் பாலாண்ணா....? யார்கிட்ட கேட்-கும்...?"

"டேய்... எவன்டா இவன்? எவனோ பேரு வச்சான், எவனோ சோறு வச்சான்னு போகாம நட்ட நடுராத்திரில என் உயிரை வாங்கிட்டு இருக்-கான்?" விக்கியின் தொல்லையில் கடுப்பான பாலா அழும் நிலைக்குச் செல்ல, "அவன் இன்னிக்கு ஃபுல் ஃபார்ம்ல இருக்கான்.... அனுபவி" மித்ரன் சிரித்தபடி இருவருக்கும் முன்னால் நடந்தான்.

அவன் இடது தோளில் தருண் சாய்ந்து தூங்க, வலது கையில் ஒன்-றன் மேல் ஒன்றாக வைத்த இரு சூட்கேஸ்களை இழுத்தபடி அவற்றின் கழுத்தில் இன்னொரு கனமான ட்ராவல் பேகயும் வைத்து அவன் நடந்த வேகத்திற்குச் சரயு பின்னாலே ஓடினாள்.

நடைபாதையைக் கடந்து அவன் நிலையத்திற்குள் செல்ல, கையில் உள்ள பாரம் இழுபட்டது. எதிலோ மாட்டிக் கொண்டது என்று அவன் திரும்ப, சரயு அவன் கையிலிருந்த கைப்பிடியைப் பிடித்து இழுத்துக் கொண்டிருந்தாள்.

"என்ன...???"

"ஒன்னா அவனைக் கொடுங்க... இல்ல இந்தப் பெட்டியைக் கொடுங்க...."

"ஓ.... எனக்கு ஹெல்ப் பண்றீங்களா....!? வேணாங்க... நோ தேங்க்ஸ்...." என்றவன், "ஈசியா தான் இருக்கு..." என்றபடி நிற்காமல் தொடர்ந்து நடக்க ஆரம்பித்தான்.

"சொல்றேன்ல... என்கிட்ட விடுங்க... நான் சும்மா தான் வரேன்..." தன் நடைக்கு ஈடு கொடுத்தபடி கூடவே வந்த சரயுவின் குரல் அவன் காதில் விழுந்தமாதிரியே தெரியவில்லை.

'சிரிக்கவே காசு கேட்பாங்களாம். இதுல ஓடி வந்து உதவி பண்றாங்-களாம். ஆணியே புடுங்க வேணாம்...' முணுமுணுத்தபடி நடந்தவனின் வேகம் வெளியே இருக்கும் காத்திருப்பு அறைக்கு வந்த பின்னால் தான் அடங்கியது.

ஓட்டமும் நடையுமாக அவனுக்கு வால் பிடித்து வந்த சரயு, அவன் எதிரே நின்று கைகளை நீட்டினாள்.

'திமிரு கொஞ்சநஞ்சம் இல்ல...'

புசுபுசுவென்று மூச்சு வாங்க தன்னைப் பார்ப்பவளின் முகம் பார்க்கா-மல் தருணை தந்து விட்டு பெட்டிகளைச் சாய்த்து நிறுத்தியவன், அங்கு வரிசையாகப் போட்டிருந்த இருக்கைகளில் ஒன்றில் அமர்ந்தான்.

"அந்த ஏஜென்ட்டுக்கு போன் பண்ணிப் பார்த்தியா பாலா...?"

"ம்ம்.. பண்ணினேன். வண்டி வந்துட்டே இருக்காம்.... ட்ரைவரோட நம்பரை மெசேஜ் பண்றேன்னு சொன்னான்..." தூக்கக்கலக்கத்தில் அனைவரும் அங்கங்கே உட்கார்ந்து காத்திருக்க ஆரம்பித்தனர்.

வடகிழக்கு மாநிலங்களுக்கான முக்கிய நுழைவாயில் என்பதால் அந்த இரவிலும் ரயிலில் வந்து இறங்குபவர்களும், கிளம்புபவர்களுமாக நிலையம் பரபரப்பாகத் தான் இருந்தது. திறந்திருந்த வாசலில் இருந்து சில்லென்று வீசிய குளிர்காற்று உடலை ஊடுருவ, தாங்கள் கொண்டு வந்திருந்த கம்பளிகளில் குழந்தைகளை நன்கு போர்த்தி மடியில் படுக்க

வைத்திருந்த கவியும் சரயுவும் சற்று உள்ளடங்கி அமர்ந்தார்கள்.

"மித்ராண்ணா...." விக்கி கூப்பிட, அவன் எழுந்து சென்றான்.

பாலா ஏதோ சொல்ல, மூவருமாகப் படிக்கட்டுகளில் இறங்கிச் சென்-றார்கள். சிறிது தூரம் நடந்தவர்கள், சற்று இருளான இடம் வந்தவுடன் "எடுடா சீக்கிரம்..." என்றான் பாலா.

தன் பேண்ட் பாக்கெட்டில் கை விட்டு விக்கி எதையோ தேட, குளி-ருக்கு உதறிய பாலா பொறுமையின்றி "ம்.... ஃபாஸ்ட் ஃபாஸ்ட்..." விக்கி கையில் எடுத்ததைக் கிட்டத்தட்ட பிடுங்கி அட்டையைப் பிரித்-தான்.

மூக்குக்கு அருகே வைத்து "ஹப்பாடா.... ம்ம்ம்..." என்றபடி ஆழ மூச்செடுத்து முகர்ந்தவன், "முழுசா மூணு நாளு... சை..... மனு-ஷனுக்கு இந்தச் சுதந்திரம் கூட இல்ல...." புலம்பிக் கொண்டே ஒரு சிகரெட்டை எடுத்து வாயில் வைக்க, விக்கி தன் கையில் இருந்த லைட்டரைப் பொருத்திப் பற்ற வைத்தான்.

"அப்ப என் நிலைமை...? எலி தான் காயுது, எலி புழுக்கையும் சேர்ந்து காஞ்சுட்டு வந்திருக்கு... குடும்பங்குட்டியோட வந்துட்டு இவருக்குப் புலம்பல் வேற..." தான் ஒன்றை எடுத்து வாயில் பொருத்திக் கொண்ட விக்கி பெட்டியை மித்ரனிடம் நீட்டினான்.

"ப்ச்..." அவன் மறுப்பாகத் தலையசைக்க, "ரொம்ப சீன் போடா-தண்ணா... சும்மா எடு..." மற்ற இருவரும் கிண்டலடித்ததில் மித்ரன் சிரித்தபடி ஒன்றை எடுத்துக் கொண்டான்.

விக்கி ஒவ்வொரு இழுப்பிலும் வாயில் குவிந்த புகையைச் சுருள் சுருளாக வெளியேற்றி அங்கிருந்த பனிக்கு அந்த வளையம் நின்று கரைவதை ரசனையுடன் பார்த்துவிட்டு அடுத்த இழுப்புக்குப் போக, பாலா ஏதோ பத்து நாள் சாப்பிடாமல் பட்டினி கிடப்பவன் போல வேக-வேகமாக ஊதினான்.

"டிக்கடை எங்க இருக்குன்னு பாருடா... சூடா சாய் குடிக்கலாம்..."

"டிக்கடைனா வெளில தான் போகணும்.... அங்க பானை வச்ச ஸ்டால் ஒன்னு இருக்கு.... மீட்டா தஹி இருக்கும்ணா.... சாப்பிட-லாமா?"

"அய்ய... அந்த அசட்டுத் தித்திப்பை யாரு சாப்பிடுறது? அதுவும் இந்த ராத்திரில...." இருவரும் பேசிக்கொண்டே டிக்கடையைத் தேடி

நடக்க, தன் கையில் இருந்த வெண்குழலை இரு விரல்களால் நெருடி-யபடியே மித்ரன் அவர்களைப் பின்தொடர்ந்தான்.

"ஹலோ... உங்களுக்கு இந்தப் பழக்கம் எல்லாம் இருக்கா? என்-கிட்டே சொல்லவே இல்ல..." இடுப்பில் இருகைகளையும் வைத்துத் தன்னை முறைத்துப் பார்த்தவளின் முகம் மூடுபனியின் முன்பனி புகை-யாக அவன் கண்களுக்குள்....!

"நேர்ல பார்க்கலைனா சத்தியம் பண்ணினா கூட நம்பியிருக்க மாட்-டேன். இப்ப கூட... கண்ணால பார்த்தும் என்னால நம்ப முடியல..." அறையின் கதவைப் பிடித்துக் கொண்டே கோபமும் திகைப்புமாக அவள் பொடுபொடுக்க...

"கூல்... கூல் மை டியர்.... எப்பயாவது தோணும்போது அகே-ஷனலா அடிக்கிறது தான்... என்னமோ இன்னிக்கு தோணுச்சு... எடுத்-தேன்... வெளில நின்னு கத்தாதே... முதல்ல நீ உள்ள வா..." முரட்டுத்-தனமாக மறுக்கும் அவள் கைகளைப் பிடித்தவன் அறைக்குள் இழுத்து கதவைச் சாத்தினான்.

அவன் கரத்தை உதறி கதவின் மேல் சாய்ந்து நின்றவள், கைகளை நெஞ்சுக்குக் குறுக்கே கட்டியபடி அவனையே பார்த்தாள்.

"காலேஜ்ல பிரண்ட்ஸோட இருக்கும்போது பழகுனது... முழுசா விட முடியல. அதுக்காக செயின் ஸ்மோக்கர்னு நினைச்சுக்காதே... ரொம்ப ரொம்ப ரேர் தான்..." அவன் தன் கையில் புகைந்து கொண்டிருந்-தைப் புகைக்காமல் தன்னைக் கூரிய பார்வையால் துளையிடுபவளிடம் சமாதானமாகச் சொன்னான்.

"நான் தான் சொல்றேன்ல.... அங்க நின்னு லுக் விட்டுட்டு இருந்தா என்ன அர்த்தம்...?"

அவள் பெருமூச்சுடன் அவனருகே வந்தாள். அவனுக்கு எதிரே ஸ்டூலை நகர்த்திப் போட்டு அமர்ந்தாள்.

"இங்க பாருங்க... சுத்தி வளைச்சு பேச விருப்பம் இல்ல... நேராவே சொல்லிடுறேன். நீங்க குடிக்கிறீங்களா குடிங்க... நான் வேண்டாம்னு சொல்ல மாட்டேன். ஆனா நானும் சேர்ந்து குடிப்பேன்...."

"வாட்...?? ஹலோ??"

"இரண்டு பேரும் இனி ஒன்னுன்னு ஆயாச்சு.... இந்தக் கன்றா-வியை மட்டும் எதுக்கு விட்டு வைக்கணும்? நானும் கத்துக்கிறேன்...."

அவள் நிதானமாக அவன் கை விரல்களைப் பிரிக்க முயன்றாள்.

அவளுடைய அதிரடியில் அவனுக்குப் புரையேறியது.

"அடிப்பாவி.... பொண்ணாடி நீ!?"

"ஏன் பொண்ணுங்க குடிச்சா மட்டும் நுரையீரல் கருகாதா? அங்க எரிக்கிற நெருப்பு என்னையும் எரிச்சுட்டு போகட்டுமே..."

"அடச்சீ... வாயை மூடு... ஓங்கி அறைஞ்சேனா தெரியும்..."

"அய்யோடா... அப்படியே இவரு செண்டிமெண்ல தொடுக்கடர்னு விழுந்துட்டாராம். எனக்கும் தான் வேணும். பிடிக்கணும்னு ஆசையா இருக்கு.... எப்படின்னு சொல்லிக் கொடுங்க..."

ஏதோ விளையாட்டுக்குச் சொல்கிறாள் என்று இல்லாமல் அவன் விரலிடுக்கில் எரிந்து கொண்டிருந்ததை அவள் பிடுங்க முயல, "பல்லை உடைச்சு கைல கொடுத்துடுவேன்.... என்ன கொழுப்பா?" அவன் தன் கையில் இருந்ததை வேகமாக நசுக்கித் தூக்கித் தூர எறிந்தான்.

"வேணாம்னு நீ கெஞ்சணும், நான் பிகு பண்ணிட்டே மிஞ்சணும்... அதுல தான் ஒரு கிக் இருக்கு... நீ என்னன்னா...?"

"என்ன வெங்காயத்துக்கு...? காலமெல்லாம் பொம்பளைங்க கெஞ்-சத்தான் செய்யுறோம்... திருந்துறீங்களா நீங்க? அது என்னமோ மொத்த ஆம்பளைத்தனமும் இந்தக் குடிலயும் புகையிலயும் தான் இருக்குங்குற மாதிரி ஊதிக்கிட்டும் ஊத்திக்கிட்டும் திரியுறது.... அது தான் நாங்களும் இப்பல்லாம் மாத்தி யோசிக்க ஆரம்பிச்சாச்சு..."

"அது சரி... பார்க்க பச்ச புள்ள மாதிரி இருக்க.... பேச்சு எல்லாம் சொர்ணாக்கா தான்..." முதன்முதலாக தன்னைப் பார்த்தபோது சிரிக்கக் கூட யோசித்தவளா இவள்? அவன் கன்னத்தில் கை வைத்தபடி அவளையே பார்த்தான்.

"இந்தப் பயம் எப்பவும் இருக்கட்டும்... பங்கு கேட்டு வந்துடுவான்ற பயத்துலயாவது இனிமே இதை எல்லாம் தொடக்கூடாது...."

மேசை மேல் இருந்த முழு கேசையும் எடுத்து குப்பையில் வீசியவள், "என்ன அப்படிப் பார்க்குறீங்க..? ரொம்ப ஒன்னும் ஃபீல் பண்ண வேணாம். நான் அந்தளவுக்கு ஃபெமினிஸ்ட் எல்லாம் இல்ல... ஆனா, இனிமே இதைக் கைல எடுத்தீங்கன்னு தெரிஞ்சுது, அப்புறம் இருக்கு உங்களுக்கு.... சைக்கோ பொண்டாட்டி மாதிரி உடம்பு முழுக்கச் சூடு வச்சு விட்டுடுவேன்..."

"நீ செஞ்சாலும் செய்வ..." அவன் உல்லாசமாகச் சிரித்தான். காதலி வாயால் வசை வாங்குவதை விடவா இந்த வெண்குழல்வத்தி போதை- யைத் தந்து விடுகிறது...!?

அவன் சிரிப்பதைச் சந்தேகமாகப் பார்த்தவள், "இருங்க.... உங்களை நம்ப முடியாது... நான் போன பின்னாடி..." நினைவு வந்தது போல அறையின் மூலைக்கு ஓடி குப்பைத் தொட்டியில் கிடந்த பாக்கெட்டை எடுக்க, வேகமாக எழுந்து அவள் அருகே சென்றவன் அவள் கையைப் பற்றி, தன்னைத் தடுக்கும் விரல்களை வலுக்கட்டாயமாகப் பிரித்துப் பிடுங்கினான்.

"நீ கெஞ்சணும், நான் மிஞ்சணும்... அதுல தான் மஜாவே... இப்ப- டிப் பத்ரகாளி மாதிரி கத்தினா... ம்ஹூம்.... அந்த மூடே சுத்தமா ஹோ கயா... இனி தொட மாட்டேன், போதுமா?" அவனே ஒவ்வொன்றாகக் கிள்ளி வீச, "குட் பாய்..." கன்னங்குழிய சிரித்தவளை அப்படியே அள்- ளிக் கொள்ள வேண்டும் போல அவனுள் தகித்தது.

"ஒருவேளை சேர்ந்து பார்ட்டி பண்ணலாம்னு சொல்லியிருந்தா என்ன பண்ணியிருப்ப...?" அவளை நெருங்கி நின்றவன் குனிந்து அவள் கண்களுக்குள் பார்த்தான். அவள் மூக்கைச் சுருக்கியபடி முறைத்தாள்.

"என்ன பண்ணியிருப்பேனா...? கொஞ்சம் முன்னாடி சொன்னதை நிஜமாவே செஞ்சிருப்பேன்..."

"அப்ப நான் ரெடி... நீ ரெடியா...?" அவன் தன் சட்டையின் முதல் பட்டனை அவிழ்க்க, "கொன்னுடுவேன் உங்களை... நகருங்க... நான் சூடு வைப்பேன்னு தான் சொன்னேன்... இதெல்லாம் சொல்லல....." விறைப்பாகச் சொல்ல முயன்றாலும் அவள் குரல் குழைந்து தவிப்பதை உணர்ந்தவன் உல்லாசமாகச் சிரித்தான்.

"இதெல்லாம்னா.... எதெல்லாம்...??"

தன் பிடியில் இருந்து நழுவ முயல்பவளின் துப்பட்டா நுனியைப் பிடித்துச் சுண்டியவன் தன்மேல் மொத்தமாக விழுந்தவளை இறுக்கி அணைத்துக் கன்னத்தில் முத்தமிட்டான்.

"அய்யே... ஒரே நாத்தம்... தள்ளிப் போங்க...." அவள் துள்ள துள்ள இன்னொரு கன்னத்தையும் வலுவில் திருப்பி அழுந்த இதழ் பதித்து....

"சும்மா குடி மித்ராண்ணா... இங்க யாரு இருக்கா?" விக்கியின் குரலில் நிமிர்ந்த மித்ரன் எதிரே பார்க்க, இவன் கை வெறுமனே இருப்-பதைக் கண்ட விக்கி, "இந்தா..." என்றபடி தன்னுடையதை நீட்டினான், நெருப்பு வைக்க.

மித்ரனின் கை அவனுடைய கட்டுப்பாட்டையும் மீறி அனிச்சையாக உயர்ந்தது.

"விக்கி... வண்டி வந்துருச்சு... எல்லோரும் வாங்க"

எதிரே வந்து நின்ற சரயு இருவருடைய கைகளையும் பார்த்தாள். பிறகு நிதானமாக நிமிர்ந்து விக்கியைப் பார்த்தாள். பார்த்தாள். பார்த்துக் கொண்டே இருந்தாள்.

கூர்மையான அவள் பார்வையில் இடியும், மின்னலும், இன்னும் பெயர் வைக்கப்படாத வேறு என்னென்னவோ தெரிய, அவள் முகம் செம்மையடையும் வேகத்தைக் கண்ட விக்கி பயந்து போனான்.

"ஸாரி... ஸாரி... ரியல்லி ஸாரி...." பதறியவனாய் இருவருமாகப் பற்றியிருந்த வஸ்துவைப் பிடுங்கிக் கீழே எறிந்து காட்டுத்தீயை அணைக்கும் விரைவில் காலால் தேய்த்து அணைத்தான்.

5

வாகனம் சிலிகுரியில் இருந்து சிக்கிமை நோக்கி மலைப் பாதையில் பயணித்துக் கொண்டிருக்க, இருபுறமும் கொள்ளை அழகெனக் கொட்-டிக் கிடந்த இயற்கையின் அதிசயத்தைக் கண்கள் கொள்ளாமல் ரசித்-தபடி இருந்தாள் சரயு.

எந்த ஒப்பனைகளும் இன்றி அசட்டையாக விரிந்து கிடந்த மலைய-ழகின் கம்பீரம்...! 'வந்தாயா, வா... வா...' என்கிற மாதிரி உள்ளே வரும் மனிதர்களைத் தன்னுள் மொத்தமாய் உள்வாங்கிக் கொள்கிற அழகில் ரசனையுடன் ஆழ்ந்திருந்தவள், "ஏய் அம்மு..." தன்னை அழைக்கும் கவியின் குரலில் திரும்பினாள்.

"உனக்கு இந்த சுடிதார் ஞாபகம் இருக்காடி...? நீ வேலைக்குப் போய் முதல் சம்பளம் வாங்கினப்ப எனக்கு வாங்கிக் கொடுத்தது..." வாகனத்தின் பின் இருக்கையில் இருந்த கவி கேட்க, சரயு திரும்பி இருக்கையின் பிடியில் தலை சாய்த்து அக்காவின் உடையை அவள் அணிந்திருந்த ஸ்வட்டருக்குள் தேடிப் பார்த்தாள்.

மஞ்சளில் வெள்ளைப் பூக்கள் போட்டு ஓரத்தில் நீலக் கொடிகள் ஓடிய உடை, நீலத்தில் பேண்ட்டும், துப்பட்டாவுமாக....

"ஆமா..... அந்த சுடிதாரா இது...? எப்படிக்கா அப்படியே வச்சி-ருக்கே...?"

"ஞாபகமா இருக்கட்டும்னு பார்த்துப் பார்த்து யூஸ் பண்றது தான்... தருணுக்கு அப்ப எடுத்த சட்டை சின்னதா போனாலும் தூக்கிப் போட மனசில்லாம பத்திரமா வச்சிருக்கேன். உன் மாமாவுக்கும் இதே கலர்ல வாங்கலாம்னு லைட் எல்லோ-ல டி-ஷர்ட் வாங்கினியே... அதைத் தான் போட்டுருக்காரு இப்ப...." தன்னருகே ஜன்னலோரம் அமர்ந்தி-

ருந்த பாலாவின் ஜெர்கினை விலக்கிக் காட்டினாள்.

"அட ஆமா.... பாருடா.... என்ன இரண்டு பேரும் மேட்சிங் மேட்-சிங்கா.... எனக்குச் சுத்தமா ஞாபகமே இல்லக்கா... மாமா, உங்களுக்கு நியாபகம் இருக்கா இந்த ட்ரஸ் எப்ப வாங்குனதுன்னு...?"

சரயு கேட்டதில் "ஹி ஹி..." என அசடு வழிந்த பாலா, "தெரி-யலையே.... இதெல்லாம் யாருக்குத் தெரியும்....? உங்கக்கா எடுத்துக் கொடுக்குறதை நான் போட்டுக்கிறேன். அந்தளவுக்கு அப்பாவியாவே எங்க வீட்டுல என்னை வளர்த்திட்டாங்க..." கண்ணைத் துடைத்து விர-லால் சுண்டிவிட்டுக் கொண்டான்.

"அட அட அட... நீங்க அப்பாவியா இல்ல படுபாவியான்னு எனக்-கில்ல தெரியும்..." கவி பிடித்துக் கொள்ள, சரயு சிரித்தபடி திரும்பி அமர்ந்தாள். கவி அருகே அமர்ந்திருந்த பெண்மணி இவர்களைச் சுவா-ரசியமாகப் பார்த்தபடி இருந்தார்.

"எல்லோருக்கும் வாங்கிக் கொடுத்திருக்க.... எனக்கு மட்டும் எது-வுமே வாங்கிக் கொடுக்கல, பார்த்தியா?" அவளிருந்த இருக்கையின் அடுத்த ஓரத்தில் அமர்ந்திருந்த விக்கி எட்டிப் பார்த்துக் கேட்க, "எங்க ஊருல ஒட்டகச் சிவிங்கிக்கு எல்லாம் ரெடிமேட் டிரஸ் தைக்கிறது இல்ல..." சரயுவும் அவனைப் போல எக்கி அவன் டோனிலேயே பதில் சொன்னாள்.

"நான் ஒட்டகச்சிவிங்கினா நீ குள்ள வாத்து... நாலடி இருந்துகிட்டு என்ன பேச்சு பேசுது இது?" உதட்டை இப்படியும் அப்படியும் கோணிக் காட்டிய விக்கி, "அண்ணி, இவ எனக்கும் தான் வாங்கிக் கொடுத்தா... மறந்துட்டா" என்றான் சீண்டலாக முன்னால் பார்த்தபடியே.

"ஏய்.... சும்மா புளுகாதே.... நான் ஒன்னும் இவனுக்கு வாங்கித் தரலக்கா... அங்கிளுக்கு வாங்கிக் கொடுத்ததை இவன் ஆட்டையைப் போட்டுட்டான்..." அவர்களுக்குள் மாறி மாறி கிண்டலடித்துச் சிரிக்க....

"நல்லவேளை... நீங்கல்லாம் துணையா இருக்கீங்க... கூட வர்றவங்க என்ன மாதிரியோ, அவசரப்பட்டு புக் பண்ணியாச்சே, ட்ரிப் எப்படி இருக்குமோன்னு பயந்துட்டே வந்தோம்..." இடையில் கவி அருகே அமர்ந்திருந்த அந்த மாமி சொன்னார். சரயு அருகே இருந்த அவர் கணவர் மெல்லிய புன்னகையுடன் தலையசைத்தார்.

"நீங்க எல்லாரும் தமிழா...?"

நேற்றிரவு ஜல்பைகுரியிலேயே தங்களுக்கு ஏற்பாடு செய்திருந்த அறையில் தங்கி, காலை எழுந்து கிளம்பி ஹோட்டலில் கொடுத்த உணவை அருந்திக் கொண்டிருந்தபோது அருகில் ஒலித்த தமிழ்க்குரலில் இவர்கள் அனைவரும் திரும்பிப் பார்த்தார்கள்.

"அப்பாடி... ஏங்க, இங்க வாங்க... நம்ம ஊரு ஆளுங்க இங்க இருக்காங்க பாருங்க..." தனக்குத் தானே பேசியபடி அருகில் வந்தார் இந்த மாமி.

"நீங்க தானா அந்த ஏஜன்ட் சொன்னவங்க....!? நல்லதா போச்சு... நான் கும்பிடுற பாபா கைவிடல.... ஆசைப்பட்டுக் கிளம்பியாச்சு... தெரியாத இடத்துல எப்படிச் சமாளிக்கப் போறோமோனு நேத்து ராத்திரி முழுக்கத் தூக்கம் வரல, போங்க..." எந்த ஆரம்பத் தயக்கமும் இல்-லாமல் அவர் கலகலவெனப் பேசத் தொடங்க, இவர்களுடைய பயணத்-தில் அவர்கள் இருவரும் உடன் சேர்ந்து பயணிக்கப் போவதை அறிந்து கொண்டார்கள்.

"நாங்க திருச்சிக்காரங்கம்மா.... பூனால எங்க பொண்ணு இருக்கா... ரிடையர்ட் ஆகி எங்கயும் போறதில்லன்னு அவ தான் டூர் புக் பண்ணி வலுக்கட்டாயமா அனுப்பி வச்சா... விடிகாலை ப்ளைட்ல தான் வந்து இறங்கினோம்..." படபடப் பட்டாசாகப் பேசியவரின் தோளை லேசாகத் தட்டிப் புன்னகைத்த கவி, "அதுக்கென்ன ஆன்ட்டி...நீங்க எங்களுக்குத் துணை, நாங்க உங்களுக்குத் துணை" என்றாள் மென்மையாக.

"இன்னொரு கபுள் வந்தாலும் வருவாங்கன்னு சொன்னாங்க... அது நீங்க தான் போல..." வாஞ்சையாகப் பேசியவளைப் பார்த்தவுடன் பிடித்-துப் போனது அவருக்கு.

ஒன்றாக அமர்ந்து உணவு உண்டு முடித்தவர், தங்களுக்கென வந்து நின்ற டெம்போ ட்ராவலரில் ஏறி அமரும்போது கூட, "நான் உன் பக்கத்துலயே உட்கார்ந்துக்குறேன்" என்று வஜ்ரம் போல அவளுடன் கூடவே ஒட்டிக் கொண்டார்.

"நீங்க ரெண்டு பேரும் அக்கா தங்கச்சியா? நான் கூட பிரண்ட்ஸ் ஃபேமிலியோன்னு நினைச்சேன்... ஜாடையே தெரியல போ... ரெண்டு பேருக்கும்..."

"நான் எங்க அப்பா மாதிரி... இவ எங்க அம்மா சாயல்...."

"வேலை பார்க்குறாளா உன் தங்கை? எங்க வேலை...? இல்ல... முத சம்பளத்துல ட்ரெஸ் வாங்கிக் கொடுத்தான்னு சொன்னியே... அதை வச்சு கேட்குறேன்.... நீயும் வேலைக்குப் போறியா...?" வரிசை- யாகக் கேட்கவும், பேசவும் அவருக்கு ஆயிரம் இருக்க, கவி சுணங்காது பேசிக் கொண்டு வந்தாள்.

நடுநடுவே அவர் கேட்கும் கேள்விகளுக்குப் பதிலளித்துக் கொண்டி- ருந்தாலும் சரயுவின் இதயம் மட்டும் வேறெங்கோ சஞ்சரிக்க முனைந்- தது.

கவி நினைவுபடுத்திய அந்த நாட்களுக்கே சென்று விட்டதைப் போலத் தனக்குள் மூழ்கிப் போகும் எண்ணங்களும், இனம் புரியாத உணர்வலைகளுமாக அவள் உதடுகளில் புன்னகை ரேகை நெளிந்தது.

கார்பரேட் அலுவலகத்தில் ஒரு மாத காலப் பயிற்சியை முடித்து, சிங்காநல்லூரின் பிரதான கிளையில் பணி நியமன உத்தரவும் ஆகி ஆர்டர் கைக்கு வந்திருக்க, வேலை பார்க்கும் சந்தோஷம் ஒருபுறம், மனதில் முகிழ்த்து கொண்டுவரும் இனிய கனவுகளும், நினைவுகளும் மறுபுறமென அவள் கிளவுட் நைன்-ல் மிதந்து கொண்டிருந்த நேரம் அது.

"இங்கேயே தங்குன்னு சொன்னா கேட்க மாட்டேன்ற... நாங்க என்ன அந்நியமா, அசலா, எதுக்கு இத்தனை யோசிக்கிற...?" பத்மாவும் மூர்த்தியும் எத்தனை வற்புறுத்தியும் அவள் தனக்கெனப் பதிவு செய்து வைத்திருந்த மகளிர் விடுதிக்குக் கிளம்புவதில் உறுதியாக இருந்தாள்.

"அவங்க அப்படித்தான் சொல்லுவாங்க... சொல்றாங்களேன்னு சொந்தக்காரங்க வீட்டுல போய்த் தங்குறது எல்லாம் அவ்வளவு நல்லா இருக்காது..." அம்மா புலம்பிக் கொண்டே இருந்ததில் பாலாவின் உதவியால் ஏற்கனவே ஒரு விடுதியைத் தேடிப் பேசியும் வைத்திருந்- தாள்.

அவர்களும் சொன்ன தேதியில் அறை ஒதுக்கிக் கொடுக்க, இவளுக்கு எனக் கிடைத்த அறை நல்ல வசதியாகவே இருந்தது.

சுவையான உணவு, காற்றோட்டமுள்ள அறைகள், அறைக்கு அறை இவர்களுடைய தனிப்பட்ட பொருட்களை வைத்துக் கொள்ள சிறிய குளிர்சாதனப் பெட்டிகள், துணி துவைக்க வாஷிங் மெஷின், மொத்த விடுதியையும் சுத்தமாகப் பராமரிக்கும் சுறுசுறுப்பான பணியாளர்கள் என

அந்தச் சூழல் சவுகரியமாக இருக்க, இவள் நிம்மதியாகப் பணிக்கு சென்று வந்து கொண்டிருந்தாள்.

எல்லாமே நன்றாகப் போனாலும், விடுதிக்கு வந்து தங்கியதில் பார்க்க வேண்டிய ஒரு ஆளை மட்டும் அடிக்கடி பார்க்க முடியவில்லையே என்கிற ஆதங்கம் மட்டும் உள்ளுக்குள் வண்டாகக் குடைவதை யாரிடம் சொல்ல...!!??

இதற்காகவே வெட்கத்தை விட்டு அத்தை வீட்டிலேயே தங்கி விடலாமா என்று கூடக் கிறுக்குப் பிடித்த அவள் மனம் திருட்டுத்தனமாக யோசித்துக் கொண்டிருந்ததையும் என்னவென்று சொல்ல!?

மனம் செல்லும் திசையை அடக்க மாட்டாமல் எப்படியும் ஏதாவது சாக்கு வைத்து வாரம் ஒரு முறை பத்மாவை பார்க்கச் செல்லத்தான் செய்கிறாள். அவள் தான் இப்படி என்றால் அவள் அங்கு வந்தது எப்படித்தான் தெரியுமோ, அடுத்தப் பத்தாம் நிமிடம் அவனும் ஆஜராகி விடுகிறான்.

'ரொம்ப ஓவராதான் போறோமோ...?' கனவு கலைந்து நிதர்சனம் உணரும் நேரங்களில் நாலையும் யோசிக்கும் புத்தி அவளைக் கடுமையாகக் கண்டிக்கும். குதிரைக்கு லகான் போடுவது போல நழுவி ஓடும் மனதை இழுத்துப் பிடித்து அவள் அங்குச் செல்லாமல் தவிர்ப்பதும் உண்டு.

அப்படி அவள் 'கட்' அடிக்கும் வார இறுதிகளைத் தொடரும் திங்களன்று கட்டாயம் அவன் வங்கிக்கு வருவது நிச்சயம் எதேச்சையல்ல என்பதையும் அவள் உணர்ந்தே இருந்தாள்.

மாலை வங்கி முடியும் நேரமாக வந்து வாசலில் தனக்கெனக் காத்திருப்பவனைப் பார்த்து, "நீங்க எங்க இங்க...?" பொங்கித் ததும்பும் உள்ளத்தின் வேகத்தை மறைத்தபடி அவள் லேசாகச் சிரித்துக் கொண்டே அவன் அருகே செல்வதும்...

தன்னைக் காணும் கணம் கண்களில் கோடி மின்னல்கள் மின்னினாலும் ஒன்றும் அறியாத அப்பாவியாக முகத்தைக் வைத்துக் கொண்டு இயல்பாகப் பேசுபவளைத் துளைத்துச் செல்லும் அவனுடைய ஆழமான பார்வையும்....

பழக்கமாக மாறிப் போன இந்த வழக்கத்திற்கு மாறாக ஒரு வெள்ளியன்று வங்கி வாசலில் காத்திருந்தவன், "சும்மா தான்.... இந்தப்பக்கம்

ஒரு வேலையா வந்தேன்…" என்று எப்போதும் மழுப்பிச் சொல்லும் பதிலை சொல்லாமல் அவளையே கூர்ந்துப் பார்த்தான்.

"உன்னைப் பார்க்க தான் வந்தேன்… கொஞ்சம் பேசணும்…. கிளம்பலாமா…?" ஊடுருவும் அந்தப் பார்வை அவளைக் கலவரப்படுத்தியது. மனதுக்குள் கடலளவு ஆசை இருந்தாலும் பனிக்கட்டியின் நுனியைப் பயணித்துக் கடக்கும் தயக்கமும் அச்சமுமாக ஓர் வினோத உணர்வு!

"நான் இன்னிக்கு அத்தை வீட்டுக்கு வரல. ஹாஸ்டலுக்குத்தான் போகணும்" அவள் தன் தோல்பையின் காதுகளைத் திருகியபடி நின்றாள்.

"உடனே ஓடிப்போய் முடிக்கவேண்டிய முக்கியமான வேலைனு எதுவும் இல்லையே… கொஞ்ச நேரம் வெளில போயிட்டு அப்புறம் போகலாம் இல்ல…" கார்க் கதவைத் திறந்து அமரப் போனவன் திரும்பி அவளைப் பார்த்து கேட்ட விதத்தில் இருந்தது உரிமையா, கோபமா..!?

அவள் ஒன்றும் பேசாமல் தலையை மட்டும் அசைக்க, சிறு சிரிப்புடன் "தட்ஸ் குட்…" என்றான். காரை ரிவர்ஸ் எடுத்துச் சாலையில் நிறுத்த, இவள் ஏறிக்கொண்டாள். பதுமை போல அமர்ந்திருந்தாலும் அவள் இதயம் மட்டும் இருநூறு மீட்டர் வேகத்தில் படபடக்க, வண்டியும் வேகமெடுத்துப் பறந்தது.

இப்படித் தனியாகக் காரில் ஏறி இவனுடன் லாங் ட்ரைவ் செல்வதெல்லாம் அவளுடைய ரகசிய கனவுகளுக்கும் அப்பாற்பட்ட விஷயம்! பத்மாவோ மூர்த்தியோ உடன் இருக்கும்போது மட்டுமே பேசிப் பழக்கப்பட்டது.

இது வயதின் குழப்பமா, ஹார்மோன்களின் கோளாறா இல்லை வெறும் இனக்கவர்ச்சி தானா என்று புரியாமல் தவித்துக் கொண்டிருந்தவளுக்கு அவனுடைய அழைப்பும் இந்தப் பயணமும் திறக்காத ஏதேதோ கதவுகளைத் திறந்து விட்டது போல மனது ஹோவென்று துள்ளியது…!

அட்ரீனலின் உச்சத்தில் உச்சியில் ரத்தம் பாய்ந்து ஓடுவதை உணர்ந்தவள், தன் பரபரப்பைக் காட்டிக்கொள்ளாமல் விரல்களை இறுக மூடி அமைதியாக அமர்ந்திருந்தாள்.

ஆனால் அவனோ!?

எப்போதும் அவளைப் பேச்சுக்கு இழுப்பவன், அவளது விழியைச் சந்திக்கும் நேரமெல்லாம் அவளுக்கான பிரத்யேக பார்வைகளைப் பரிச-

ளிப்பவன் இன்று ஏதோ தீவிர சிந்தனையில் இருக்கிற மாதிரி தனக்குள் ஆழ்ந்து போய் வண்டியை இயக்கிக் கொண்டிருந்தான்.

"எங்க போறோம்...?" அங்குக் கவிழ்ந்திருந்த மெல்லிய மௌனத்தை உடைத்தபடி அவள் மெதுவாகக் கேட்டாள்.

"ம்.... நான் எங்க கூப்பிட்டாலும் வருவல்ல...?" அவன் முன்னால் பார்த்தபடியே பதிலுக்கு இன்னொரு கேள்வி கேட்க...

"ம்ஹூம்... மாட்டேன்..." பட்டென்று வந்த பதிலில் திரும்பிப் பார்த்-தவன், அவள் ஜன்னலோரமாக தள்ளி உட்கார்ந்திருக்கும் விதத்தைக் கண்டு அடக்க முடியாமல் சிரித்தான்.

அவள் கண்களில் தயக்கமும், மிக லேசான எச்சரிக்கை உணர்வும் தெரிந்தன.

"அடிப்பாவி... நான் என்னவோ உன்னைக் கடத்திட்டு போற மாதிரி பார்க்குற... அந்த அளவுக்கு வொர்த்தான ஆளெல்லாம் இல்லம்மா நான்..." ஸ்டியரிங்கில் இருந்த கைகளை எடுத்து அவன் உயர்த்திக் காட்ட...

"அப்ப எங்க போறோம்ணு சொல்ல வேண்டியதுதானே..." சரயுவும் மென்மையாகச் சிரித்தாள்.

"இதோ வந்துருச்சு... சர்ப்ரைஸா இருக்கட்டும்ணு சொல்லாம கூட்-டிட்டு வந்தா என்னை வில்லனாக்க பார்க்குற நீ..."

"இல்ல... நீங்க எப்படின்னு எனக்குத் தெரியும். ஏதோ ஒரு ரிப்-ளெக்ஸ்ல பட்டுன்னு சொல்லிட்டேன்..." எங்கே தவறாக நினைத்துக் கொண்டானோ என்று மனம் இடற அவனையே பார்த்தவள், "ஸாரி...." என்றாள் மெலிதாக...

"சே சே... எதுக்கு ஸாரி...? நான் தப்பால்லாம் எடுத்துக்கல... கேர்ள்ஸ் எப்பவும் உங்க சேஃப்டியை பார்த்துக்கணும்... இப்ப நடக்குற விஷயமெல்லாம் அப்படித்தானே இருக்கு, அதீத நம்பிக்கை ஆபத்துல முடியுறதை தினமும் நியூஸ்ல படிக்கிறோமே... இது ஒரு கஷ்டம் உங்-களுக்கு... யாரை நம்புறது. எவ்வளவு தூரம் நம்புறதுன்னு....?"

அவள் 'உம்' கொட்ட, அவன் பேசிக்கொண்டே நீண்டு கிடந்த சாலையில் இடது ஒடித்துத் திரும்பியபோது வைதேகி நீர்வீழ்ச்சி அவர்-களை வரவேற்கக் காத்திருந்தது.

"இதுதான் அந்த சர்ப்ரைஸா...?" வாரயிறுதி என்றாலும் கூட்டமே இல்லாமல் ஒரிருவர் மட்டும் அந்தப் பாதையில் நடந்து சென்று கொண்-டிருந்தார்கள்.

வாகனத்தை நிறுத்திவிட்டு அதற்குரிய கட்டண சீட்டை வாங்கியபடி இறங்கியவன், "உனக்கு ஃபால்ஸ்க்கு போகணுமா...?" என்றான் தனக்கு இணையாக நடந்து வருபவளைப் பார்த்து. மார்ச் முதல் வாரத்திலேயே வெயில் கொளுத்த ஆரம்பித்திருக்க, தூரத்தில் அருவி நீர் சிறுத்து இளைத்துச் சுனை நீர் போல ஒல்லியாகக் கொட்டிக் கொண்டிருந்தது.

"போகணும்னு இல்ல.. போகலாம்னா போகலாம்..." அவள் பதில் சொன்ன விதத்தில் மீண்டும் அவன் முகத்தில் சிரிப்பு!

"சரி... இப்படி வா.... இந்தப் பக்கமா போகலாம்..."

மரங்களும் குத்துச் செடிகளும் பசிய கொடிகளுமாக அடர்ந்திருந்த பகுதியை நோக்கி நடந்தவர்கள், சிறு நீரோட்டமாக ஓடிக் கொண்டிருந்த அருவி நீர் வீழ்ந்து மெல்ல நடை பயிலும் பாதையின் அருகே சென்-றார்கள்.

"இப்படி உட்காரலாமா...??" அங்கிருந்த பாறைகளைக் கை காட்-டியவன், அவள் ஒன்றில் அமர்ந்ததும் அவள் எதிரே இருந்த பாறை திட்டில் தானும் அமர்ந்தான்.

"அருமையா இருக்குல்ல.... குயட் ஸீனிக்..."

வெயில் தெரியாத குளிர்ந்த காற்றும், குடையாக மேலே விரிந்திருந்த நெடிய மரங்களின் அடர்ந்த கிளைகளும், எதிரே சிலுசிலுத்து ஓடிக் கொண்டிருக்கும் நீரோடையும், பக்கத்தில் இவனுமாக....

வசீகரமான அந்தச் சூழல் அவளுடைய மனதை மயக்கியது. மேலே எதுவும் சொல்லத் தோன்றாமல் "ம்ம்ம்..." என்றாள்.

"பசிக்குதா...? நான் வேற நேரா இங்க வந்துட்டேன்... வழில எங்-காவது நிறுத்தி சாப்பிட்டு வந்து இருக்கலாமோ... எனக்குத் தோணவே இல்ல" அப்போது தான் நினைவு வந்த மாதிரி நெற்றியில் தட்டிக் கொண்டான்.

"இல்லல்ல பசிக்க எல்லாம் இல்ல..." அவசரமாக மறுத்தவளுக்கு அவனுடைய தடுமாற்றம் நன்றாகவே புரிந்தது. மௌனமாகக் குனிந்து கீழே கிடந்த குச்சி ஒன்றை எடுத்து மண்ணில் கோடு கிழித்தபடி இருந்-தாள்.

"ரொம்ப ஃபார்மலா ஆரம்பிக்கிறதா இல்ல, கேஷுவலா பேசு-றதான்னு எனக்குத் தெரியல... ஏன்னா எனக்கும் இதான் பர்ஸ்ட் டைம்...." எங்கெங்கோ பார்த்தபடி தொண்டையை மெல்ல செருமிக் கொண்டான்.

"உன்னை மொத மொதல்ல பார்த்தப்பவே ரொம்பப் பிடிச்சிருந்தது... இந்த ரெண்டு வருஷத்துல திரும்பத் திரும்ப என்னையே கேள்வி கேட்டு உறுதி பண்ணிக்கிட்ட விஷயம் தான்... இப்ப இரண்டு மாசமா இன்-னும் ரொம்ப ரொம்பவே டிப்பா போன மாதிரி ஒரு ஃபீல்..." கரகரப்பான குரலில் பேசிக் கொண்டிருந்தவன், அவள் விழிகளை ஆழப் பார்த்தபடி கேட்டே விட்டான்.

"நாம கல்யாணம் பண்ணிக்கலாமா...?"

6

சுற்றி வளைக்காமல் அவன் நேரடியாக விஷயத்திற்கு வந்து விட, வட்டம் வரைந்து கொண்டிருந்த சரயுவின் கை பாதியிலேயே தயங்கி நின்றது. குப்பென்று மேலெழுந்து ஓடிய குருதி ஓட்டத்தில் முகம் சிவக்க, விரல்களின் நடுக்கம் தெரியாமல் இருக்கக் குச்சியைக் கீழே போட்டவள், கைகளைக் கோர்த்து விரல் நகங்களை ஆராய முற்பட்டாள்.

இங்கு வந்து இறங்கியபோதே ஓரளவு இதை எதிர்பார்த்து இருந்ததால் அதிர்ச்சியோ, திகைப்போ கடுகளவு கூடத் தோன்றவில்லை என்பது தான் நிஜம். மனதெங்கும் குப்பென்று பூ பூத்தது போல ஒரு நறுமணம் மட்டுமே!

"ஏதாவது பதில் சொல்லு... ஒன்னும் சொல்லாம அந்தப் பக்கம் பார்த்துட்டு இருந்தா எப்படி...?"

"திடிர்னு கேட்டா.... என்ன சொல்றதுன்னு தெரியல..." சரயு இந்த ஆனந்த அதிர்ச்சியில் இருந்து சுதாரிக்க முயல்பவளாய் தன் முகவாயை அழுந்த துடைத்துக் கொண்டாள்.

"இந்தக் கதை தானே வேணாங்குறது... டோன்ட் யூ ஹேவ் எனி சார்ட் ஆஃப் ஃபீலிங் பார் மீ??? " எழுந்து அவளருகே அமர்ந்தவன் குனிந்து அவள் கண்களைப் பார்த்ததில் அவள் எந்தப் பக்கமும் தலை அசைக்காமல் அப்படியே இருந்தாள்.

"ம்ம்.... முழுப் பூசணிக்காயை சோத்துல மறைக்கப் பார்க்குற...." நாக்கை கன்னத்தில் துருத்தியபடி அவன் கேட்ட விதத்தில் எத்தனை அடக்க முயன்றும் முடியாமல் அவள் இதழ்கள் விரிந்தன, சிறு வெட்கத்தின் தீற்றலுடன்....!

"சிரிக்காதே... ப்ளீஸ்.... வாயைத் திறந்து பேசு..." அவன் பொறுமை குறைந்தவனாகத் தலையசைக்க, அவள் தன்னருகே அமர்ந்திருந்த- வனைத் திரும்பிப் பார்த்தாள்.

"என்ன சொல்லணும்...? அப்படியே இருந்தாலும் உடனே சொல்லிட முடியுமா...? யோசிக்க வேணாமா?" அவளுடைய பதில் அவனுக்கு அத்தனை உவப்பானதாக இல்லை. வேண்டுமென்றே அலட்சியம் செய்- கிறாள் என்ற எண்ணத்தில் முகம் சுண்டியது.

"சரி.... நீ நல்லா யோசி... நிதானமா ரூம் போட்டு யோசிச்சு மெதுவா சொல்லு... இப்ப வா... கிளம்பலாம்..." பட்டென்று எழுந்து நின்றான். சரயுவும் தயக்கமாகப் பார்த்தபடியே எழுந்தாள்.

"பார்த்த நாளா மறக்க முடியாம பித்துப் பிடிச்சுப் போய்ச் சுத்தறது நான் தானே... உன்னை இங்க வர வைக்க என்னென்ன வேலை செஞ்சு பைத்தியம் பிடிச்சு கிடக்குறேன்னு உனக்குத் தெரியாது.. சரி விடு... மேடம் நல்லா யோசிச்சுட்டே பதில் சொல்லுங்க...."

"புரியல... எ...ன்ன சொல்றீங்க...!!?"

"நீயேன்மா கூலா கேக்க மாட்டே...!!??" அவன் பேச பேச, அவள் திறந்த வாய் மூடாமல் பார்த்துக் கொண்டிருந்தாள்.

"அப்ப.... இதெல்லாமே உங்க வேலை தானா...?"

"ஐடி வேலையெல்லாம் செம ஸ்ட்ரெஸ்... இங்க நாங்க படுறதே போதும்... நீயும் இந்த லைனுக்கு வந்து கஷ்டப்படாதே... பேங்க், ரயில்வேன்னு ட்ரை பண்ணு... அதுதான் சேஃப்.... ரிடையர்ட் ஆகுற வரைக்கும் அமைதியாக அதுபாட்டுக்கு போகும்..." பாலா மாமா அழுத்தி அழுத்திச் சொன்னதெல்லாம் இங்கு இருந்து தான் தொடங்கி- யதா..?

"ஓபனிங் வந்திருக்கு பாரு.... ட்ரை பண்ணு..." என்று இந்த வேலைக்கான நுழைவுத் தேர்வு விவரங்களை அனுப்பியதில் இருந்து காம்பெடடிவ் பரீட்சைகளுக்கான புத்தகங்களைப் பார்த்து பார்த்து குரியர் செய்தது முதல் அவனுக்குத் தெரிந்த யார் மூலமாகவோ விடுதி அறையை ஏற்பாடு செய்து உறுதி பண்ணியது வரை எல்லாமே....

புரியாத நிறைய விஷயங்கள் இப்போது புரிபட, அந்த நிமிடம் உண்- மையிலேயே அவளுக்கு அழ வேண்டும் போல இருந்தது.

வெறும் 'கிரஷ்', சலனம், வயது கோளாறோ என்று தான் தன் உணர்வுகளை நீர்த்து மதிப்பிட்டுக் கொண்டிருக்க, பார்த்த நாளில் இருந்து காதல் கொண்டு தனக்காக ஒவ்வொன்றையும் பார்த்து பார்த்துச் செய்திருக்கும் அவனுடைய நேசம்....!!!???

இத்தனை பிரியமா தன் மீது இவனுக்கு!? முகம் காட்டாமல் அவன் செய்த உதவிகள் அனைத்தும் அவள் கண் முன் வர, அந்த அன்-பும், அக்கறையும் ஆழிப் பேரலையாக அவளைத் தன் வசம் சுருட்டிக் கொண்டன.

"சரி, வா... இருட்டிட்டு வருது.... உன்னைப் பத்திரமா கொண்டு போய் ஹாஸ்டல்ல விட்டுடுறேன்... என்னை நம்பி வரமாட்டேன்னு சொன்னவ தானே நீ...?? இட்ஸ் ஓகே.... எப்படி எப்படியோ ப்ரபோஸ் பண்ணனும்னு யோசிச்சு.... இப்படி மொக்கையா இங்க கூட்டிட்டு வந்து சொல்லி... எதுவுமே நான் நினைச்ச மாதிரி இல்ல... ரைட் விடு, கிளம்-பலாம்..."

பேன்ட் பாக்கெட்டில் கை விட்டபடி அவன் இறுகிப் போனவனாக நடக்கத் தொடங்க, வேகமாக முன்னால் சென்றவள் அவனுடைய இடது கை வளைவைக் கெட்டியாகப் பிடித்து நிறுத்தினாள்.

"என்ன... ம்ம்...??" அவள் கைகளில் பார்வையைப் பதித்தவாறே அவன் கேட்க, "எனக்கும் ஓகே...." என்றாள் அவள் சிவக்கும் முகத்-துடன்.

இதற்கு மேல் யோசிக்கத்தான் என்ன உள்ளது!?

அடக்கிய நெடுமூச்சுடன் அவளைக் குறும்பாகப் பார்த்தவன், "எதுக்கு இப்ப ஓகே சொல்ற...? எனக்குப் புரியலையே" கண்கள் மின்ன சிரித்த அந்தக் கணம்...

"என்ன ஓகே....? சும்மா எல்லாத்துக்கும் ஓகே, ஓகேன்னு சொல்லி கடுப்பேத்தாதீங்க..." பின்னால் இருந்த கவியின் குரல் இரைய, உலுக்-கியது போல நிமிர்ந்த சரயு திரும்பிப் பார்த்தாள்.

"நாம மட்டும் இருந்தா சரி, கைல ரெண்டு குழந்தைங்க இருக்-காங்க, அது உங்களுக்கு ஞாபகம் இருக்கா, இல்லையா....?" கவி எரிச்சலுடன் பாலாவைப் பார்த்துக் கேட்டுக் கொண்டிருந்தாள்.

"இல்ல... எப்படியும் இரண்டு மணி நேரத்தில போயிடலாம், எதுக்கு இடைல நிறுத்தணும்னு பார்த்தேன்..."

"அதுங்களுக்குப் பசிக்காதா? வழில எங்காவது நிறுத்த சொல்-லுங்க... பால் மட்டுமாவது கைல வாங்கிக்கலாம்... தருணுக்கு டோஸ்ட் இருக்கு..."

"அதைக் கொஞ்சம் சிரிச்சுக்கிட்டே தான் சொல்றது...?" பாலா உர்-ரென்று கடுப்படிக்க, வண்டியில் இருந்த மற்ற அனைவரும் சிரித்தார்கள்.

"ண்ணா..... விடு விடு... நீ அடி வாங்கினதை நாங்க யாரும் பார்க்கல..." என்றான் விக்கி சத்தமாக.

"நீ பேச மாட்ட..... டேய் மித்ரா... வழில ஏதாவது ஹோட்டலை பார்த்தா நிறுத்துப்பா.... இதுங்களை எல்லாம் இழுத்துட்டு வந்து...."

மித்ரன் ஹிந்தியில் ட்ரைவரிடம் மொழி பெயக்க, பத்து நிமிட பயணத்தில் சாலையில் இருந்து ஒதுங்கி வேகம் குறைத்தான் அந்த இளைஞன்.

"இந்த பசங்களே இப்படித்தான்.... ஒன்னும் தெரியாது... நாம தான் ஒவ்வொன்னா சொல்லிட்டே வரணும்... குழந்தைகளை வச்சுக்கிட்டு அப்படி சள்ளுன்னு போயிட முடியுமா?" அந்த மாமி அமிழ்ந்து போன இசைக்கு மீண்டும் சுருதி சேர்க்க முயல, பாலா கவியை முறைத்தான். சகோதரிகள் இருவரும் ஒருவரையொருவர் பார்த்து நமட்டாகச் சிரித்துக் கொண்டார்கள்.

சின்னத் தகரக் கொட்டகை மாதிரி மேடான இடத்தில் ஒரு கடை இருக்க, வண்டி ஓரங்கட்டி நின்றது. சில்லென்ற குளிருக்குச் சூடாக ஏதாவது குடிக்கலாம் என்று எல்லோரும் இறங்கினார்கள்.

"இங்கெல்லாம் டி காபி எல்லாம் கிடைக்கிறது சந்தேகம் தான். எல்-லாரும் இங்க பாரு... இதைத் தான்..." விக்கி கையில் முழம் போட்-டுக் காட்ட, "நிஜமாவா சொல்ற...? ஏய்.. போ... சும்மா பொய் சொல்-லாதே...." என்றபடி அவன் பின்னால் இறங்கினாள் சரயு.

"ப்ராமிஸா... இல்லேனா இந்தக் குளிருக்கு இவ்வளவு உயரத்துல எப்படி இருக்காங்கன்னு நினைச்ச...? நாம தங்க போற ஹோட்டல்ல கூடத் தண்ணி கிடைக்குமா, இல்ல சரக்கு தான் கிடைக்குமான்னு தெரியல... ஜக்கு... நீ நல்ல நாளிலேயே பப்பரக்கான்னு நடப்ப... இது-வும் உள்ள போச்சுனா.... ஓ மை காட்.... வாட் எ பிட்டி?! வேற வழியே இல்ல.... நான் தான் உன்னைக் கண்ணும் கருத்துமா கவனிச்-சுக்கணும்..."

அதுவரை அவன் சொல்வது ஒருவேளை உண்மையாக இருக்குமோ என்று 'ஆ'வெனப் பார்த்தவள், கடைசி வரிகளில் சுதாரித்து முறைத்தாள்.

"சீ போ ஃப்ராடு... நான் கூட ஏதோ நிஜமாவே அப்படித்தானோன்னு பார்க்கிறேன்..." அவள் வழியில் கிடந்த குச்சியைத் தூக்கி அவன் மேல் விசிற, அவன் சிரித்துக் கொண்டே முன்னால் ஓடினான்.

இருவரும் விளையாடுவதை ரொம்ப நேரமாகக் கவனித்துக் கொண்டிருந்த மாமி வாய் விட்டு கேட்டே விட்டார். "கேக்கிறேன்னு தப்பா நினைக்காதேடா... நீங்க ரெண்டு பேரும் என்ன லவ்வர்ஸா...?" சரயு மேலே நடக்காமல் நின்று திரும்பி அவரைப் பார்த்தாள்.

"இல்ல ஆன்ட்டி... நாங்க ஃப்ரெண்ட்ஸ்..." என்றாள் சிரித்தபடியே, ஆனால் அழுத்தமாக.

"அதுதான் பொண்ணே சொல்றேன்... ஃப்ரெண்டே லைஃப் பார்ட்னரா வந்தா நல்லாருக்கும்... அந்தப் பையன் நல்ல பையனா தெரியுது. நீயும் சமத்தா இருக்க... நல்ல ஜோடி தான்... எங்க காலத்துல தான் இதுக்கெல்லாம் வாய்ப்பே இல்லாம போச்சு...."

"என்ன ஆன்ட்டி இப்ப போய் வருத்தப்படுறீங்க...?" நிலாவைத் தூக்கியபடி அவர்கள் பின்னால் நடந்து வந்த கவி கேலியாகக் கேட்டாள்.

"என்ன பண்ண சொல்ற...? எனக்குக் கலகலன்னு பேசணும்... எனக்கு வாய்ச்ச மனுசரு சரியான ஊமைக் கோட்டான்.... நீயும் தான் பார்க்கிறியே... காலைல வண்டில ஏறினதுல இருந்து ஒரு வார்த்தை பேசுனாரான்னு...?" அது என்னவோ அவர் சொல்கிற மாதிரி அந்த மனிதர் மகா அமைதியாகத்தான் இருந்தார்.

"நீ வாய் ஓயாம பேசுறதே போதும் தாயே'ன்னு அவரு அப்படி இருக்காரோ, என்னவோ... காலம் போன காலத்துல இந்தம்மாவுக்கு ஆசையைப் பாரு..." மேட்டில் ஏற மாட்டாமல் அடம் பிடித்த தருணைத் தோளில் சாய்த்திருந்த பாலா மனைவியிடம் முணுமுணுக்க, அவர்கள் இருவரும் புன்னகையை மென்றபடி முன்னே நடந்தார்கள்.

மாமியின் வேகத்திற்குச் சரயு நின்று நடக்க, மித்ரன் மட்டும் எதிலும் கலந்து கொள்ளாமல் போனை நோண்டிக் கொண்டே பின்னால் வந்தான்.

"நாம போறதுக்குள்ள அவங்க குடிச்சு முடிச்சிட்டு கீழ இறங்கிடு-வாங்க போல..." மாமி மூச்சு வாங்கிக் கொண்டே வர, விக்கி ஒரு காகித கப்பை கையில் ஏந்தியபடி வேக நடையில் எதிரே வந்தான்.

"ஆன்ட்டி.... இது உங்க அங்கிளுக்கு..." என்றவன், "ஜக்கு... இந்தா..." இன்னொரு உள்ளங்கையை நீட்டி கக்கத்தில் சொருகியிருந்த தண்ணீர் பாட்டிலை நீட்ட, "அக்கா கொடுத்தாளா.... மறந்துட்டேன்..." அவன் கையில் இருந்த மாத்திரையை எடுத்து சரயு விழுங்கினாள்.

"எதுக்கும்மா மாத்திரை....?"

"காலைல இருந்து ஒரே தலைவலி ஆன்ட்டி..."

வாகனத்தை நோக்கி நடந்த விக்கியைத் திரும்பிப் பார்த்தவர், "அந்-தப் பையன் ஏதாவது சொன்னானா நீ யோசிக்கவே யோசிக்காதே.. உடனே சரின்னு சொல்லிடு..." வெகு தீவிரமாக அட்வைஸ் செய்ய....

"ஐயோ.... நீங்க வேற என்ன இவ்ளோ சீரியஸா பேசுறீங்க? அப்படி எல்லாம் ஒன்னும் இல்ல..." அவள் இந்தமுறை இன்னும் அழுத்தமா-கச் சொன்னாள். பக்கவாட்டு சரளை சாலையில் நடந்து வந்த மித்ரன் இருவரையும் ஒரு பார்வை பார்த்துவிட்டு விடுவிடுவென வந்த வழியே இறங்கினான்.

"சரயு... நான் ஒன்னு சொல்றேன், உன் மனசோட வச்சுக்கோ... இதோ இந்தப் பையன் கிட்ட ஜாக்கிரதையா இரு... நானும் வந்ததுல இருந்து கவனிக்கிறேன்... இத்தனை வயசுக்கு எனக்குத் தெரியாது, யாரு கண்ணு எங்க போகுதுன்னு.... மூக்கும் முழியுமா ஒருத்தி இருந்தா போதுமே..... என்ன பார்க்குற.... என் கண்ல இருந்து எதுவும் தப்ப முடியாது, பார்த்துக்கோ..." மாமி அடிக்குரலில் எச்சரிக்கை செய்ய...

சரயுவுக்கு எரிச்சல் மிகுந்தது. திடிரெனத் தலை மிகவும் வலிப்பது போலும் இருந்தது. தெறித்த நெற்றிப் பொட்டைப் பிடித்து விட்டுக் கொண்டாள்.

"ஆன்ட்டி... என் மொபைலை வேன்லயே வச்சுட்டேன்... நீங்க போயிட்டே இருங்க... நான் வந்துடுறேன்..."

"அட இவ்வளவு தூரம் வந்துட்டு.... பேசாம வா..." அவர் விடாக்-கொண்டராக அவளை இழுத்துக் கொண்டு ஏற, அவள் திரும்பித் திரும்பிப் பார்த்துக் கொண்டே நடந்தாள்.

கருப்புத் தேநீரை அருந்திவிட்டு மீண்டும் எல்லோரும் கீழே இறங்கி வாகனத்தைக் கிளப்புவதற்குள் மேலும் ஒரு மணி நேரம் கடந்திருந்தது. "இதுக்குத் தான் சொன்னேன், நிறுத்த வேணாம்னு.... யார் என் பேச்சைக் கேட்குறா?" பாலா விரட்டி விரட்டி அனைவரையும் ஏற்ற, வண்டி கிளம்பியது.

மலையில் ஏற ஏற, பாதை மிகக் குறுகலாகிக் கொண்டே வந்தது. வெளியே எட்டிப் பார்த்தால் இருபக்கங்களிலும் கிடுகிடு பள்ளம் தெரிய, நெஞ்சு தொண்டைக்குள் வந்து முட்டி நிற்பது போலப் பயங்கரமாக உணர்ந்த சரயு கண்களை இறுக மூடித் திறந்தாள்.

வண்டி ஏதாவது எதிரே வந்தால் இன்னொன்று மலை உச்சியின் முனையில் போய்க் கிரமமாய் ஒதுங்கி நின்று வழிவிட்டது. நீ போ, நான் போ என்ற எந்த வாக்குவாதங்களும் இல்லாமல் ஓட்டுனர்கள் இயல்பாக ஒருவருக்கொருவர் உதவி கொண்டு கடந்தார்கள்.

இவர்கள் வாகனத்தை ஓட்டியவன் சீன-இந்திய முகமாய் இருந்தான். வண்டியில் இருந்த அனைவரும் கலவர முகத்துடன் பாதையையே பார்த்துக் கொண்டு வர, அவன் ஏதோ என்ஹெச் சாலையில் பறப்பது போலப் பதட்டமே இல்லாமல் பறந்து கொண்டிருந்தான்.

வழியில் சில ராணுவ வண்டிகள் கடந்து செல்ல, சில இடங்களில் மிலிட்டரி ட்ரக்குகள் நின்று சாலையைப் பழுது பார்த்துக் கொண்டிருந்தன.

"ஏன் முன்னாடி பார்க்குற....? கண்ணை மூடிக்கோ..." தருண் பயந்து அழ ஆரம்பிக்க, கவி அவனை அணைத்துச் சமாதானம் செய்தாள். சரயுவும் வலுவில் கண்களை மூடிக் கொண்டாள். எதிரே பார்த்தால் அவளுக்கு வயிற்றைப் பிரட்டுவது போல, நாக்கில் நீர் ஊறுவது போல என்ன என்னவோ செய்தது.

வேகமாகச் சென்ற வண்டி திடுமென பிரேக் அடித்து நிற்க, "என்ன ஆச்சு...?" முன்னிருக்கையில் போய் முட்டிக் கொண்ட சரயு விழிகளைத் திறந்து பார்த்தாள்.

"எதிர்ல வண்டி வருது..." பெரிய வேன் ஒன்று எதிரில் வர, இவர்கள் வண்டியை நன்றாக ரிவர்ஸ் எடுத்து ஒதுங்கி வழி கொடுத்தான் ஓட்டுநர்.

அவன் ஒதுங்கிய இடத்துக்கு நேர் பின்னால் ஆழமான பள்ளம் ஒன்று இருக்க, வாகனத்திலிருந்த அனைவர் முகத்திலும் திகில் பரவியது. டிரைவேரோ இவர்களுடைய பதட்டத்தைச் சட்டையே செய்யாமல் அசால்ட்டாக இன்னும் கொஞ்சம் ரிவர்ஸ் எடுத்து பிறகு முன்னால் நகர்த்தினான்.

ஆக்சிலேட்டரை அவன் அழுத்த அழுத்த, இஞ்சின் உறுமிக் கொண்டு நின்றதே தவிர, முன்னால் நகராமல் எதிலோ தட்டுப்பட்டு நின்றது.

"படுபாவி... உயிரோட பள்ளத்துல இறக்கிடுவான் போலயே..."

"பாறை ஏதாவது இடிக்குது போல.... அதை எடுக்க முடியுமா பார்க்கலாமா?"

"ஒரு ஸ்டெப் பின்னால போனாலும் எல்லோரும் ஹோ கயா தான்..."

ஆள் ஆளுக்கு ஒன்று பேச, "எல்லாரும் கொஞ்ச நேரம் பேசாம இருங்களேன் ப்ளீஸ்..." ஓட்டுநருக்கு அருகே அமர்ந்திருந்த மித்ரன் கீழே இறங்கிச் சென்றான். இன்னும் ஒருவர் இறங்கி நிற்கும் அளவுக்குக் கூடப் பாதை இல்லை.

"இன்னும் கொஞ்சம் ரிவர்ஸ் எடுத்தா தான் திருப்ப முடியும்... அந்த ஓரத்துல பெரிய கல்லா நிக்குது. நகர்த்த எல்லாம் முடியாது.... நான் பார்க்குறேன்..." அவன் பின்னால் செல்ல... "மித்ரா... நீ எங்கடா போற?" ஜன்னல் வழியே பாலா கத்தினான்.

நடப்பதையெல்லாம் பார்த்த சரயு ஏதோ இனம்புரியாத சுழல் ஒன்று தன்னை அப்படியே வாரிச் சுருட்டி கொள்வதைப் போல உணர்ந்தாள். மூச்சின் வேகம் கூட, அவள் உடல் கிடுகிடுவென நடுங்கத் தொடங்கியது.

அவன் சரிவில் இறங்கி நின்று டிரைவருக்குக் கண்ணாடி வழியே ஜாடை சொல்ல.... வண்டி முன்னால் செல்லாமல் மித்ரன் நிற்கும் திசையிலேயே பின்னால் போக....

"அவங்களை வர சொல்லு.... மேலே வர சொல்லு..." வண்டியின் பின்பக்க கண்ணாடி வழியே பார்த்த சரயு இருக்கையில் உட்கார மாட்டாமல் எழுந்து நின்று கத்த ஆரம்பித்தாள்.

"சரயு... அவன் பார்த்துப்பான்.... நீ உட்காரு..." எனப் பாலாவும், "குட்டிம்மா.... பேசாம இருடா... உட்காரு நீ... இந்தா இதுல மூச்சை குவிச்சு ஊது..." ஒரு காகிதப் பையை வேகமாக தேடி எடுத்து அவளி- டம் கொடுத்தபடி கவியும் சொல்லச் சொல்ல...

"பின்னால போக வேணாம், வேணாம்னு சொல்றேனே, கேட்க- லையா...? நான் சொல்றதுக்காகவே பின்னாடி...." அவளுடைய குரலின் டெசிபல் கூடியதில் ஸ்டீரியங்கை திருப்பிக் கொண்டிருந்த ட்ரைவர் கூட எரிச்சலுடன் பார்த்தான்.

"இப்ப மேல வரப் போறீங்களா இல்லையா...? வாங்கன்னு சொல்- றேன்ல...." சன்னதம் வந்தது போலக் கத்தியவள், தன்னைப் பிடித்து நிறுத்த முயலும் விக்கியின் பிடியையும் மீறி கதவைத் திறந்து கீழே இறங்கி ஓடினாள்.

"மேல வாங்க... நான் கத்துறது கேட்கல.... வேணும்னே பண்றீங்க தானே..." அலறியபடி கண்மண் தெரியாமல் மலைச்சரிவை நோக்கி ஓடியவளைச் பள்ளத்தில் இருந்து மேலேறி வந்த மித்ரன் பாய்ந்திழுத்துப் பிடித்து நிறுத்த...

அவன் மேல் மோதி விழுந்தவள், அவனைப் பார்த்துக் கொண்டே கண்கள் சொருக மயங்கிச் சரிந்தாள்.

7

சரயுவின் திடீர் ஆவேசத்தையும், அவளுடைய கத்தலையும், அழு-கையையும், நின்ற நினைப்பின்றி மயங்கி விழுந்ததையும் ஒரு திரில்லர் படத்தின் காட்சிகளைப் போல பார்த்துக் கொண்டிருந்த மாமி மிரண்டு போய் அமர்ந்திருந்தார்.

சில நிமிடங்கள் முன்பு வரை நன்றாக இருந்த பெண் திடீரென அடக்க முடியாத காற்றாறாக மாறி அலறிக்கொண்டே இறங்கி ஓடியது ஒரு அதிர்ச்சி என்றால் அதற்கான எதிர்வினை அதற்கும் மேலே புரி-யாத புதிராக இருந்தது அவருக்கு.

"ஆரு... என்ன.... என்ன ஆச்சு...?" தன் மேல் வந்து விழுந்த-வளை நெஞ்சில் தாங்கிய மித்ரன், விக்கியும் இறங்கி உதவிக்கு வர, அதற்கு மேல் அந்தச் சாலையில் நிற்க முடியாத நிலையில் அவளை அணைத்துத் தூக்கிக் கொண்டே வண்டியில் ஏறினான்.

"மாத்திரை சாப்பிட்டாளா, இல்லையா?"

"இல்ல.... காலைல மறந்துட்டா... இப்ப தான் நியாபகம் வந்து கொடுத்தேன்..." அவன் முகம் ஜிவுஜிவுத்த வேகத்தில் கவி மென்று விழுங்கினாள்.

அவளை ஒரு பார்வை பார்த்தவன், "ஒன்னும் சொல்றதுக்கு இல்ல..." அடங்கிய குரலில் சொல்லி விட்டு மயங்கி சரிந்திருப்பவளை இருக்கையில் அமர்த்தி, நகர்த்தி, தானும் அருகே அமர்ந்து அவளைத் தோளில் தாங்கிக் கொண்டான்.

'இது தான் இவங்க பார்த்துக்குற லட்சணம்' என்று முணுமுணுத்த-வன், 'அப்ப இதெல்லாம் யாரால வந்தது??' உள்ளிருந்தே எதிர்க்குரல் வர, வேதனையுடன் கண்களைத் தேய்த்து விட்டுக் கொண்டான். விக்கி

முன்னால் ஏறி அமர, வண்டி சிறு பாறை குவியலைக் கடந்து மெல்ல முன்னே நகர்ந்தது.

"அவனை மெதுவா போகச் சொல்லு... நேரா வேற எங்கயாவது கொண்டு போய் இறக்கிடப் போறான். காடி கோ தீரே சலாவோ பையா..." ட்ரைவரிடம் இங்கிருந்தே கத்தியவன், கவி நீரில் நனைத்துக் கொடுத்த கை குட்டையால் சரயுவின் முகத்தைத் துடைத்து விட, விக்கி திரும்பி அமர்ந்து கையில் கிடைத்த பேப்பரை வைத்து விசிறினான்.

"ஏம்மா, இது யாரு...? அவ வீட்டுக்காரரா?" மாமி கவியின் தொடையைச் சுரண்டினார்.

'இது தெரியாம என்னென்னவோ பேசி வச்சேனே...' சங்கடமாய் விழித்தவரை, "மாதினி, சும்மா இருக்க மாட்டே..." முதல்முதலாக அவரது கணவருடைய குரல் வெளியே வந்து அதட்ட, அதற்குப் பிறகு மாமி கப்சிப்பென்று ஆகிப் போனார்.

"இப்ப ரீசன்டா ஏதாவது வந்துச்சா என்ன?" முத்து முத்தாக வியர்த்து வெளிறியிருந்தவளின் முகம் மித்ரனின் உயிரை உலுக்கியது.

"வீட்டுல இரண்டு மூனு முறை வந்திருக்கு... அதுவும் நாலஞ்சு மாசம் முன்னாடி தான். சமீபமா எதுவும் இல்ல... நல்லா தான் இருந்தா..." பின்னால் இருந்து எட்டி எட்டிப் பார்த்த கவியின் கண்கள் நீர் கோர்த்திருப்பது தெரிய, "நீங்க வேணா இங்க வர்றீங்களா?" என்-றான்.

"ஓடுற வண்டில எதுக்கு...? அப்படியே இருங்கடா..." பாலா சொல்ல, "வேணாம்... வேணாம்... நீங்களே இருங்க..." கவி தன் இருக்கையில் அமர்ந்து கொண்டாள். ஜன்னலோரம் சரயுவை நகர்த்தித் தானும் நெருங்கி அமர்ந்தவன், மாமியின் கணவருக்கு இடம் கொடுக்க, அவர் "இருக்கட்டும், இருக்கட்டும் " என்றபடி ஓரமாக உட்கார்ந்து கொண்டார்.

"நேரா டாக்டர்கிட்ட போயிடலாம்...." மித்ரன் உறுதியாகச் சொல்ல, புது ஊரில் எந்த டாக்டரை எங்கே போய்த் தேடுவது என்ற குழப்பம் இருந்தாலும் யாரும் ஒன்றும் பேசவில்லை.

பாலா மட்டும் சில நிமிடங்கள் கழித்து, "வேண்டாம்டா... முதல்ல ரூம்க்கு போவோம்... நீ இறங்கி ஸ்டெப்ல நின்னதுல பயந்துட்டா... அவ்-வளவு தான்..." என்றான்.

"கத்திட்டே எப்படி விழுந்தா பார்த்தீல்ல???"

"ஓகே... ஓகே... என்னன்னு பார்க்கலாம் இரு..." பாலா அவனை அமைதியாக இருக்கும்படி அவன் தோளை ஒருமுறை தட்டிக் கொடுத்-தான்.

"ஆரு...." லேசான புருவச் சுளிப்புடன் கண் மூடி இருந்தவளை அசைக்காமல் "ஓரே ஒரு செகண்ட்" மித்ரன் சாளரக் கதவை மிகச் சிறியதாகத் திறந்து விட.... குபுக்கென்று உட்புகுந்த காற்று உடலுக்குள் ஊடுருவி நரம்புகளை அதிர வைத்தது. "உஷ்..." என்றபடி பின் சீட்டில் இருந்த குழந்தைகள் உடம்பைக் குறுக்கின.

சரயுவின் கன்னங்களும் சருமமும் சுருங்க, முகத்தில் மென்மையாகப் படிந்து சென்ற பனிசாரலின் குளிர்ச்சியில் தன் உடலை அவள் முறுக்கி-னாள். "இதோ மூடிட்டேன்..." அவன் திறப்பை இறுக அடைத்து குளி-ருக்கு அடக்கமாக அவளைத் தன் நெஞ்சுடன் சேர்த்து அணைத்துக் கொண்டான்.

"ஆரு... இங்க பாரு..." கன்னத்தில் லேசாகத் தட்ட, அவளிடம் மெலிதான சலனம்!

சில வினாடிகளில் சோம்பலாகக் கண்களைத் திறந்து பார்த்தாள். "ம்ம்..." ஒரு கணம் மலங்க விழித்தவள், அவனைத் தன்னருகே அத்-தனை நெருக்கமாகப் பார்த்ததில் என்ன நடந்திருக்கும் என யூகிக்க முடிய, "ஏறிட்டீங்களா?" என்றாள் அவனுடைய கையை இறுகப் பிடித்-தபடி.

அடுத்த நொடியே தன் பிடியை விலக்கிக் கொண்டு "ஸாரி..." என்-றாள் வெற்று பாவத்தில். "பயமுறுத்திட்டடி..." பதிலுக்கு மித்ரனின் குரல் தழுதழுத்தது.

"அம்மு.... ஆர் யூ ஓகே...?" பின்புறத்தில் இருந்து நீண்ட கவியின் கையைப் பற்றியபடி திரும்பிப் பார்த்தவள், "ம்ம்ம்.... ஸாரிக்கா..." என்றாள் அக்காவின் புறங்கையில் முத்தமிட்டு.

"எதுக்கு ஸாரியா சொல்ற... இது என்ன உன் தப்பா?" நடுவில் கடிந்த மித்ரனைப் பார்த்தவள், தன் தோள் மேல் படிந்திருந்த அவன் கையைச் சற்றே நெளிந்து விலக்கி விட்டாள்.

தன் பிடியில் உறுதியாக இருந்தவன் அவள் கண்களுக்குள் பார்க்க, "ப்ளீஸ்..." சரயுவின் கெஞ்சும் உதடசைவில் சிரித்தபடி தன் கையை

எடுத்துக் கொண்டான்..

"இங்க என்னடா லுக்கு.... முன்னாடி பாரு.." திரும்பித் திரும்பிப் பார்த்துக் கொண்டிருந்த விக்கியை அவன் அதட்ட, "சரிங்ணா.... அப்படியேங்ணா..." கைகளை நெஞ்சில் கட்டிக் காட்டி பம்மிய விக்கி, "பார்த்தியா பாலாண்ணா?" என்றான் பின்னால் பார்த்தபடி.

"டேய்... குடும்பஸ்தனுங்களுக்கு ஆயிரம் ஜோலி கழுதை இருக்கும்... உனக்கு எதுக்குடா அதெல்லாம். நீ முன்னாடி ரோட்டை பாரு..." பாலாவும் சேர்ந்து கலாய்க்க, "ம்க்கும்... அது சரி சகலைங்க இரண்டு பேரும் கூட்டணி சேர்ந்துட்டிங்க... உங்க முன்னாடி நாமெல்லாம் எங்க...?" விக்கி முறைத்துக் கொண்டே திரும்பி அமர்ந்தான்.

கோடாகப் புன்னகைத்தவளுடைய கரத்தோடு தன் விரல்களைப் பிணைத்துக் கோர்த்துக் கொண்ட மித்ரன், "எதுக்கு உனக்கு இத்தனை டென்சன்... இறங்குனவனுக்கு ஏறத் தெரியாதா?" என்றான்.

"உங்களுக்கு எதுக்கு அவ்வளவு துடுக்குத்தனம்...? என் இடத்துல யாரா இருந்தாலும் இப்படித்தான் ரியாக்ட் பண்ணுவாங்க..."

'எப்படி, பேனிக் அட்டாக் வர்ற அளவுக்கா?' மித்ரன் தன் நெஞ்சில் எழுந்த ஆழ்ந்த பெருமூச்சை அடக்கிக் கொண்டான்.

அவள் கையை அழுத்தியவன், "இந்த மூணு நாள்ல உனக்கு இப்ப-தான் என்னை மனுஷனா மதிக்கத் தோணுது, இல்ல.." அவன் சிரித்துக் கொண்டே கேட்டாலும் அதில் இருந்த துயரம் அவளுடைய இதயத்தைத் தீண்டாமல் இல்லை.

"யாருமே நீங்க வர்றதை சொல்லல.... ஏன் நீங்க கூடத்தான்... நாம என்ன பேசாமயே போயிட்டோமா? எனக்கு அங்க பார்த்த நிமிஷம் உண்மைல எரிச்சல் தான் வந்துது..."

"நான் ஊருக்கும் வந்து உன்னைப் பார்த்துட்டு தான் வந்தேன். அது தெரியுமா உனக்கு...? இந்த ப்ளான் தெரிஞ்சிடுமேன்னு தான் வீட்டுக்கு வரல..." அவன் சிரிக்க, இப்போது இன்னும் அதிகமாக முறைத்தாள் சரயு.

"சினிமாத்தனமா அது வேறயா,...??? உண்மையான அன்பு இருக்க-ணும்.... அதை விட்டுட்டு... சும்மா சர்ப்ரைஸ் கொடுக்கிற மாதிரி முன்-னாடி வந்து நின்னு எதுக்கு இப்படி சீன் போடணும்...?"

எரிச்சலின் மிகுதியில் அவள் சர்வ சாதாரணமாக உதிர்த்த வார்த்-
தைகள் அவனை மேலும் மேலும் ரணப்படுத்துவதாய்...

"எனக்கு உன்மேல அன்பே இல்லன்னு முடிவே பண்ணிட்டியா....?
இதையே தான் இந்த ஒரு வருஷமா சொல்லிட்டு இருக்க... உன் மனசு
கொஞ்சம் கூட மாறவே இல்லல்ல..?"

தீனமாக வினவியவனுக்குப் பதில் சொல்ல விருப்பமில்லாதவள்
போல "ப்ச்..." என்றவள், வெளியே விரைந்து கடக்கும் மலைத்
தொடர்களைப் பார்த்தாள்.

அவன் பிடியில் இருந்த தன் விரல்களை அவள் உருவி கொள்ள
முயல, "எத்தனையோ நாளுக்கப்புறம் இன்னிக்கு தான் பக்கத்துல
வரேன். இந்தக் கையைக் கூடப் பிடிக்கக் கூடாதா...?"

'அத்தனை வெறுத்துப் போயிட்டேனா ஆரு..??' என்று கேட்க
நினைத்தவன், அந்த வார்த்தைகளை அப்படியே விழுங்கிக் கொண்டு
தளர்ந்து அமர்ந்திருக்கும் அவள் முகத்தைப் பார்த்தான்.

"நாம பேச வேண்டியது எவ்வளவோ இருக்கு... இப்போ தூங்கு..."
அவளுடைய உள்ளங்கையில் மெலிதாக முத்தமிட்டவன், இன்னொரு
கரத்தால் அவளுடைய நெற்றியில் விளையாடிய முடியை ஒதுக்கி விட...

"மித்து... வி ஆர் நாட் அலோன்..." கண்கள் கண்டிப்பைக் காட்-
டினாலும் அவள் இதழ்களில் அவளே அறியாமல் மிதந்த சிணுங்கல்
மொழி அவனைப் போதையேற்றியது...!!

'எத்தனை நாள் கழிச்சு இப்படிக் கூப்பிடுறன்னு உனக்குத் தெரியுமா,
ஆரு?' உதடுகளைக் குவித்துச் சிறு முத்தத்தைக் காற்றில் அனுப்பிச்
சிரித்தவனை அலுப்பாகப் பார்த்தவள், அதற்கு மேல் எதுவும் பேசாமல்,
பேசத் திராணியில்லாமல் கண்களை மூடிக் கொண்டாள்

சற்று முன் வந்திருந்த அட்டாக்கின் அசதியில் உடம்பு சக்கையாகப்
போனது போல சோர்வு அசத்தியது. உடலின் அத்தனை சக்தியையும்
உறுஞ்சி எடுத்துக் கொண்ட மாதிரி கால்கள் துவண்டு கண்கள் சொரு-
கின. விழிகளை மூடியவள் சில நிமிடங்களில் உறங்கியும் போனாள்.

தன் தோள் மேல் சரிந்தவளின் காதுகளை உள்ளங்கையால் மூடி-
யவாறு மித்ரன் அவளைத் தன்னுடன் சேர்த்துக் கொண்டான். உடல்
மெலிந்து கண்களில் குழி விழுந்து கழுத்தெலும்பு தெரியும் அளவிற்கான
சோகையுடன் இறகின் எடையாய் மெலிந்திருப்பவளைக் காணக் காண

அவன் நெஞ்சு பற்றி எரிந்தது.

'பாவி... பாவி நான்...' உள்ளே குத்திக் கிழிக்கும் நினைவுகளில் கண்கள் கலங்கின. அடக்க இயலாத பெருமூச்சுடன் அவளையே பார்த்துக் கொண்டிருந்தான்.

'எப்படி இருந்தவ... இன்னிக்கு...?' இதே போல ஒரு பஸ் பயணத்தில் விடிய விடிய விரல்களைக் கோர்த்தபடி ஒருவர் தோளை மற்றவர் உரசிக் கொண்டே செய்த பயணம் ஏதோ நேற்று தான் நடந்தது போல மனவடுக்குகளில் புகையாக...

"இரண்டு சீட் புக் பண்ணி தண்டம்... புதுசா கல்யாணம் ஆனவங்களுக்கு ஒரு சீட் போதாதா?" விஷமமாகச் சிரித்த அவன் உதடுகளை "உஷ்... கத்தி மானத்தை வாங்காதீங்க..." தன் உள்ளங்கை கொண்டு அடக்கியபடியே வெட்கமும் கோபமுமாகச் சிரித்த சரயு...!

இரு கைகளிலும் கலகலத்த கண்ணாடி வளையல்கள், கழுத்தில் தவழ்ந்த கருகமணிச்சரம், நீண்ட பின்னலில் இரு பக்கமும் வழிந்திருந்த முல்லைப்பூ, உச்சி வகிட்டில் மின்னிய குங்குமம் என கன்னங்களின் பூரிப்பும், கண்களில் வழிந்த மகிழ்ச்சியும், எக்ஸ்ட்ரா லேயர் கோட்டிங் கொடுத்தது மாதிரி மின்னிய சருமமுமாக அந்த இரவு நேர நிலவொளியில் பேரழகியாகத் தெரிந்த சரயு...!

அவர்களுக்கான ஸ்லீப்பர் இருக்கைகளை மறைத்த ஸ்க்ரீனை இழுத்து விட்டு விஜயவாடாவில் இருந்து வைசாக் வரையிலான பயணத்தில் தங்கள் கூடவே வரும் நிலவை, இரவின் மின்னி மறையும் நட்சத்திரங்களை எண்ணியபடி ஒருவர் கைப்பிடியில் மற்றவர் மறுகிக் கிடந்தது ஏதோ நேற்று தான் நடந்தது போல இருந்தது மித்ரனுக்கு.

திருமணமாகி ஒரு வாரமே ஆகியிருந்த நிலையில் இருவரும் இந்த உலகின் நினைவுகளுக்கு அப்பால் பெயர் தெரியாத பேரண்ட வெளியில் உலவி கொண்டிருந்த நேரம் அது...!

அவன் ப்ரபோஸ் செய்து இவள் தலையாட்டிய ஒரு மாதத்திற்குள்ளாகவே இவர்களின் காதலில் பல யுகங்களுக்கான முன்னேற்றம்...!

"உனக்கு ஒரு வருஷமாவது எக்ஸ்ப்ரீயன்ஸ் வந்துடட்டும்... என்ன அவசரம், கொஞ்ச நாள் ஜாலியா இந்த லவ் லைஃபை என்ஜாய் பண்ணலாம்..." என்று சொல்லிக் கொண்டிருந்தவன், திடிரெனத் தன் பாட்டி கவலைக்கிடமாக இருக்கும் செய்தி வந்ததில் நெல்லூருக்கு ஓடினான்.

"என்ன ஆச்சு மித்து... பாட்டிம்மா எப்படி இருக்காங்க...?" சரயு அழைக்க, "கொஞ்சம் கிரிடிகல் தான்... நானே பேசுறேன்..." என்று அவன் கவலையுடன் சொல்லிய இரவே பாட்டி சிகிச்சை பலனளிக்கா- மல் தவறிவிட்டார் என செய்தி வந்தது.

"பார்த்துக்கோங்க... ஆர் யு ஓகே...?" அங்கு என்ன சந்தர்ப்மோ என்று போனில் அழைக்காமல் வாய்ஸ் மெசேஜ்களாக அனுப்பிக் கொண்டிருந்தாள். அப்பா வழியில் இந்தப் பாட்டியின் மேல் அவனுக்கு ப்ரியம் அதிகம் என்பதை இந்தச் சில நாட்களிலேயே உணர்ந்திருந்த தவிப்பு அவளிடம்.

இரண்டு வாரங்கள் கழித்து ஊர் வந்தவன், வந்த சுருக்கில் "நான் நம்மைப் பத்தி வீட்டுல சொல்லிட்டேன்... நீயும் உன் வீட்டுல பேசிடு..." என்று சொல்ல, "என்ன திடீர்னு.... பாட்டி தவறிப்போன இந்த நேரத்- துல....." சரயு ஒன்றும் புரியாமல் நின்றாள்.

"அது ஒரு பெரிய கதை. துக்கம் நடந்த வீட்டுல உடனே ஒரு நல்- லது நடந்தா நல்லாருக்கும்னு சில ரிலேடிவ்ஸ் சொல்ல என் கல்யாண பேச்சு வந்துடுச்சு.... இப்ப விட்டா சொல்ல சந்தர்ப்பம் கிடைக்காதுன்னு அம்மாவையும் நாணாவையும் தனியா கூப்பிட்டு நம்மைப் பத்தி சொல்- லிட்டேன்.."

"அவங்க என்ன சொன்னாங்க...?" ஆவலும், சிறு அச்சமுமாக அவள் கேட்டாள்.

"என்ன சொல்வாங்க ஏஸ் பூசுவல் தான்... நான் உறுதியா இருந்த- தால வேற வழியில்லாம 'உம்'னு இருக்காங்க..."

"என்ன இப்படிச் சொல்றீங்க? நம்மைப் பத்தி சொன்னீங்களா? என் போட்டோவை காண்பிச்சீங்களா? திடீர்னு சொன்னா அவங்களுக்கும் டென்சன் ஆகியிருக்கும்... உங்களுக்கு அப்படி என்ன அவசரம்..?"

கதைகளில் வருகிற நவீன பெற்றோரைப் போல வீட்டில் சொன்னவு- டன் தங்கள் காதலை ஒத்துக் கொள்வார்கள் என்று எதிர்பார்க்கவில்லை என்றாலும் அவன் சொல்கிற மாதிரியான விட்டேற்றி பதில் அவளுக்கு ஒருவிதத்தில் ஏமாற்றமாக இருந்தது உண்மை.

"உனக்குப் புரியாது ஆரு... நாங்க ஏற்கனவே இடம் பார்த்து பேசி வச்சிருக்கோம்னு சொல்றப்ப என்ன பண்ண சொல்ற? இப்ப பேச- லைனா வேற எப்பவுமே பேச முடியாது. எங்க இதுல நிறைய கஸ்டம்ஸ்

இருக்கு... அதையெல்லாம் பேச ஆரம்பிச்சா இன்னும் காம்ப்ளிகேட் தான் ஆகும்...."

அவன் அதற்கு மேல் அதைப் பற்றி விவரிக்காமல் பேச்சை மாற்ற, பொங்கிய பாலில் பட்ட நீர்த்துளி போல அவளுடைய உற்சாகம் அப்படியே தணிந்து போனது. அக்கட தேசத்தில் நிகழும் திருமணங்களில் மானாவாரியான வரதட்சணை கைமாறும் என்பதை இவளும் அறிந்திருக்கிறாள்.

இவளுடைய நெருங்கிய கல்லூரித் தோழன் தெலுங்கானாவில் இருந்து வந்தவன் தான். "எங்க சொசைட்டி செட்டப்ல நாங்கல்லாம் படிக்கணும்னே தேவையில்ல, தெரியுமா?. பசங்களுக்கு எல்லாம் என்ன வால்யூன்னு நினைக்குற...? யூ.ஜி படிச்சா ஒரு கிலோ தங்கம், வீடு, பி.ஜினா தோட்டம், துரவு..."

"அப்புறம் பார்க்குற வேலைக்கு ஏத்த மாதிரி ரிசார்டோ, அபார்ட்-மெண்ட் காம்ப்ளெக்ஸோ... அமெரிக்கா விசா மட்டும் வாங்கிட்டா போதும், எடைக்கு எடை தங்கம் கொடுத்து பொண்ணையும் கொடுக்க மணவாடுஸ் க்யூல நிப்பாங்க, அதுக்குத்தான் அடிச்சு பிடிச்சு ஒவ்வொ-ருத்தனும் ஹெச்ஒன்பி அப்ளை பண்ணிட்டு ஓடுறது..."

அவன் விலாவரியாகச் சொன்ன போது இவளும் இவளுடைய தோழிகளும் திறந்த வாய் மூடாமல் பார்த்திருக்கிறார்கள்.

தானும் ஒரு மணவாடுவிடம் காதல் வயப்படுவோம் என்று தெரிந்-திருந்தால் இன்னும் விவரமாக ஏதேதோ கேட்டு வைத்திருப்பாளோ என்னவோ... "போதும்யா.... நீ வேற சத்தமா சொல்லி எங்க ஊரு பசங்களையும் கெடுத்து விட்டுடாதே.... நாங்கல்லாம் பிழைச்சுட்டு போறோம்...." என அப்போது கேலி பேசினாள்.

இப்போது தனக்கென நிகழும்போது தான் நிதர்சனம் தெரிகிறது.

வேறு இனம், மொழி, ஊர், வசதி, செல்வாக்குப் பற்றியெல்லாம் ஏதேதோ வாக்குவாதங்கள் நிகழ்ந்திருக்க வேண்டும் என்பதை மித்ரனின் இறுகிய முகத்திலிருந்து படிக்க முடிய, நடுத்தரக் குடும்பத்தில் பிறந்து வளர்ந்த தனக்கு இந்தக் காதல் போராட்டங்கள் எல்லாம் கட்டுப்படியா-கிற விஷயங்கள் தானா என்ற கேள்வி முதல்முறையாக அவள் மனதில் எழுந்தது.

காதல் வேறு, கல்யாணம் என்பது நிச்சயம் வேறு தான்!

8

"நீ முகம் சுண்டிப் போறதுக்கு இதுல என்ன இருக்கு? இது இப்ப-
டித்தான் நடக்கணும்னு இருந்தா அப்படித்தான் நடக்கும்.... பாலாவுக்கு
ஏற்கனவே நம்ம விஷயம் தெரியும். உங்கக்காவுக்கு எதுவும் சொல்-
லாம வச்சிருக்கான். நீயும் வீட்டுல பேசிடு ஆரு..." மித்ரன் எதையும்
காட்டிக்கொள்ளாமல் பேசுவதைப் புரிந்து கொள்ள முடிய, சரயு மெல்ல
தலையாட்டினாள்.

"பாட்டி இருந்து நம்ம கல்யாணத்தைப் பார்த்திருந்தாங்கன்னா இன்-
னும் நல்லா இருந்திருக்கும், இல்ல..." மோவாயைத் தடவியபடி தனக்-
குள் அவன் ஆழ்ந்து போக, அருகில் வந்து அவன் புஜத்தில் தலை
சாய்த்து நின்றாள் சரயு.

"உங்க பாட்டி அரூபமா நின்னு நம்மைப் பார்த்துட்டே தான் இருப்-
பாங்க... அவங்க இல்லேனாலும் அவங்க ஆசிர்வாதம் நமக்கு இருக்-
கும், கவலைப்படாதீங்க" அவனைத் தேற்றியவள், அன்று மாலையே
தயங்கித் தயங்கிக் கவியை அழைத்தாள்.

இவள் எதுவும் விவரிக்கவே தேவையில்லை என்பது போல எடுத்த
எடுப்பில், "என்னடி... எத்தனை நாளா இது நடக்குது?" கவி குரல்
உயர்த்தி அதட்டினாள்.

அக்கா மிரட்டினாலும் அவளுடைய குரலில் சந்தோசமே தெரிய,
'ஹப்பா.... ஆதியோடு அந்தமா சொல்லி அசடு வழிய வேண்டிய
தேவை இல்லாம மாமா காப்பாத்திட்டாரு... வாழ்க பாலா மாமா...
வாழ்க மித்து....' என்று நினைத்துக் கொண்ட சரயு கூச்சத்துடன் சிரித்-
தாள்.

"இப்ப தான்கா.... கொஞ்ச நாளைக்கு முன்னாடி சொன்னாங்க... உன்கிட்ட நான் மறைப்பேனா...?" பேசிப் பேசி அவளைத் தாஜா செய்-தவள், "நீ தான் அப்பாகிட்டயும் அம்மா கிட்டயும் பேசணும்" என்றாள்.

"பேசுறேன்... பேசுறேன்... நீ செஞ்சு வச்ச வேலைக்கு வேற என்ன பண்றது?" கொஞ்சம் பிகு செய்து கொண்ட கவி, "சரயு.... நான் உனக்-குச் சொல்ல வேணாம், இருந்தாலும் சொல்றேன்.... இரண்டு பேரும் ஒரே ஊர்ல இருக்கீங்க... கண்டிக்க ஆள் கிடையாது. எல்லாம் நல்லப-டியா நடந்து கல்யாணம் முடியுற வரை கவனம்..." என்றாள் கடினமான குரலில்.

அவள் என்ன சொல்ல வருகிறாள் என்று புரிந்தது.

"..க்கா... நான் பார்கவி வளர்த்த பொண்ணுக்கா...." என்றாள் சரயு மெலிதாக.

"தெரியும்டி... இருந்தாலும் சொல்றது என் கடமை. பார்த்துக்கோ..." வீட்டின் மூத்த பெண்ணுக்குரிய கண்டிப்புடன் பேசிய கவி, உடனடியாக அப்பாவையும் அழைத்து விஷயத்தைச் சொல்ல...

அந்த வாரம் பயந்து கொண்டே ஊருக்குச் சென்ற சரயுவை அப்பா-வின் சலனமில்லாத முகமும், அம்மாவின் முறைப்பும் தான் வரவேற்றன.

"வேலை வாங்குன கையோட இதெல்லாம் என்னடி...? அதுவும் தெலுங்கு பேசுற பையன்றா உங்கக்கா..." அம்மா அவள் பையைக் கீழே வைத்த நொடி ஆரம்பிக்க, "மாதவா.... கல்லாவை கொஞ்சம் பார்த்-துக்கோ..." என்றபடி உள்ளே வந்த அப்பா, "பார்கவி, கொஞ்சம் சும்மா இரு..." என்று அதட்டினார்.

தனக்கான செவ்வக பெஞ்சில் அமர்ந்தவர், "கவி சொன்னா... பையன் நல்ல பையன், மாப்பிள்ளையோட சிநேகிதரு... ஒரே காலேஜ்ல படிச்சவரு... உசந்த வேலை பார்க்குறாருன்னு.... எல்லாம் சரிதான். ஆனா நம்ம கைக்கு மீறின இடமா இருக்குதேம்மா" என்றார்.

அப்பாவின் நிதானமான பேச்சில் ஏனோ சரயுவுக்கு அழுகை வரும் போலிருந்தது.

ஒவ்வொரு வீட்டில் காதல் என்ற சொல் காதில் விழுந்தாலே போதும், சினிமாவில் மட்டுமே ரசிக்கத் தகுந்த வஸ்து என்ற ஊறிப் போன நம்பிக்கையில் எப்படி எப்படியோ ஆடித் தீர்த்து விடுகிற நிலை-யில்.... இப்படி உட்கார்ந்து பேசுகிற பெற்றோர் எத்தனை பேருக்குக்

கிடைக்கும்...!!??

"இல்லப்பா... அவங்க ரொம்ப சிம்பிள் தான். கவிக்கா கல்யாணத்-துக்குக் கூட இங்க வந்திருந்தாங்க... நீங்க பார்த்திருப்பீங்க.... ஆனா அப்பல்லாம் ஒன்னும் இல்லப்பா... இப்ப தான்... " அவள் மென்று விழுங்க, அப்பா அவளை அமைதியான பார்வையுடன் ஆராய்ந்தார்.

"என்னவோம்மா... நீ படிச்ச பொண்ணு, வெளி இடத்துக்குப் போய் நாலு பேரோட பழகி வேலை செய்ற... இன்னிக்கும் இலை கணக்கும், பால் கணக்கும் பார்த்து இந்த ஆயிரம் சதுரடிக்குள்ள சுத்தி வர்ற கிணத்து தவளை நான்... உனக்குத் தெரிஞ்சதை விட எனக்கு அதிகம் தெரியும்னு சொல்லல.... நமக்குச் சரிக்குச் சமமா இருந்தா பாஷை, ஜாதி இதெல்லாம் வேறன்னாலும் பெருசா தெரியாது. ரொம்பப் பெரிய இடம்னா நம்மால சகஜமா பழக முடியாது.... அது தான் யோசிக்கு-றேன்...''

அவருடைய அனுபவம் வாய்ந்த வார்த்தைகளின் கோணத்தை முதன்முதலாக, 'ஓ.... இப்படியும் கூட யோசிக்கணுமா?' என்கிற மாதிரி விழி விழித்துப் பார்த்தாள் சரயு.

"அப்பா.... அப்படில்லாம் ஒன்னும் இல்லப்பா... இவங்க வரைக்கும் ரொம்ப எளிமையா தான் இருப்பாங்க... நீங்க ஒருமுறை பாருங்க-ளேன்...'' மனதில் அவனைச் செதுக்கிக் கொண்டபின் இந்தப் புறக் காரணங்கள் எல்லாம் அவளுக்கு அற்பமாகத் தோன்றின.

"அம்மா..... ப்ளீஸ்மா...'' எப்போதும் பொரிந்து கொட்டும் அம்மா அமைதியாக அமர்ந்திருந்தது வேறு இன்னொரு பக்கம் திகிலைக் கொடுத்தது.

"நான் என்ன சொல்றது போ... நான் ஏதாவது பேசினா உங்கப்பா ஜாதியில்ல, அது இல்ல, இது இல்லன்னு கம்ப்யூனிசம் பேசுறாரு... உங்-கக்கா இந்தக் காலத்துல இதெல்லாம் சகஜம், காலத்துக்கு ஏத்த மாதிரி மாறுங்கன்னு திட்டுறா.... என்னமோ நீ நல்லா இருந்தா சரிதான்... நீங்க இரண்டு பேரும் சந்தோசமா இருக்கணும். அதுக்குமேல எங்க-ளுக்கு வேறென்ன வேணும்?''

அம்மா தன்னுடைய சம்மதத்தை மறைமுகமாகக் காட்டிவிட, "ம்மா... தேங்க்ஸ்மா...'' தாயைப் பாய்ந்து கட்டிக் கொண்டாள் சரயு.

"இது உன்னோட வாழ்க்கை.... நல்லா யோசிச்சு தான் இந்த முடி-வுக்கு வந்திருப்பன்னு நினைக்கிறேன். நீ தீர்மானமா இருந்தா திங்கட்கி-ழமை நீ பேங்க் கிளம்புறப்ப நானும் கூட வரேன்..." அப்பாவும் அன்று இரவு பச்சைக் கொடி அசைக்க....

சடுதியில் விஷயங்கள் அதனதன் இடத்தில் விழுந்து மொத்த உரு-வகமும் கைக்கு வந்த நிறைவில் அவள் அகமகிழ்ந்து போனாள். சொன்னமாதிரியே அப்பா கோவைக்கு வந்து மித்ரனை பத்மா அத்தை-யின் வீட்டில் பார்த்த தருணம் இவள் வயிற்றில் பயம் பட்டாம்பூச்சிக-ளாய்....

தன் வாழ்வின் மிக முக்கியமான இரு ஆண்களின் முதல் சந்திப்பு!

ஒரு மணி நேரம் தன் வேலைக்கு இடையே வந்து அப்பாவைப் பார்த்து பேசிக் கொண்டிருந்தவன், இவளிடம் சிறு கண் சிமிட்டலுடன் விடைபெற்றுக் கிளம்ப......

"நல்ல மரியாதையான பையனா தான் தெரியுதும்மா..." நிறைவாகப் புன்னகைத்தவரின் முகத்தில் லேசான யோசனையின் சாயலும். "ஆனா அவங்க வீட்டுல அத்தனை விருப்பம் இல்ல போலயே... அதையும் தெளிவா சொல்லிட்டாரே..."

"அப்பா... அது வந்து..." இவள் கைகளைப் பிசைந்தாள்.

"மித்ரன் இங்க வந்த அஞ்சு வருஷமா எங்களுக்கு அவனைத் தெரியும். பாலாவும் விக்கியும் எங்களுக்கு எப்படியோ, அப்படித்தான் இவனும்... எங்க வீட்டுப் பையன் மாதிரி... நீங்க அதையும் இதையும் யோசிச்சு குழம்பாம தைரியமா இறங்குங்க...." இடையிட்ட மூர்த்தி தைரியம் சொன்னார்.

"விக்கி கூட சமயத்துல என் பேச்சைக் கேட்கமாட்டேன். மித்ரன் தங்கம்... கூப்பிட்ட குரலுக்கு வந்து ஓடி உதவுற பிள்ளை. வேற ஆளுங்கன்னு நீங்க பயப்படவே வேணாம்..." என்று பத்மாவும் உத்திர-வாதம் கொடுத்ததில் அப்பாவின் முகத்தில் தெளிவு வந்தது.

"பேசுன நிமிசத்துல எனக்கும் தெரியுது, நீங்க தான் இத்தனை சொல்றீங்களே. பையன் வீட்டுல தான் வந்து பேசணும்கிற முறையெல்-லாம் பார்க்காம நாமளே போய்ப் பேச வேண்டியது தான் போல..."

"அதுதான் தம்பியே கூட்டிட்டு போறேன்னு சொல்லுதில்ல.... நாங்க-ளும் உங்க கூட வர்றோம். கவிக்கும் பாலாவுக்கும் எப்படிச் சவுகரியம்னு

நீங்க அண்ணி கிட்ட கலந்துகிட்டு சொல்லுங்க...." மூர்த்தியும் பத்மாவும் தேரின் விசைகளை முடுக்கி விட்டார்கள்.

"எங்களுக்குக் குருவாயூர் வைக்கணும்னு வேண்டுதல்... உங்களுக்-குச் சம்மதம்னா அங்கேயே செஞ்சிடலாம்னு சொன்னேன். உடனே சரின்னுட்டாங்க... பெருசா எதுவும் எதிர்ப்பு காட்டல. அதே நேரம் ஆர்வம் காட்டுற மாதிரியும் தெரியல... ஒருவேளை அவங்க சுபாவமே அப்படித்தானோ என்னவோ..."

எல்லோருமாக வைசாக் சென்று, மித்ரனின் பெற்றோரைச் சந்தித்து, திருமணத்திற்குத் தேதி குறித்து திரும்பி வந்திருந்த அப்பா போனில் விஷயங்களைச் சொல்ல, அவளுக்குள் மெல்லிய ஜுரம் ஏறுகிற மாதிரி இருந்தது.

"ஆனா ஒன்னு சரயு... இந்தளவுக்கு உடனே ஒத்துக்கிட்டுச் சம்-பந்தம் பண்றதுன்றது சாதாரணம் இல்ல... அவங்க மனசையும் நாம புரிஞ்சுக்கணும். இப்ப முன்ன பின்ன அவங்களுக்கு ஏதாவது வருத்தம் இருந்தா கூட, நாளைக்குக் கல்யாணம் ஆனதும் நீ அவங்ககிட்ட நடந்துக்கிற விதத்துல தான் எல்லாம் இருக்கு.... புரியுதா...? பார்த்து பொறுப்பா நடந்துக்கோ...."

அப்பாவின் வார்த்தைகள் அவள் மனதில் அழுத்தமாகப் பதிந்தன.

'எந்தக் கசப்பும் இல்லாமல் கல்யாணம் நல்லபடியா நடந்தா போதும்.... அதுக்கப்புறம் அவங்ககிட்ட நல்ல பேரு வாங்க முடியும்ன்ற நம்பிக்கை எனக்கு இருக்கு....' சரயுவின் மனது இப்படி நினைக்க, அவள் பயந்த விதமாக எவ்வித சங்கடங்களும் இல்லாமல் திருமண ஏற்பாடுகள் கடகடவென நடந்தேறின.

"குருவாயூர்ல கல்யாணம் நடந்ததும் பொண்ணையும் மாப்பிள்ளை-யையும் நம்ம வீட்டுக்கு அழைச்சிட்டுப் போய் அங்க நாலு நாள் தங்க வச்சு நம்ம ஆளுங்களுக்கு ரிசப்ஷன் கொடுக்கலாம்னு நினைச்சேன். மாப்பிள்ளை அவரு பிரண்ட்ஸ்க்கு கோயம்புத்தூர்ல ஒன்னு வைக்க-ணும்னு ஆசைப்படுறாரு. வைசாக்ல அவங்க மனுசங்கன்னு பெருசா யாரும் இல்லையாமே..."

"அதனால மொத்தமா இங்கேயே ரிசப்ஷன் கொடுத்துடலாம்னு நினைக்குரேன். நம்ம ஆளுங்களும் உடுமலை, பொள்ளாச்சி, திருப்-பூர்னு இங்க வந்துட்டுப் போகச் சவுகரியமா இருக்கும். பூங்குன்னத்துல

இருந்து வேண்டப்பட்டவங்களை பஸ் வச்சு கூட்டிட்டு வந்தா போச்சு... என்ன சொல்றீங்க?" அப்பா சொல்லிய யோசனைக்கு மறுபேச்சில்லாமல் மித்ரன் ஒத்துக் கொள்ள....

"அருமையா செஞ்சுடலாம்... எனக்கு வேண்டிய மேரேஜ் காண்ட்-ராக்டர்சே இருக்காங்க... நம்ம வீட்டுக்குன்னா இன்னும் நல்லா செஞ்சு கொடுப்பாங்க... கோவைனா சென்ட்ரல் பிளேஸ் பாருங்க... நமக்கும் சவுகரியம்.... வந்து போறவங்களுக்கும் வசதி... " மூர்த்தியும் பத்மாவும் எல்லாத் திட்டமிடல்களிலும் கை கொடுத்து உதவினார்கள்.

"கல்யாண மாப்பிள்ளை நீ எங்க அலையுற...?" என்று உதவிக்கு வந்த மித்ரனையும் நிறுத்திவிட்டு விக்கியும் மூர்த்தியுமாக வேலைகளைப் பங்கிட்டு உதவியதில் அப்பாவும் அம்மாவும் நெகிழ்ந்து போனார்கள்.

மண்டபத்தில் இருந்து கிளம்பும்போது மூர்த்தி பத்மா தம்பதியை நிற்க வைத்து புடவை துணிமணிகளை வைத்துக் கொடுத்த அப்பா, "நீங்க மட்டும் இல்லேனா என்னால இன்னொரு ஊர்ல வந்து எடுத்துக்கட்டி இத்தனை சிறப்பா செஞ்சிருக்கவே முடியாது...." மிகக் கௌரவமாக மரி-யாதை செய்தார்.

"ஐயோ என்னண்ணா நீங்க...!? எங்களுக்குன்னு ஒரு பொண்ணு இருந்தா செய்ய மாட்டோமா... சரயுவும் கவியும் கூட எங்க பொண்-ணுங்களாட்டம் தான்..."

பத்மா உரிமையோடு கோபித்துக் கொள்ள, "இந்தாப்பா... எனக்கு ஒரு பையன் இல்லன்ற குறையே இல்லாம பார்த்துகிட்டே..." விக்கிக்கு வாங்கி வைத்திருந்த உடைகளை எடுத்துக் கொடுத்து அவன் தோள்-களை அப்பா அன்பாகத் தட்டிக் கொடுத்தார்.

ஒவ்வொருவரும் ஒவ்வொரு மனநிலையில் இருக்க, சரயுவுக்கு மட்-டும் ஏதோ இனிய சொப்பனத்தில் ஆழ்ந்து கிடப்பது போலிருந்தது. கண் மூடி கண் திறப்பதற்குள் மடமடவென வெண்ணை உண்ணும் கண்-ணனின் சந்நிதியில் திருமணம் நிகழ்ந்து, கோவையில் கிராண்டாக ரிசப்-ஷனும் நடந்தேறியிருக்க, இப்போது தம்பதி சமேதராய்...

'நிஜமாகவே எங்களுக்குத் திருமணம் ஆகி விட்டதா, என்ன?' பேருந்தில் அவன் அருகே அமர்ந்திருந்தவளின் விரல்கள் கழுத்தில் கிடக்கும் கருகமணியை அடிக்கடி நெருடி விட்டுக் கொண்டன.

ரிசப்ஷன் முடிந்த கையோடு பூங்குன்னத்தில் இரண்டு நாள் தங்கி பூனேவின் லோனாவாலாவுக்கு ஹனிமூன் சென்றவர்கள் அப்படியே ஹைதராபாத், செகந்தராபாத் எனச் சுற்றி விட்டு விஜயவாடாவில் இருந்த மித்ரனின் மாமா வீட்டில் விருந்துக்குத் தங்கி ஓய்வெடுத்து இப்போது வைசாக் சென்று கொண்டிருந்தார்கள்.

"எனக்குத் தான் கொஞ்சம் டென்ஷனா இருக்கு..." முதல்முறையாக அவன் வீட்டிற்குச் செல்வதால் சரயு சற்றுப் பதட்டமாக உணர்ந்தாள்.

"என்ன டென்ஷன் உனக்கு ...?" பேருந்தின் வேகத்தில் லேசாக அசந்திருந்த மித்ரன் விழி திறந்து கேட்டான்.

"இல்ல.... அம்மாவும் அப்பாவும் எப்படி? நம்ம கல்யாணத்துல கூட அமைதியா தான் இருந்தாங்க... கோவில்ல இருந்தே அப்படியே கிளம்பவும் செஞ்சுட்டாங்க...."

"எப்படின்னு கேட்டா என்னனு சொல்றது....?" அசதியாக விழிகளைத் தேய்த்து விட்டுக் கொண்டவன், "நீயே பார்த்து பழகி தெரிஞ்சுக்கிட்டா போச்சு... எப்படியும் நாம அங்க இருக்கப் போறது நாலு நாள் தானே..." சோம்பலாகச் சொல்லிவிட்டு மீண்டும் தூக்கத்திற்குள் நழுவ....

சரயு அவன் தோள்களில் இருந்து நழுவி கீழே விழுந்தாள். தானும் தூங்கிப் போயிருந்த மித்ரன் விலுக்கென விழித்து அவள் தலை முன் இருக்கையில் மோதாமல் பிடித்து நிறுத்தினான்.

அவர்களுடைய வேன் கேங்டாக்கில் நுழைந்து பலவண்ண கொடிகள் கட்டிய சிறிய ஹோட்டலின் முன் நின்றிருந்தது.

"நேரா ரூம்க்கே வர சொல்லிட்டோம், மித்ராண்ணா... நீங்க தூங்கிட்டிங்க.... ஜக்குவும் இன்னிக்கு ரெஸ்ட் எடுத்த மாதிரி இருக்கட்டும்... எங்கயும் போக வேணாம்..." விக்கி சொல்ல, மித்ரன் தன் விழிகளைத் தேய்த்து விட்டுக் கொண்டான்.

பாலா பின்னால் இருந்த லக்கேஜ்களை இறக்கிக் கொண்டிருந்தான். மற்றவர்களும் இறங்கி ஒவ்வொன்றாக எடுத்து வைத்துக் கொண்டிருந்தார்கள்.

"ஆரு.... ஹோட்டல் வந்துடுச்சு... இறங்கலாமா?" அவளைத் தட்டி எழுப்பியவன், தானும் இறங்கி அவளைக் கை கொடுத்து இறக்கி விட்டான்.

"நாங்க மட்டும் ரூம்ல இருக்கோம்... நீங்க ஏதாவது ரிப்ரெஷ் பண்-
ணிட்டு சைட் சீயிங் கிளம்புங்க... வந்த இடத்துல வெட்டியா ரூம்குள்ள
உட்கார்ந்து என்ன பண்ண போறீங்க...?" வந்த பயணத்தின் களைப்புக்-
குத் தோதாக எல்லோரும் ஸ்நாக்ஸ், டி என அருந்த, மித்ரன் அப்படியே
சுருண்டு கொள்ள இருந்தவர்களை விரட்டி ட்ரைவரிடமும் சொல்லி
விட்டு வந்தான்.

"பேசாம படுத்து தூங்குடா அம்மு... நாங்க போய்ட்டுச் சீக்கிரம்
வந்துடுறோம்" மனதே இல்லாமல் தங்கையின் கன்னத்தைத் தட்டிக்
கொடுத்துவிட்டுக் கவி கிளம்ப, அறையின் சாவியை வாங்கி வந்த மித்-
ரன் சரயுவை எழுப்பி உள்ளே அழைத்துச் சென்றான்.

பொருட்களை வைத்து விட்டு விடுதியின் பணியாளர் வெளியேறியது
தான் தாமதம்! கதவை காலாலேயே உதைத்துச் சாற்றியவன் வேகமாகத்
திரும்பி இவளை ஒரே இழுப்பில் இழுத்து அணைத்துக் கொள்ள,
அவனுடைய முரட்டுத்தனம் அவள் எதிர்பார்க்காததாக இருந்தது.

சுண்டி அவன் பிடியில் விழுந்தவள், "விடுங்க... விடுங்க..." தன்
கை முஷ்டியால் அவனுடைய நெஞ்சில் குத்தித் தூர தள்ள முயன்றாள்
சரயு.

"இதென்ன வேலை.... சை... மூச்சு முட்டுது எனக்கு..."

"எத்தனை சண்டை போடுறதா இருந்தாலும் இங்கே இருந்தே
சண்டை போடு ஆரு... தனியா இருந்து இருந்து ரொம்பக் களைச்சு
போயிட்டேன்டி..."

நைந்து வந்த அவனது குரல் என்னவோ செய்ய, அதற்குமேல்
அவளால் கோபத்தைப் பிடித்து வைக்க முடியவில்லை. வீம்பாக இறுக்-
கம் கொண்டிருந்தவளின் முகம் அவளையும் அறியாமல் அவன் நெஞ்-
சில் சாய்ந்து அடைக்கலமானது.

9

சரயு மேல்மூச்சு கீழ்மூச்சு வாங்க படிகளில் வேக வேகமாக ஏறிக் கொண்டிருந்தாள். எதிர்காற்று கீழே தள்ளி விடுவதைப் போல ஆவேச-மாகச் சுழன்றடிக்க, நாலாபக்கமும் பறந்த சேலையைச் சேர்த்துப் பிடித்து முந்தியை இழுத்துச் சொருகியவள், தன் விரைவு குறையாமல் படிகளில் ஏறியபடியே கீழே பார்த்தாள்.

பல நூறு அடிகளுக்குக் கீழே சுற்றிலும் மனித நடமாட்டமே இல்லாத கிடுகிடு பள்ளம் 'வா.. வா' என்று தன்னை அழைப்பது போல...

அவளுக்குத் தலை சுற்றியது.

"எல்லாரும் எங்க தான் போயிட்டாங்க...?" ஒரு கட்டத்தில் படிக-ளுக்குக் கைப்பிடி இல்லாமல் அனாதரவாக நிற்க, 'ஏறு, ஏறு' என்கிற மனக்குரல் நிற்கவிடாமல் அவளை உந்தித் தள்ளியது.

'இதோ, பேச்சுச் சத்தம் கேட்குது, இங்க யாரோ இருக்காங்க...'

ஏறும் வேகத்தில் இரும்பு படிகள் அந்தரத்தில் நிற்பதை கடைசி நிமி-டத்தில் உணர்ந்தவள் தடுக்க முடியாமல் அடுத்தடுத்த அடிகளை வேக வேகமாக எடுத்து வைக்க......

'அம்ம்ம்ம்மா....' ஓவென்று அலறியபடி.....

அவள் கீழே....

வெகு கீழே.....

'ஆ'வென வாய் திறந்து தன்னைக் கூப்பிடும் பள்ளத்தை நோக்கி.....

"அம்ம்மா....." கத்திக் கொண்டே விழுந்த சரயு பலத்த மூச்சுகளு-டன் கண்களைத் திறந்தாள்.

நெற்றியில் வியர்வை அரும்பியிருக்க, நிஜமாகவே அந்தரத்தில் இருந்து வீழ்ந்த உணர்வில் கால்கள் துவண்டிருந்தன. வாயிலிருந்து

கொஞ்சமும் எழும்பாத சத்தம் நெஞ்சுக்கூட்டின் வேகத்தை அதிகரித்தி-ருக்க, வினோதமான பய உணர்வில் கனக்கும் இதயம்....

'ப்ச்... நேத்தைய ஷாக்.....' ஏஸியின் மெல்லிய குளிரும், தான் இருக்கும் இடமும் மெல்ல புத்திக்குப் புரிய, புறங்கையால் முகத்தைத் துடைத்தபடி எழ முயன்றாள்.

இடுப்பில் கனமாய் விழுந்திருந்த கையும், போர்வைக்குள் நெருக்க-மாய் இருந்த அவன் உடலும் நகர விடாமல் செய்ய, அவள் சலிப்புடன் மித்ரனின் கையை விலக்கி விட்டபடி எழுந்தாள்.

'உடம்பு ஒட்டி கிடந்தா மட்டும் போதுமா...!!?? மனசு...??'

சரயு எழுந்து குளியலறைக்குள் சென்று வெளியே வந்தபோது மித்-ரன் கட்டிலில் சாய்ந்து அமர்ந்தபடி அலைபேசியைப் பார்த்துக் கொண்-டிருந்தான்.

"குட் மார்னிங் ஆரு... குளிச்சே முடிச்சிட்டியா...?" மலர்ச்சியாய் வந்த அவன் அழைப்புக்குத் திரும்பிய சரயு தவிர்க்க முடியாமல் மெலி-தாகச் சிரித்தாள்.

"ஹீட்டர் போட்டு தான் இருக்கு... நீங்களும் குளிச்சிட்டே வந்து-டுங்க..."

"போலாம் இரு... அதுக்குள்ள என்ன அவசரம்...?" என்றவன், "ஆரு... இங்க வாயேன்..." கைகளை விரித்தான். அவன் கண்களில் கொள்ளை கொள்ளையாய் வழிந்த பிரியத்தைக் கண்டும் காணாமல் தலையில் சுற்றியிருந்த துண்டை உருவி ட்ரெஸ்ஸிங் டேபிள் மேல் போட்டாள்.

"ஏய்... ஆரு... காதுல விழலியா.... இப்படி வா...."

"என்ன விஷயம்...? இப்படியே சொல்லுங்க...." அவன் கண்கள் சுருங்கிப் போவதைக் கண்டுகொள்ளாமல் கூந்தலை விரித்து உதறினாள். நேற்று தூங்குகிற வரைக்கும் வெளிப்படாத எரிச்சல் இப்போது சுறுசுறு-வென உள்ளே கிளர்ந்து எழுந்தது.

அவள் காட்டும் அலட்சியம் புரியாமல் இருக்க அவன் என்ன நிலாவா? "இங்க பக்கத்துல வந்து உட்காரேன்... முக்கியமா பேச-ணும்..." என்றான் கொஞ்சமும் காட்டிக் கொள்ளாத குரலில் .

"என்ன முக்கியமா இருந்தாலும் இங்க இருந்தே காது கேட்கும். நீங்க சொல்லுங்க..." புன்னகையுடனே அவள் கத்திகளை வீச ஆயுத்-

தமானாள்.

"ம்ம்..." பெருமூச்சுடன் அவளைப் பார்த்த மித்ரன், "எப்ப நம்ம வீட்டுக்குப் போகலாம், ஆரு..?" கட்டிலில் இருந்து எழுந்து இவளருகில் வந்தான்.

"உங்க வீட்டுக்கு தானே நீங்க எப்போ நினைச்சாலும் போகலாம்..."

"நான் நம்மன்னு சொன்னேன், கவனிக்கலையா...?"

"இதைக் கேட்கத் தான் இவ்வளவு தூரம் வந்தீங்களா? போன்லயே கேட்டிருக்கலாமே... வேலையை எல்லாம் கெடுத்துக்கிட்டு... என்ன நீங்க...?" குனிந்தபடி காதோரம் துடைத்துக் கொண்டிருந்தவளின் தோளைப் பற்றி மித்ரன் நிமிர்த்தினான்.

"என்ன நீ...? நக்கல் பண்றியா....?" அவள் அவனுடைய கண்க-ளைக் கூர்ந்து பார்த்தாள். மெல்லிய மூக்கு சிவந்து நுனிகளில் விரிந்தது.

"சரியா போச்சு... அக்கறைல சொன்னா நக்கல் பண்றதா அர்த்-தமா? அது சரி... நீங்க பாட்டுக்கு போட்டது போட்டபடி இப்படி ஓடி வந்தா உங்க ஃபண்ட் மேனேஜ்மென்ட் எல்லாம் என்ன ஆறது....? ஒவ்வொருத்தனும் லட்சக்கணக்கில இன்வெஸ்ட் பண்ணி வச்சிருக்கான் உங்களை நம்பி. நீங்க என்னடான்னா இப்படிப் பொறுப்பில்லாம ஊர் சுத்த வந்திருக்கீங்க....!?"

"எனஃப் ஆரு.... போதும்.... உன் ஓவர் ஆக்டிங்கை நிறுத்து... என் கேள்விக்கு மட்டும் பதில் சொல்லு..."

"ஏன், உங்க ஆர்டர்லி யாராவது லீவுல போறாங்களா, சமைச்சு போட ஆள் வேணுமா, என்னை கூப்பிடுறீங்க....?"

மித்ரன் வெறுத்துப் போனான். "நீ ரொம்பவே மாறிட்ட...." என்றான் வெறுமையான குரலில்.

"எல்லாரும் மாறும் போது நானும் மாறித்தான் ஆகணும்... மாற்றம் ஒன்றே மாறாதது... சேஞ்ச் ஈஸ் இன்எவிடபிள், யூ க்னோ...." அவனைப் பார்த்துக் கேலியாகச் சொன்னவள், "மாறாம இருந்ததால தான் இன்-னைக்கு இப்படி இருக்கேன், மாறி இருந்தா என் சுகம், என் குடும்பம், என் சந்தோஷம்னு எல்லோர் மாதிரியும் நிம்மதியா இருந்திருப்பேன்..." அவனை விட்டு விலகி கண்ணாடி முன்னால் நின்றவள், சத்தமாக முணுமுணுத்தாள்.

மித்ரனுக்கு அதற்கு மேல் என்ன பேசுவது என்று தெரியவில்லை. அடிப்பட்டுப் போனவனாக நின்றான்.

"என்னைக் கொஞ்சம் பாரேன்... ப்ளீஸ்... பழைசை திருப்பித் திருப்பிப் பேசி என்ன ஆகப் போகுது...?"

வெளியே கதவு சுண்டப்படும் ஒலி கேட்க, அவனிடமிருந்து தன் கரத்தை உருவி கொண்ட சரயு, ஈரக் கூந்தலை ஒதுக்கிக் கொண்டே கதவைத் திறந்தாள்.

"என்ன மலையாள மோகினி, காலங்கார்த்தாலே தலையை விரிச்சு போட்டு இப்படி நின்னா பயமா இருக்குல்ல..." விக்கி காபி பிளாஸ்கை இவளிடம் நீட்டினான்.

"என்ன முறைக்குற...? சீக்கிரம் கோட்டிங்கை முடிச்சிட்டு வெளில வா... எங்க உன் வீட்டுக்கார்....? குளிக்கிறாரா...?"

சரயு பின்னால் திரும்பிப் பார்த்தாள். மித்ரன் குளியலறைக்குள் மறைந்திருக்க, "ம்ம்..." என்றாள்.

"அண்ணாத்தையையும் சட்டுபுட்டுன்னு ரெடியாகி வர சொல்லு.... எல்லோரும் உங்களுக்காகத் தான் வெயிட்டிங்"

"எல்லாரும் ரெடியா என்ன...?"

"பின்ன... எல்லோரும் உன்னை மாதிரி தூங்கு மூஞ்சியாவா இருப்-பாங்க...? நிலா கூட ரெடியாகி வெளில விளையாடிட்டு இருக்கா...."

"அச்சச்சோ... சரி, நீ போ.... நாங்க வந்துடுறோம்" சரயு அவச-ரமாக முடியை ஒதுக்கி நடுவில் சிறு கிளிப் கொண்டு அடக்கினாள். அணிந்திருந்த ஜீன்சில் பெல்டை நுழைத்து அடர் மஞ்சள் நிறத்தில் ஆங்காங்கே சூரிய காந்தி பூக்களை தாங்கி நின்ற குர்தாவின் மேல் மேக வர்ண கார்டிகனை அணிந்தபோது மித்ரன் இடுப்பில் சுற்றிய துண்டுடன் வெளியே வந்தான்.

"சீக்கிரம் ரெடியாகுங்க... எல்லோரும் வந்துட்டாங்களாம்... நாம தான் லேட் போல..."

"வந்துட்டேன்..... அந்தப் பெட்டியை கொஞ்சம் திறந்து கொடேன்" அவன் ஈரத் தலையைத் துவட்டிக் கொண்டே சொன்னான்.

"நீங்களே திறந்துக்கோங்களேன்... நம்பர் லாக்கா இருக்கு..."

"என்ன நம்பர்னு உனக்குத் தெரியாதா?"

அவன் கண்ணாடி வழியே முறைக்க, வேண்டாவெறுப்பாகப் பெட்-டியை இழுத்து மெத்தை மேல் அமர்ந்தாள். அவள் விரல்கள் மனதில் பதிந்திருந்த எண்களை இயல்பு போல நிரடித் திறந்தன.

"திறந்துட்டேன்..." வேலை முடிந்தது என்பது போல எழுந்தவள் அறையில் அங்கங்கு சிதறிக் கிடந்த பொருட்களை எடுத்து வைக்க, அவன் ஆயாசமாகப் பார்த்தான். அதற்கு மேல் எதுவும் பேசாமல் மேலாகத் தெரிந்த டி-ஷர்ட்டை உருவி அணிந்தவன், மடமடவெனத் தயாராகிப் பெட்டியை மூட...

"காபி இருக்கு...." அவள் அவனுக்கான காகித கோப்பையைக் காட்டிவிட்டு தன்னுடையதை எடுத்துக் கொண்டு வெளியே நடந்தாள். எத்தனை தழைந்து போனாலும் அவள் விடைத்துக் கொண்டே செல்வது குழந்தையின் ஊடலாகத் தெரிய, மித்ரன் சிரித்தான்.

"கதவை பூட்டணும், மேடம் அந்த கப்பை கொஞ்சம் எடுத்துட்டு வந்தீங்கன்னா நல்லா இருக்கும்...." என்றான் கிண்டலாக.

"நான் பூட்டிக்கிறேன்..." தான் சொல்லும் எதையும் செய்யக்கூடாது எனச் சபதம் எடுத்தவள் போல அவள் நடந்து கொள்ள, அவன் தன் கோப்பையை எடுத்துக் கொண்டு வெளியே வந்து காரிடாரில் நின்றான்.

ஹேன்ட்பாக்கும், சின்ன கிட்பேகும் ஒருகையில், காபி மறுகையில் எனக் கதகளி ஆடியவளை பார்த்துக் கொண்டே தன் பானத்தை உறுஞ்சினான்.

"என்ன பார்த்துட்டே இருக்கீங்க? வந்து ஹெல்ப் பண்றதுக்கு என்ன?" சிணுங்கலான அழைப்பு வரும் என அவன் எதிர்பார்க்க, அவளோ எல்லாவற்றையும் இடுக்கிக்கொண்டு வேலையை முடித்துவிட்டு அவனைக் கண்டுகொள்ளாமல் நடக்க ஆரம்பித்தாள்.

வரவேற்பு அறையில் மாமியும், அவரது கணவரும் அமர்ந்திருந்தார்-கள். "எல்லாரும் ரெடின்னு சொன்னானேன்னு அவதி அவதியா ஓடி வந்தா இங்க ஒருத்தரையும் காணோம்... நீயாவது வந்தியே... வா..." சரயுவைக் கண்டதும் அவர் சொல்ல, "அந்த ராஸ்கல் எல்லாருகிட்டயும் ஒரே டயலாக்கை சொல்லிட்டுத் திரியுறான் போல..." சரயு மித்ரனைத் திரும்பிப் பார்த்தாள்.

ஊடல் மறந்தவளாய் விழிகள் மினுங்க அவள் சிரித்த விதத்தில் பழைய ஆரு கண் முன் நிற்பது போலிருந்தது மித்ரனுக்கு. அவன்

அதற்கே பூரித்துப் போனான்.

"வந்துருவாங்க மாமி... இருங்க... அக்கா ரூமுக்குப் போய்ப் பார்க்-குறேன்...." சொல்லிக்கொண்டே அவள் இரண்டடி எடுத்து வைக்க, காரிடாரில் நிலா சிவப்பு ஸ்வட்டரில் ஓடி வந்தாள். கம்பளிப்பூக்களில் பொதிந்த நிலவாய் அவள் ஓடி வர, பின்னாலேயே மங்கி குல்லா, கிளவுஸ் உடுப்புகளுடன் தருண் பின்னாலேயே துரத்திக் கொண்டு வந்தான்.

"நான் தான் முதல்ல டச் பண்ணினேன்.... நான் தான் வின்னர்..." தருண் சித்தியைக் கட்டிக் கொண்டு குதித்தான். நிலாவிற்கு வார்த்தை-கள் வரவில்லை என்றாலும் அதுவும் 'கொழா மொழா' என்று கத்திக் கொண்டே தானும் குதித்துச் சண்டையிட்டது.

"இரண்டு பேருமே வின்னர்ஸ் தான்..." பஞ்சுப்பொதியாய் கனத்த குழந்தையை அள்ளியவள், தருணை தன்னுடன் சேர்த்து அணைத்துக் கொண்டாள்.

"சித்தி...." தன் உடையைப் பற்றி இழுத்தவனிடம் குனிந்து "என்-னடா?" என்றாள்.

"ஆர் யூ ஓகே நவ்...?" மெல்ல காதருகே அவன் கேட்க, நேற்று நிகழ்ந்த களேபரத்தில் குழந்தை பயந்து போயிருக்கிறான் என்று புரிந்தது. "எனக்கென்னடி செல்லம். நான் சூப்பரா இருக்கேனே... இங்க பாரு..." அவனை இன்னொரு கையால் தூக்கி ஒருமுறை தட்டாமாலை சுற்றிக் காட்டினாள்.

"நேத்து நைட் சைட் சீயிங் முடிச்சிட்டு வரும்போதே நான் தூங்கிட்-டனா... அதுதான் கேட்டேன்.."

"சித்தியும் தாண்டி நல்லா தூங்கிட்டேன்... அது தான் பட்டுவை பார்த்து குட் நைட் சொல்ல முடியல..." சிறுபிள்ளையின் பிரியத்தில் மனசு நெகிழ்ந்தது. அவன் கன்னம் கிள்ளி தன் உதடுகளில் பொருத்திக் கொஞ்சிக் கொண்டாள்.

"தருண், எதுக்கு அவளைப் பிடிச்சு தொங்குற... கீழ இறங்கு..." மகனை அதட்டிக் கொண்டே வந்த கவி, "நைட்டு ஒழுங்கா தூங்கினி-யாடி...?" என்றாள் சரயுவின் முகத்தை ஆழ்ந்து பார்த்தபடி.

கேட்ட பிறகுதான் லூசுத்தனமாகக் கேட்டு விட்டோமே என்று தோன்றியது. அசடு வழிந்தபடி அவள் கேள்வியைப் பாதியில் நிறுத்த, "நல்ல தூக்கம்கா.. படுத்தது தான் தெரியும்..." என்றாள் சரயு சலனமே

இல்லாமல்.

"வண்டி வந்துடுச்சு.... கைஸ்... கெட்டப்... கெட்டப்... ஹரியப்... ஹரியப்..." வெளியே இருந்து வந்த விக்கி கைதட்டியபடியே குரல் கொடுத்தான். "இவன் என்னடா இந்த சீன் போடுறான்...!?" பாலா அவன் தலையில் தட்டிவிட்டு முன்னால் நடக்க, அனைவரும் சிரித்துக் கொண்டே பின்தொடர்ந்தார்கள்.

மாமியும், அவர் கணவரும் முதலில் ஏற, கவியை ஒட்டி ஏறிய சரயு பாலாவை முந்திக்கொண்டு பட்டென்று அவளருகே அமர்ந்து விட, கவியைப் பார்த்து தலையை இடம் வலமாக ஆட்டிய பாலா நடு இருக்-கையில் அமர்ந்தான்.

இதைப் பார்த்துக் கொண்டே வெளியே ஜன்னலருகே நின்றிருந்த மித்ரனின் முகம் கறுத்துப் போனது. பாலாவும் கவியும் தன்னைப் பாரா-மல் பார்ப்பது வேறு அவமானமாக இருக்க, அவன் முன் கதவைத் தட்-டினான்.

"டேய்... நீ இறங்கி பின்னாடி போ.... நான் இங்க உட்காருறேன்..." முன்னிருக்கையில் அமர்ந்திருந்த விக்கியை அவன் விரட்ட, திரும்பிப் பின்னால் பார்த்த விக்கி, "அது சரி, வேதாளம் திரும்பியும் முருங்கை மரம் ஏறிடுச்சா...?" அலுத்துக்கொண்டே இறங்கி பாலா அருகே வந்த-மர்ந்தான்.

"உனக்கென்ன உன் உடன்பிறப்பை ஒட்டிக்கிட்டே இருக்கணுமா? அப்படியே பச்சை பாப்பா பாரு..."

"நீ பேசாம போ..." விக்கியை முறைத்த சரயு முகத்தைத் திருப்பிக் கொள்ள, "நீ பண்றது கொஞ்சம் கூட நல்லா இல்லடி... உன்னையெல்-லாம் கொண்டு போய் மியுசியத்துல தான் வைக்கணும்..." கவி எரிச்ச-லாகச் சொன்னாள்.

"ஏன்... நான் என்ன பண்ணினேன்..?" வீராப்பாகப் பேசினாலும் குரல் எழும்பவே இல்லை அவளுக்கு.

"என்ன நொண்ண பண்ணினேன்...? லைஃப்னா முன்ன பின்ன தான் இருக்கும். நாம தான் அட்ஜஸ்ட் பண்ணிப் போகணும். பிடிச்சதே ஆச்சுனு இப்படித் தொங்கக்கூடாது..."

"ஏன், நான் மட்டும் என்ன ரப்பர் பொம்மையா? உயிரும் உணர்வும் உள்ள மனுசி தான் நானும்... வளைஞ்சு வளைஞ்சு தான் போனேன்,

கடைசில என்ன கிடைச்சுது எனக்கு...? அவமானமும், சீத்த பேரும் தான் மிச்சம்"

"அதுக்குன்னு காலம் முழுக்க இப்படியே ஓடி பிடிச்சு விளையாட-லாம்னு நினைச்சியா...?" கவி கொஞ்சமும் இளக்கமின்றிக் காரமாகப் பார்த்தாள்.

"சுத்தமா பிடிக்கலை, இனி ஓட்டாது'ன்னு நினைக்குறியா... சந்தோ-ஷம்... மொத்தமா வெளியில வந்துடு.... இல்ல உள்ள போயி ரெண்டுல ஒன்னு பாரு... அதுவில்லாம இதுவில்லாம இது என்ன எஸ்கேபிசம்... விலகி விலகி போறதால யாருக்கு என்ன லாபம்...? எவ்வளவு நாள் தான் இப்படியே இருக்கப் போற.......?" கவியின் அழுத்தமான கேள்-விகளில் சரயு அயர்ந்து அமர்ந்திருந்தாள்.

"எப்ப லீவு முடியுது உனக்கு?" பாலா திரும்பி சரயுவிடம் கேட்க, அவள் மெல்லிய குரலில் விவரம் சொன்னாள்.

"மூணாம் மனுசங்க நாங்க தலையிடுறது சரியில்ல... இருந்தாலும் மனசு கேட்காம சொல்றேன். இது உன் வாழ்க்கை சரயு... இட்ஸ் யுவர் பேட்டில் (battle), நீதான் சண்டை போடணும்.... போராடணும்... ஜெயிக்கணும்... இதுக்கும் மேல என்ன சொல்றதுன்னு எனக்குத் தெரியல... பார்த்துக்கோ..." என்றவன் அத்துடன் நிறுத்த முடியாமல் லேசான கடினத்துடன் அவளைப் பார்த்தான்.

"உன் புருஷன் செஞ்சது தப்பாவே இருக்கட்டும். அதுக்காக இப்படி அடுத்தவங்க முன்னாடி... எனக்கு அவன் முகத்தைக் கண்கொண்டு பார்க்க முடியல..."

"நேத்து டாக்டரை போன்ல பிடிச்சு 'ஒன்னும் பிரச்சனை இல்ல... பயப்பட வேணாம்...'னு அவங்க சொல்றவரைக்கும் அவன் தவிச்ச தவிப்பு எனக்குத் தெரியும். இல்லேன்னா நைட்டோடு நைட்டா நாங்க இரண்டு பேரும் கிளம்புறோம்னு பிடிவாதமா நின்னவன் அவன் ..."

பாலா சொல்லச் சொல்ல, சரயுவின் முகம் கன்றிப் போனது.

இரண்டுபேரும் சேர்ந்து ஒரே நேரத்தில் கார்னர் செய்கிற மாதிரி உள்ளதே என நினைத்த கவி, "சரி... சரி.... விடுங்க..." பாலாவின் கரத்தின் மேல் கை வைத்து அழுத்தினாள்.

"என்னமோ நீ வேற, அவன் வேறன்னு என்னால நினைக்க முடியல... எங்க கண்ணுக்கு நீங்க இரண்டு பேரும் ஒன்னா தான் தெரி-

யுது... அதுக்கப்புறம் உங்க இஷ்டம்..." இதுநாள் வரை எந்த வாதி பிரதிவாதங்களிலும் தலையிட்டிராத பாலா இன்று இவ்வளவு பேசியது கவிக்கே ஆச்சரியம் என்றால் சரயுவுக்கு விழிகள் கரைகட்டி நின்றன.

"ஹேய்... அங்க பாரு... எவ்வளவு அழகா இருக்குன்னு.... ஐயோ.... எத்தனை இருக்கு பாரேன்..." சரிந்த மலை குன்றுகளில் யாக் எருமைகள் கும்பல் கும்பலாக மேய்ந்தபடி அசைபோடும் காட்சியைக் குழந்தைகளிடம் காண்பித்துக் கவி திசை திருப்ப, சரயுவும் தன்னைச் சமாளித்துக் கொண்டு தருணுக்கு வேடிக்கை காண்பிக்க ஆரம்பித்தாள்.

பிள்ளைகளுடன் சிரித்துச் சிரித்து விளையாடியபடி சகஜமாகக் காட்-டிக்கொண்டாலும் இடையிடையே விழிகளைச் சுண்டியவண்ணம் பயணம் நெடுக தனக்குள் ஆழ்ந்து போகும் அமைதியும், சிந்தனையுமாக அவள் இருப்பதைக் கவியும் கவனித்துக் கொண்டு தான் இருந்தாள்.

'போலித் துள்ளலும், வருவித்த பாவனையுமாக இன்னும் எத்தனை நாட்களுக்கு நடித்துக் கொண்டிருப்பாள் இவள்...!?' கூடப் பிறந்தவளை நன்கு அறிந்தவள் என்ற முறையில் கவலையாக இருந்தது.

ரத்தப் பசையின்றிச் சோகை கண்டது போல வெளுத்திருந்த கண்-கள், நிறம் மங்கிய சருமம், செழுமையிழந்து ஒட்டிப்போன கன்னங்கள், அவ்வப்போது மனதின் புழுக்கத்தை அடையாளம் காட்டிச் செல்லும் வெறித்த பார்வைகள்...

மொத்தத்தில் சோபையற்று தூசு படிந்த ஓவியமாக அமர்ந்திருந்தவ-ளைப் பார்க்கப் பார்க்க, கவியின் நெஞ்சு வெந்து தணிந்தது.

'எத்தனை சிரிப்பும் சந்தோஷமுமா இருந்தவ... கல்யாணம்னு ஒன்னை பண்ணி.... 'நல்லதோர் வீணை செய்தே அதை நலம் கெட புழுதியில் எறிவதுண்டோ...'னு சரியா தான் சொல்லி வச்சிருக்-காங்க..." பெருமூச்சு மேலிட, கவி தனக்குள் மாய்ந்து போனாள்.

10

காதில் இடுக்கிக் கொண்ட அலைபேசியுடன் வெங்காயத்தை அரிந்த சரயு, கையோடு வாணலியை அடுப்பில் ஏற்றி எண்ணெய் விட்டு கடுகு சீரகத்தைத் தாளித்துக் கொண்டே பேசினாள்.

"இதோ கிளம்பிட்டே இருக்கோம்கா. காலைல நாலரைக்கு ப்ளைட்... எட்டுக்கு வீட்டுக்குப் போயிடுவோம்... அப்பாவையும் அம்மாவையும் வர சொன்னா கடையை அடைச்சுட்டு வர முடியாதுன்னு சொல்றாங்க... நீ கூட வரலாம்... எங்க...? ப்ளைட்ல சீட் இல்ல, ட்ரைன்ல டிக்கெட் கிடைக்கலன்னு சாக்கு சொல்ல வசதியா டெல்லில போய் உக்காந்திட்டு இருக்க... பக்கத்துல இருந்து இருந்தா வந்திருக்கலாம்..."

"ஆமாம்டி... உனக்குத் தும்மல் வந்தா கூட ஊரே ஓடி வந்து தலையைத் தடவி கொடுக்கணும்னு சொல்லுவியே... எல்லாத்துக்கும் இங்க இருந்து வர முடியுமா?" அந்தப் பக்கம் இருந்து செல்லமாகத் திட்டினாள் கவி.

"நாங்க வரலேன்னா என்ன...? கல்யாணம் ஆகி முதல் முதல்ல மாமியார் வீட்டு விஷேசத்துக்குன்னு போற.... ஜாலியா என்ஜாய் பண்ணிட்டு வா... ட்ரெஸ் எல்லாம் எடுத்து வச்சிட்டியா...?"

"ம்ம்... ஆச்சு... நீ வாங்கிக் கொடுத்தியே கிரேப் சில்க். அதைத் தான் எடுத்து வச்சிருக்கேன் ஃபங்ஷன் அன்னிக்கு கட்ட.... அவருக்குத் தான் இன்னும் பேக் பண்ணல..... அதே கிரீன் சேட்ல இருக்கான்னு பார்க்கணும், இல்லன்னா இதுக்கு மேல எங்க போய் வாங்குறது? பெங்குல இருந்து இன்னிக்கு வந்ததே லேட்."

"பாருடா... ஐயாவோட வாட்ரோப் செலக்ஷன் எல்லாம் இப்ப மேடம் கைலயா? ஒரே மேட்சிங் மேட்சிங் தான் போல...."

"போதும்கா.... சும்மா ஒட்டாதே...." கலகலவெனச் சிரித்த சரயு, நீள நீளமாய் நறுக்கி வைத்திருந்த குடமிளகாயை திட்டமாய்ச் சிவந்திருந்த வெங்காயம், தக்காளியுடன் சேர்த்து வதக்கி உப்பும், காஷ்மீர் சில்லியும், துளி கரம் மசாலாவும் தூவி மூடி வைத்தாள்.

"நைட் டிபனா...? தோ ஆச்சு.... ஊருக்கு போறோமேன்னு மாவு அரைக்கல... ஆளுக்கு இரண்டு சப்பாத்தி போட்டுக்கலாம்னு மாவு பிசைஞ்சு வச்சுட்டேன். உங்கிட்டே பேசிட்டே தொட்டுக்க ஆயிடுச்சு... இனி துணியெல்லாம் எடுத்து பேக் பண்ண வேண்டியது தான்..."

"இவ்ளோ பொறுப்பாயிடுச்சா எங்க வீட்டு குட்டிப்பொண்ணு...? பசிக்குது, ஏதாவது இருக்கான்னு காலேஜ்ல இருந்து வரும்போதே கண்-ணுல தண்ணி வச்சுட்டு வர்ற எங்க சரயு எங்கடி...?"

"க்கா... வேணாம்... இன்னிக்கான கோட்டா உனக்கு ஏற்கனவே முடிஞ்சாச்சு.... நான் வைக்கிறேன்...."

நகைத்துக் கொண்டே அழைப்பை வைத்து விட்டாலும் கொஞ்ச நேரத்திற்குத் தனக்குத் தானே காரணமற்ற சிரிப்பு வந்தது. இயற்கையான நிறத்தை விட இன்னும் சிவந்திருந்த முகம் அலமாரி கண்ணாடியில் பிரதிபலிக்க, என்னவோ இந்த இரண்டு மாதங்களில் வாழ்க்கையே மிக அழகானதாக மாறிப் போன உணர்வு!

பார்த்தவுடன் முதல் பார்வையிலேயே மனதில் சட்டென்று பதிந்து விட்ட காதல், அதை அவளுக்கும் மேலாக அழுத்தமாகப் பிரதிபலித்த மித்ரன்; மனதின் அடியாழத்தில் புதைந்திருந்த கனவு காதலாகப் பரி-மளித்தது தேவ சுகம் எனில் எந்தப் பெரிய போராட்டங்களோ சிரமங்-களோ இல்லாமல் அந்தக் காதல் கை கூடி திருமணத்தை வந்தடைந்தது நிச்சயம் அவள் வணங்கும் மீன்குளத்தி அம்மனின் ஆசிர்வாதம் தான் என்று நினைத்துக் கொண்டாள்.

தன் மேல் கொட்டுவதற்காகவே கூடை கூடையாகப் பிரியத்தை நிறைத்து வைத்திருக்கும் கணவன், அவனுடைய காதலும் மோகமும் அவளை மேகங்களுக்கு இடையே மிதக்க வைக்கிறது என்றால் மித்-ரனின் ஆளுமையும், அவன் வகிக்கும் பொறுப்பான பதவியும், கம்பீர-மும் ஒரு மனைவியாகப் பெருமிதமான நிறைவு தருவதாய்...!

சிமிழ் போன்ற அழகிய வீடும், பின்னால் இருந்த தோட்டமும் கூட அவனுடைய ரசனையைச் பறைசாற்றுகிற விதத்தில் கச்சிதமாய் அமைந்திருந்தன.

இவள் வந்த பின்னால் ஒரு பெண்ணின் தனித்த கவனத்தில் வீடும் தோட்டமும் பளிச்சென நிற்கின்றன என்றால் இவளும் கூடத் துடைத்து வைத்த பளிங்குச் சிற்பமாய் மெருகேறி நிற்பதன் ரகசியம் தான் என்ன....!?

கல்யாணம் முடியட்டும் என்று காத்திருந்த மாதிரி அதுவரை அவள் பாராட்டிய கண்ணிய இடைவெளியை மதித்து விலகி நின்றவன், கழுத்தில் தாலி ஏறியவுடன் ரொமாண்டிக் மன்னனாக அவதாரம் எடுத்திருக்க, மூன்றாம் மனிதரின் இடையூறின்றித் திகட்டத் திகட்ட வாழும் வாழ்வின் இன்ப லாகிரியில் ஒல்லிக் குச்சி உடம்புக்காரியாய் இருந்தவள் கன்னங்கள் பூத்து ஒரு சுற்று பெருத்திருந்தாள்.

அவள் கற்பனையில் கூடக் கண்டிராத வேகமும் ஆசையுமான மித்ரன் நொடிக்கு நூறு முறை அவள் முணுமுணுக்கும் 'மித்து'வாக மாறியிருக்க, பூரிப்பிலும் மகிழ்ச்சியிலும் நிறைந்து வழியும் இதயத்தை உணர்ந்தபடியே சப்பாத்தியை திரட்டி கல்லில் போட்டு எடுத்துக் கொண்டிருந்தவள், "நிஜமாவே நான் ரொம்ப அதிர்ஷ்டசாலி தான்..." வாய் விட்டுச் சொன்னாள்.

உடனேயே, "அச்சச்சோ... டச் வுட்... டச் வுட்..." என்றபடி மரக்குழவியை எடுத்து தன் தலையில் தானே தட்டிக் கொண்டாள்.

"என்னடி பண்ணிட்டுருக்க லூசு மாதிரி...? ஆறு மணி ஆச்சுனா போதுமே... மொக்கைசாமி பாட ஆரம்பிக்குற மாதிரி நீயும் தானா சிரிச்சு, தானா வெட்கப்பட்டு.... ஒரு மார்க்கமா தான் இருக்க???" பின்னால் வந்து நின்ற மித்ரனின் கரங்கள் அவளை இழுத்துப் பின்னிக்கொண்டன.

"ஹலோ.... நான் ஒரு மார்க்கமா இருக்கேனா? கோயம்புத்தூர் குசும்பு கூடித்தான் போச்சு உங்களுக்கு..." அவன் கைப்பிடியில் நெளிந்தபடியே திரும்பி முறைத்தாள்.

"எப்பயும் போலத் திருட்டுப் பூனை மாதிரி பின்னாடி வந்து நிக்காட்டா என்ன...? காலிங் பெல்லை அழுத்துங்கன்னு எத்தனை தடவை சொல்றது...?"

"கிச்சன்ல வேலை செய்யற பொண்டாட்டியை இப்படிச் சத்தம் போடாம பின்னால வந்து கட்டிக்கிறது எல்லாம் ஒரு கிக்... அதெல்லாம் சின்னப்புள்ள உனக்குப் புரியாது..." அவன் கன்னம் இவள் கன்னத்-தோடு இழைய,

"அது சரி... அப்ப இந்தச் சின்னப்புள்ளைக்கிட்ட உங்களுக்கு என்ன வேலை? சைல்ட் ஹராஸ்மென்ட்னு பிடிச்சு கொடுத்துடுவேன்..." அவனை நெட்டித் தள்ளி சுவரோரம் நகர்ந்தாள்.

"இந்த வேலையே வேணாம்... சீக்கிரம் ரெடியாகி வாங்க. சாப்டுட்டு ட்ரெஸ் எல்லாம் அடுக்கணும். மணி இப்பவே ஒன்பது. சீக்கிரம் தூரங்-குனா தான் காலைல எழுந்திருக்க முடியும்..."

"ஓ... ஊருக்கு போறோம் இல்ல...? நாளைக்கே ஏன் கிளம்பணும்? பங்ஷன் அன்னிக்கு காலைல போனா ஆகாதா....?" சலித்துக் கொண்-டபடி அவன் தன் முழுக்கை சட்டையின் கஃப் பட்டன்களைக் கழற்றி-னான்.

"யாருமே இல்லாம ஃபங்ஷன் எப்படிங்க பண்ணுவாங்க...? மூணு ஆம்பளை பசங்க இருந்தும் எடுத்துக்கட்டி செய்ய ஒருத்தரும் பக்கத்துல இல்லேன்னா கஷ்டமா இருக்காதா...?"

மித்ரனின் அண்ணன்கள் இருவரும் வெளிநாட்டில் இருந்தார்கள். பெரியவன் சிட்னியிலும், அடுத்தவன் டொராண்டோவிலும் இருக்க, இவர்களுடைய திருமணம் திடீரென முடிவானதில் இருவராலும் அந்தச் சமயம் வர இயலவில்லை. விடுமுறை இல்லை, டிக்கெட் கிடைக்காது என அவர்கள் வீடியோ காலிலேயே திருமணத்தில் பங்கேற்று முடித்து விட...

"உள்ளூர்ல இருக்கிறது நீங்க மட்டும் தான்... நாம கூட முன்னா-டியே போகலைனா எப்படி...?" இப்போது சரயு உரிமைக் குரல் எழுப்பிக் கொண்டிருந்தாள்.

அவளுடைய மாமனார் வேலையிலிருந்து இந்த மாதத்தோடு ஓய்வு பெறப் போகிறார். வைசாக்கில் உள்ள கரும்பு ஆலையில் சீனியர் மேனேஜராகப் பணிபுரிபவர் இந்த வார இறுதியில் பணி ஓய்வுபெற உள்-ளதால் அந்த ரிட்டயர்மென்ட் பார்ட்டிக்குத் தான் இருவரும் கிளம்பி கொண்டு இருந்தார்கள்.

மித்ரன் சோபாவில் அலட்சியமாக வீசியிருந்த லேப்டாப் பையை எடுத்தபடி அவள் படுக்கையறைக்குள் நுழைய, அவள் தோளில் கை வைத்து ரயில் பெட்டியாய்ப் பின்தொடர்ந்தவன், "அடிப்பாவி இதென்ன இத்தனை எடுத்து வச்சிருக்க...?" சரயு குவியலாய் எடுத்து வைத்திருந்-ததைப் பார்த்து சடன் பிரேக்கிட்டான்.

"பின்ன... அங்க இருக்கப்போற நாலு நாளைக்குத் தேவையானது வேண்டாமா...? இன்னர் எடுத்து வச்சியா, பனியன் எடுத்து வச்சியான்னு கேள்வியா கேட்டுட்டு இருப்பீங்க... போன தடவையே இது இல்ல, இது இல்லன்னு ஒரே அலம்பு..." என்றவள், சற்றே தயக்கமாய் "மித்து..." என்றாள்.

"நான் ஒன்னு சொன்னா தப்பா நினைக்க மாட்டிங்கல்ல..?"

"இவ்ளோ பில்ட் அப் கொடுக்குற அளவுக்கு அப்படி என்னங்க சொல்ல போறீங்க?" அவள் உச்சியில் நாடி பதித்து நின்றபடி அவன் கேட்க, "இல்ல... அவங்க முன்ன பின்ன பேசினா கூட நீங்க கலக-லன்னு இருக்கணும்... ஓகேவா...?" என்றபடி அவனைப் பார்த்தாள்.

தேனிலவு சமயம் வைசாக் சென்று தங்கிய நாட்களிலேயே சரயு கவனித்திருந்தாள், அம்மா, அப்பா, பையன் இடையே சகஜமான சுமுக பேச்சு வார்த்தைகள் இல்லை என்பதை.

"வந்தியா வா... சாப்ட்டியா... தூங்குனியா..." என்கிற மாதிரி கச்சி-தமாய்க் கோடு கிழித்த உரையாடல்கள்.

"நம்ம கல்யாணத்துல இவங்களுக்கு விருப்பமில்லையா.... ஏன் ஒருமாதிரி டல்லா இருக்காங்க...?" ஏற்கனவே திருமணத்திலும் கூட மாமனாரும் மாமியாரும் ஒதுங்கியிருந்தது போலத் தோன்ற, சரயு வெகு-வாகத் தவித்துப் போனாள்.

"அப்படியெல்லாம் ஒன்னும் இல்ல... அப்படியே இருந்தா தான் என்ன இப்ப...? கல்யாணம் தான் ஆயிடுச்சே..."

மித்ரன் அலட்சியமாகத் தோளைக் குலுக்க, "இதென்ன இப்படிப் பேசுறீங்க? அவங்களுக்குக் கோபம் இருந்தாலும் தப்பில்ல... நாம பார்த்த பொண்ணு இல்லன்னு அவங்களுக்கும் வருத்தம் இருக்கத்தானே செய்யும்... நீங்களே வலிய போய்க் கொஞ்சம் பேசினா என்ன? வெளில வந்து உட்கார்ந்து உங்க அம்மா நானா கிட்ட பேசுங்க..." இவள் கிடைத்த நேரமெல்லாம் அவனைக் கெஞ்சிக் கொண்டும், உந்திக்

கொண்டும் பாலம் கட்ட முயற்சித்தபடியே இருந்தாள்.

"என்ன சமைக்கறீங்கம்மா... நான் ஏதாவது ஹெல்ப் பண்ணட்-டுமா...?" இவள் சுகுமாரியை, மித்ரன் அம்மாவை நெருங்கும் போதெல்-லாம், "அதெல்லாம் ஒன்னும் வேணாம், செல்லி பார்த்துப்பா..." அவர் என்னவோ எண்ணி எண்ணிப் பேசுகிற மாதிரியான எண்ணம் தோன்றி-யது.

"பரவால்லம்மா... நானும் ஹெல்ப் பண்றேன்..." இவள் ஒதுங்கி உட்-காராமல் செல்லிக்கு உதவி செய்தபடி இருந்தாள். போன வாரம் வரை யாரென்றே தெரியாதவர்களை அம்மா, அப்பா என வாய்க்கு வாய் கூப்-பிடுவது அவளுக்கே வித்தியாசமாக, எதையோ புதிதாகப் பரீட்சித்துப் பார்க்கும் உணர்வைத் தந்தது உண்மை!

'பொண்ணுங்க தான் கழுத்துல தாலி ஏறுன நிமிஷம் எத்தனை விதத்துல அப்டேட் ஆக வேண்டியிருக்கு...!?'

குருவாயூரில் இவர்கள் தங்கியிருந்த அறைக்குப் புடவையையும் நகையையும் வைத்துக் கொடுக்க சுகுமாரி வந்தபோது, "உன் அத்தை கால்ல விழுந்து ஆசிர்வாதம் வாங்கிட்டுத் தட்டை வாங்கிக்கோம்மா" என்று பத்மா தங்கள் வீட்டு வழக்கப்படி சொல்ல, "என் மூத்த மரும-களுங்க ரெண்டு பேரும் என்னை அம்மான்னு தான் கூப்பிடுவாங்க..." அவர் பளிச்சென்று சொன்ன வேகத்தில் ஒரு நிமிடம் சூழ்நிலை கம்-மென்று அடங்கியது.

"அப்படிங்களா!!??" பத்மாவும், கவி மாமியாரும் அசடாகச் சிரித்துச் சமாளிக்க, தன் வருங்கால மாமியாரை நிமிர்ந்து பார்த்த சரயு, "நானும் உங்களை அப்படியே கூப்பிடுறேன்ம்மா..." தன் முழு மனதோடு சொன்-னாள்.

சுகுமாரி அப்படி வெளிப்படையாக திறந்து பேசியது கூட அவளுக்கு ஒருவகையில் பிடித்திருந்தது. தன்னை ஒதுக்காமல் வீட்டில் ஒருத்தியாக ஏற்றுக்கொண்ட உணர்வு!

ஆனாலும், அங்குப் போய்த் தங்கிய நேரம் மித்ரனுக்கும் அவர்க-ளுக்கும் இடையே பெரிய பேச்சு வார்த்தைகள் இல்லாத விதம் இப்-போது வரை உறுத்திக் கொண்டு தான் இருந்தது. "போன தடவை மாதிரி நீங்க ரூழுக்குள்ளேயே அடைஞ்சு உட்காராதீங்க... நீங்களா போய்ப் பேசினா தானே அவங்களுக்கு ஏதாவது கோபமா இருந்தாலும்

கூல் ஆவாங்க, புரியுதா...?"

"ஹையோ.... கீறல் விழுந்த ரிகார்டு மாதிரி அறுக்காதே ஆரு... நாங்க எப்பவும் இப்படித்தான்... நீ ஃப்ரீயா விடு"

இவன் எப்படி எதையும் எளிதாக எடுத்துக் கொள்கிறான், அவளுக்குப் புரியவில்லை.

"அப்பா இனி ப்ரீயா இருப்பாங்கல்ல... முழிக்காதீங்க... உங்க நாணாவை தான் சொல்றேன்... ரிடையர்டாயிட்டா நல்லா ரெஸ்ட் எடுக்கலாம்... அவதி அவதியா ஓட வேணாம்... நினைக்கும்போது எனக்கே ஒரே த்ரில்லா இருக்கு "

"ஃபங்ஷன்க்கு எத்தனை பேர் வருவாங்க மித்து.... சொந்தக்காரங்க யார் யார் வர்றாங்க...? கேட்டரிங் வெளிலதானே அரேஞ்ச் பண்ணி இருப்பாங்க...? உங்க ப்ரெண்ட்ஸ் எல்லாரும் வருவாங்களா? நீங்க யாரையும் இன்வைட் பண்ணல...!?" அவளுக்குக் கேட்கவும், பேசவும் கேள்விகள் இருந்து கொண்டே இருக்க....

"தெரியல... நாணா ஏதாவது பண்ணி இருப்பாரு... நான் யாரையும் தனியா கூப்பிடல.. எனக்கு அங்க க்ளோஸ் ஃப்ரெண்ட்ஸ்னு யாரு இருக்காங்க...?" என்றான் அவன் அசுவாரசியமாக.

"சே... ஆனாலும் உங்களுக்குக் கொஞ்சம் கூட எக்சைட்மென்டே இல்லப்பா..."

கொட்டாவியை அடக்கிக் கொண்டவன், தூக்கம் வழியும் கண்களுடன் அவளைப் பார்த்தான். "இதுல என்ன எக்சைட்மென்ட் இருக்கு...? வேலை செஞ்சாரு... வயசு ஆச்சு... போதும், இனி வீட்டுக்கு போங்கன்னு சொல்லி அனுப்புறாங்க... இன்னும் இருபது முப்பது வருஷம் கழிச்சு நீயும் நானும் கூட இப்படித்தான் வேலைல இருந்து வெளில வருவோம்..." அதற்கு மேல் முடியாமல் நெற்றியில் முழங்கையை மடித்து வைத்துக் கண்களை மூடிக் கொண்டான்.

"கொஞ்சம் கூட எமோஷனலே இல்லாத ஆளுய்யா நீங்க... சரியான தூங்கு மூஞ்சி வேற..." பேசப் பேசத் தூங்கி வழிபவனை அவளுக்கு உலுக்கி எழுப்ப வேண்டும் போல இருந்தது. ஊருக்குப் போகும் உற்சாக மிகுதியில் அக்காவை அழைத்துப் பேசலாமா என்று நினைத்தவள், தருண் உறங்கிக் கொண்டிருப்பான் என்று அந்த யோசனையைக் கைவிட்டாள்.

இல்லாவிட்டாலும் இவனுடைய உடும்புப் பிடியிலிருந்து விலகி போனை எடுப்பதெல்லாம் இயலாத காரியம். "நான் இருக்குற நேரம் என் கூட டைம் ஸ்பெண்ட் பண்ணேன்..." சவலைப் பிள்ளைப் போல ஒரு நச்சரிப்பு வந்துவிடும் உடனேயே.

உறங்கியவனின் முன்னுச்சி முடியை கலைத்து விட்டபடி "சரியான பொசசிவ்..." செல்லமாக வைதவளுக்கு 'இதென்ன இப்படி இருக்-காங்க...?' அவனுடைய அசட்டை மனோபாவம் சற்றே வியப்பாகவும் இருந்தது.

மாமனார் ஓய்வு தேதி தெரிந்ததில் இருந்து இவள் தான் துளைத்துக் கொண்டு இருக்கிறாள். "ரிட்டயர்மென்ட்னா ஏதாவது பார்ட்டி வச்சி-ருக்கீங்களா...? கெட் டு கெதர் மாதிரி எதுவும் ஃபங்ஷன் பண்ண-லையா...?" என்று இவள் விடாமல் மித்ரனைக் கேட்டு, அவன் அங்குக் கேட்டபிறகு தான் தெரிந்தது அவருடைய அலுவலக நண்பர்களுக்காக டின்னர் பார்ட்டி தருகிறார்கள் என்று.

இவளும் அக்காவும் அம்மாவும் இணைந்த பெண்கள் உலகத்தில் அப்பா பெரும்பாலும் பார்வையாளர் தான். சந்தோஷமோ, எரிச்சலோ, கோபமோ உடனே உடனே பேசித் தீர்த்து எதையும் கொண்டாடி மகிழும் வழக்கம் இவர்கள் வீட்டில்.

இரண்டு பேர் சாப்பிட வந்தால்கூடக் கலந்து கொள்ள அக்கா இல்-லையே என்று மூவரும் அலமலந்து போவார்கள். இறால் மீன் பிரட்டும்-போதெல்லாம் "இதுக்காகவே உன்னை உள்ளூர்ல கொடுக்கணும்டி..." என்று அம்மா புலம்பாத நாளே இருக்காது.

இங்கோ ஒரு விசேஷத்தையே உள்ளூரில் இருக்கும் மகனிடம் கூடப் பெரிதாகச் சொல்லிக் கொள்ளாமல் செய்கிறார்கள் என்றால் இது கோபமா, இல்லை உறவுகளுக்கு இடையே உள்ள தூரமா என்று அவளுக்கு விளங்கவில்லை.

எதுவாக இருந்தாலும் சரி, பெற்றவர்களின் மனம் குளிர வேண்டு-மென்பதில் மட்டும் அவள் உறுதியாக இருந்தாள்.

காலை குறித்த நேரம் இங்கிருந்து கிளம்பி, விமானம் பிடித்து, விசாகப்பட்டிண விமான நிலையத்திலிருந்து டாக்ஸியில் சென்று இவர்-கள் இறங்கியபோது மொட்டை மாடியில் சாமியானா பந்தல் விரித்துக் கொண்டிருந்தார்கள்.

"வாங்க.. வாங்க..." செல்லி உள்ளே இருந்து வந்து வரவேற்க, செடிகளுக்குத் தண்ணீர் பாய்ச்சிக் கொண்டிருந்த தோட்டக்காரர் குழாயை கீழே போட்டு விட்டு விரைந்து வந்து கார் கதவை திறந்து-விட்டார்.

"வந்தாச்சா.... ரா ரா..." ஸ்கூட்டரில் ஏதேதோ பொருட்களுடன் வந்து இறங்கிய மாமனார் இவளைப் பார்த்து தலையசைத்து விட்டு மகனுடன் ஏதோ தெலுங்கில் பேச ஆரம்பித்தார்.

"ஏற்பாடு எல்லாம் ஆச்சா?" பெட்டியை வாங்கிக் கொண்ட செல்-லியிடம் தனக்குத் தெரிந்த அரைகுறை தெலுங்கில் மாட்லாடிய சரயு, "அம்மா எப்படி இருக்கீங்க...?" குளித்துவிட்டு புடவையைச் சுற்றிக்-கொண்டு வெளியே வந்த மாமியாரின் கைகளைப் பிடித்துக்கொண்டாள்.

"நல்லா இருக்கேன்... வந்தாச்சா இரு... இந்தப் புடவையைக் கட்-டிட்டு வரேன்..." பல ஆண்டுகள் திருத்தணியில் வசித்த அனுபவத்தில் இருவருக்கும் தமிழ் நன்றாகவே தெரியும் என்பதால் நல்லவேளை சரயு-வுக்கு மாமனார் மாமியாரிடம் மொழி பிரச்சனை இல்லை.

"என்னென்ன செய்யணும்மா? எத்தனை பேரு வருவாங்க...? மதி-யத்துக்கு நாம தானே சமைக்கணும்" தங்கள் அறைக்குச் சென்று முகம் கழுவி இலகுவான சுடிதார் மாட்டிக் கொண்டவள், மீண்டும் சுகுமாரியி-டம் வந்தாள்.

"அதெல்லாம் செல்லி பாத்துக்குவா... ஆளுங்க இருக்காங்க... நீங்க இரண்டு பேரும் டிபன் சாப்பிடலைனா சாப்பிடுங்க..."

அவர் மீண்டும் முடியைப் பின்னிக் கொள்ள உள்ளே சென்று விட, அவர் சொன்னமாதிரியே சக்கரை ஆலையின் மேனேஜர் என்பதால் கூப்பிட்ட குரலுக்கு ஆட்கள் வந்து நின்றார்கள். அதுவுமில்லாமல் சற்று உள்ளடங்கிய கிராமப்பகுதி என்பதால் அக்கம்பக்கம் வசித்த ஆட்கள் எந்த வேலைக்கும் எள் என்பதற்குள் எண்ணெயாக எடுத்துக்கட்டி செய்-தார்கள்.

சமையல் வேலை இல்லை என்றாலும் விருந்துக்கு வருபவர்களை உபசரிக்க, கவனிக்க என வீட்டு மனுஷியாய் மற்ற பொறுப்புகளைத் தனதாக்கிக் கொண்ட சரயு, மித்ரனையும் நிமிடம் நிற்க விடாமல் விரட்-டிக் கொண்டிருந்தாள்.

"நீங்க கொடுத்து வச்சவர் நாராயணகாரு... மூணு பசங்களையும் அருமையா படிக்க வச்சு ஆளாக்கிட்டிங்க... எல்லாரும் ஜம்முனு செட்டில் ஆயாச்சு... ரிடையர்ட் ஆகுறதுக்குள்ள கடமைய முடிச்சிட்டிங்க, பாருங்க... அதுதான் பெரிய விஷயம்..." மாலை அங்குக் கூடியிருந்த மாமனாரின் அலுவலக நண்பர்கள் கும்பலாக நின்று பேசிக்கொண்டிருந்தார்கள்.

"இனி சாரை பாக்கணும்ன்னா ஆஸ்திரேலியாக்கும் கனடாவுக்கும் தான் போகணும்... என்ன சார் நான் சொல்றது...?" கொல்லென்ற சிரிப்பும், சந்தோஷமுமாக விழா நடக்க, பின்னால் தோட்டத்திலும், மாடியிலுமாக விருந்து ஏற்பாடு தடபுடலாகச் சென்று கொண்டிருந்தது.

சரயுவும் செல்லியும் பந்தி ஏற்பாடுகளைக் கவனிக்க, மித்ரன் அருகில் வசிக்கும் நட்புகளிடம் பேசிக்கொண்டிருந்தான். பெரும்பாலும் வந்தவர்கள் சாப்பிட்டு கிளம்பியிருக்க, மிக நெருங்கிய சுற்றம் மட்டும் பீடாவை மென்றபடி சாவகாசமாக அமர்ந்திருந்தார்கள்.

"அப்புறம் அடுத்து என்ன பிளான் நாராயணா? எங்க செட்டில் ஆகப் போறீங்க?" மாமனாரின் நண்பர் ஒருவர் உரிமையாகக் கேட்டார்.

"பிளான் என்ன பிளான்? குவார்ட்ஸ் காலி பண்ணணும்... இன்னும் ஒரு மாசம் டைம் இருக்கே... மெதுவா இங்க பக்கத்துலயே ஒரு வீட்டை பார்த்து செட்டில் ஆக வேண்டியதுதான்..."

"என்ன இப்படிச் சொல்றீங்க..? உலகம் சுற்றும் வாலிபனா இருப்பீங்கன்னு பார்த்தா இங்கேயே இருப்போம்னு சொல்றீங்க? நல்லா தான் போங்க..." நண்பரின் மனைவி கிண்டல் செய்ய...

"அது தானே... பசங்க வீட்டுக்கு போக வேண்டியது தானே... அதை விட்டுட்டு இந்தக் குக்கிராமத்துல என்ன வேலை இனிமே???"

"அதைச் சொல்லுங்க... ஒவ்வொருத்தனும் லட்டு லட்டா செட்டில் ஆகி ஒவ்வொரு இடத்துல உட்கார்ந்திருக்காங்க... வாழ்க்கைய அனுபவிக்காம நீங்க என்ன...?" ஆளாளுக்குக் கேலி பேச....

திடீரென உயர்ந்த பேச்சுச் சத்தத்தில் என்னவென்று பார்த்த மித்ரனுக்கு பேச்சு எதைப் பற்றி என்றே புரியவில்லை.

யார் யாரோ பேசியதற்கு இடையே அவனுக்கு நன்கு தெரிந்த குரல் ஒன்றும் நடுவே ஒலித்தது. சற்றே சத்தமாக, அங்கிருக்கும் அனைவருக்கும் பதில் கொடுக்கும் விதமாக...

"அம்மாவும் அப்பாவும் எங்க கூடத்தான் இருக்கப் போறாங்க ஆன்ட்டி... இவங்களைத் தனியா இங்க இருக்க யார் விட்டாங்க...?"

மித்ரன் வியப்பாகத் திரும்பிப் பார்த்தான். அவன் மட்டுமல்ல, அவன் அம்மா, நாணா முதற்கொண்டு அங்கிருந்த சொச்ச பேரின் கண்களும், கவனமும் அங்கு வந்து நின்ற சரயுவின் மேல் தான் இருந்தன.

"பின்ன இங்க தனியா இருந்து என்ன பண்ண போறீங்க...? நாங்-களும் அங்க ரெண்டு பேருமா கொட்டு கொட்டுன்னு இருக்கோம்... கோயமுத்தூர் உங்களுக்கு ரொம்பப் பிடிக்கும்பா... நல்ல கிளைமேட்... நல்ல ஜனங்க... நீங்க நல்லா என்ஜாய் பண்ணுவீங்க பாருங்க... எனிவே நாங்க உங்களை விடறதா இல்ல..."

வேக வேகமாகப் பேசுபவளைப் பார்த்த மித்ரன் தலையை இடம் வலமாக ஆட்டியபடியே சிரிக்க, "இங்க என்ன பார்க்குறீங்க... நீங்களும் வாயைத் திறந்து கூப்பிடுங்க..." அவள் விழிகள் லேசான முறைப்புடன் அவனுக்கும் ஜாடை காட்டின.

11

மாலை நான்கு மணி போல நாராயணனும், சுகுமாரியும் கோவை வந்து வந்து இறங்க, சரயுவும் மித்ரனும் விமான நிலையம் சென்று அழைத்து வந்தார்கள்.

"எப்ப நாணா பார்சல் வருது? குவார்டஸ் காலி பண்ணி கொடுத்-தாச்சா?" மித்ரன் தன் தந்தையிடம் விசாரிக்க, அவன் அருகில் முன்-னிருக்கையில் உட்கார்ந்திருந்த நாராயணன் மெல்லிய குரலில் பதில் சொல்லிக் கொண்டிருந்தார்.

"மதியம் ஏதாவது சாப்ட்டிங்களாம்மா? இல்ல ஏர்போர்ட் வர்ற அவசரத்துல ஒன்னும் சாப்டாம வந்துட்டிங்களா?" தன்னருகே அமர்ந்-திருந்த மாமியாரிடம் சரயு கேட்டாள்.

"பதினோரு மணி போல இரண்டு பேரும் கஞ்சி குடிச்சோம். அதோட சரி..."

"அடக்கடவுளே... ஏர்போர்ட் வந்தாவது ஏதாவது வாங்கிச் சாப்ட்டு இருக்கலாமே...? பசியோடவா வந்தீங்க?" அதற்குள் வீடு வந்திருக்க, மித்ரன் காரை பார்க் செய்து விட்டு பெட்டிகளை எடுத்தான். சரயு இரு-வரையும் அழைத்துக் கொண்டு வீட்டிற்குள் நுழைந்தாள்.

"இதுதான்மா உங்க ரூம்... நல்லா இருக்கா?"

காற்றும், வெளிச்சமும் தோட்டத்தைப் பார்க்கிற மாதிரியான படுக்-கையும், சுவற்றில் பதித்த எல்சிடியும், அட்டாச்ட் பாத்ரூமுமாக அவர்க-ளுக்கான அறை எல்லா வசதிகளுடனும் தயாராக இருந்தது.

முதல் முறையாக மாமனாரும் மாமியாரும் வீட்டிற்கு வருகிறார்கள் என்பதால் சரயு ஒவ்வொன்றையும் பார்த்துப் பார்த்துச் செய்திருந்தாள். ஏதோ வருகிறார்கள், நம் கடமை என்கிற எண்ணம் இல்லாமல் அவள்

மனதில் இருந்த பிரியமும் ஆசையுமே ஒவ்வொன்றையும் கவனித்துச் செய்யத் தூண்டியது.

"வீடு வாங்கிப் பால் காய்ச்சினபோது நீங்க வந்ததுன்னு இவங்க சொன்னாங்க. பெருசா பொருள் எதுவும் வாங்கி வைக்காம இத்தனை நாள் ஒட்டிட்டாங்க.. இப்பதான் கொஞ்சம் கொஞ்சமா வாங்கி செட் பண்ணிட்டு இருக்கேன். உங்களுக்கு வேற என்னென்ன வேணும்னு சொல்லுங்க... வாங்கிடலாம்..."

"ம்ம்.... இதுவே போதும்..." படுக்கை மேல் அமர்ந்த சுகுமாரி தன் பெட்டியைப் படுக்கப் போட்டுத் திறந்தார்.

"இப்படிக் கொடுங்க... நான் திறக்கவா?"

"வேண்டாம்... வேண்டாம்... நானே திறந்துக்கிறேன்..." அவர் தன் சங்கிலியில் கோர்த்திருந்த சாவி கொண்டு பூட்டைத் திறக்க முயல, "சரி.... நீங்க ரெடி ஆகிட்டு வாங்க... நான் டிபன் எடுத்து வைக்கி- றேன்..." அவள் அதற்கு மேல் அங்கு நிற்காமல் சமையலறைக்கு வந்- தாள்.

அடுப்பை பற்ற வைத்து, சூடான தோசைக்கல்லில் அரைத்த பச்- சைப்பயிறு மாவு பரப்பி, மேலே பொடியாக அரிந்த வெங்காயத்தைத் தூவி சுற்றிலும் நெய் விட்டவள், இன்னொரு பக்கம் தயாராக எடுத்து வைத்திருந்த ஜாரை பொருத்தி மிக்சியைத் திருப்பினாள்.

மாமனார் லுங்கியும், மாமியார் நைட்டியுமாக மாற்றிக் கொண்டு வெளியே வருவதற்குள் மொறுமொறுவென்று ஓரங்களில் சிவந்திருந்த பெசரட்கள் நிலக்கடலை சட்னியுடன் காத்திருந்தன.

"உட்காருங்க.... சாப்டுவீங்களாம்..."

"இப்ப என்னத்துக்கு இதெல்லாம்? டி மட்டும் போதும்" நாராயணன் 'வேண்டாம்' என்கிற மாதிரி கையை ஆட்டினார்.

"பேசாம சாப்டுங்கப்பா... பசியோட இருக்கீங்க. ராத்திரி வரை எது- வும் சாப்டாமயா இருப்பீங்க.... இதோ டியும் போட்டாச்சு...." உரிமையு- டன் அதட்டியபடி மூவருக்கும் டிபன் வைத்துக் கொடுத்தவள், கூடவே மசாலா தேநீர் நிரம்பிய கோப்பைகளை அருகில் வைத்தாள்.

சாப்பிட்டு முடித்ததும் அவர்கள் மூவரும் பேசட்டும் எனத் தனிமை கொடுத்து விலகியவள், இரவு உணவுக்கு காய்கறிகளை நறுக்கி வைத்- தாள். சுகுமாரியும், நாராயணனும் ஏதோ நாகர்ஜூனா படத்தைப் பார்க்க,

மித்ரன் மடிக்கணினியுடன் பேருக்கு அங்கே அமர்ந்திருந்தான்.

'ஏதாவது பேசுவாங்கன்னு இப்படி வந்தா எப்பப்பாரு அந்த லேப்டாப் தான். வந்தன்னிக்கு கூட இதைக் கட்டிட்டு இல்லாம கொஞ்சம் பேசினா தான் என்ன?' மனதுக்குள் திட்டியவள், கைகளைத் துடைத்துக் கொண்டு மித்ரன் அருகே சென்று அமர்ந்தாள்.

"நாளையிலிருந்து நீங்க படிக்கிற பேப்பர் வந்துரும்பா... லைப்ரரில இருந்து கொஞ்சம் புக்ஸ் எடுத்து வச்சிருக்கேன் படிக்க... உங்க ரூம்ல அகஸ்தா க்றிஸ்டி புக்ஸ் பார்த்தேன். அதுதான் அதேமாதிரி சீரிஸ் எடுத்து வைச்சிருக்கேன்.... அம்மா.... உங்களுக்கு டிஷ் பேக்ல தெலுங்கு சேனல்ஸ் எல்லாம் வாங்கியாச்சு.... எல்லா சீரியலும் வந்து- டும்..."

"ம்ம்... சரி... அலாகே..." இருவரும் தலையாட்டினார்கள். இவளு- டைய பாசாங்கில்லா கவனிப்பில் அழுத்தமாக இருந்த முகங்கள் கூட இப்போது அளவான புன்னகையுடன்!

அடுத்த நிமிடம் அவர்கள் திரையில் மூழ்கிப் போக, இவள் உள்ளே வந்து எடுக்கவும், வைக்கவுமாகச் சமையல் அலமாரிகளைச் சுத்தம் செய்தாள்.

"செகண்ட் சாட்டர்டே மட்டும் தான் வீட்ல இருக்க... மத்தியானமும் ஏர்போர்ட் போகணும்னு கொஞ்ச நேரம் கூடப் படுக்கல... இப்பயும் உட்- காராம என்ன நோண்டிட்டு இருக்க...?" இரண்டாம் டோஸ் தேநீருக்- காக எட்டிப் பார்த்த மித்ரன் கடிந்து கொண்டான்.

"வீக் எண்ட் தான் கிடைக்குது இதெல்லாம் சுத்தம் பண்ண... இதோ... முடிச்சிட்டேன்..." என்றவள் மீண்டும் டீ பாத்திரத்தை அடுப்- பில் ஏற்றினாள்.

"ஏங்க.... ஹெல்பர் யாராவது வச்சுக்கலாமா? பாத்திரம் விலக்க, வீடு துடைக்கன்னு... நாம இரண்டு பேரும் இருந்தவரைக்கும் போட்டது போட்டபடி ஓடியாச்சு... இப்ப அப்படி இல்லல்ல..."

இதுவரை உதவிக்கு என்று அவள் யாரையும் வைத்துக் கொள்ள- வில்லை. இப்போது கூட இருவர் என்பதால் யாராவது ஒத்தாசைக்கு இருந்தால் நன்றாக இருக்கும் என்று தோன்றியது.

"இதை எதுக்கு எங்கிட்ட கேக்குற...? தேவைப்பட்டா சமைக்கக் கூட ஆள் வச்சுக்கோ..."

"அய்யோ நீங்க வேற... சமைக்கல்லாம் ஆள் வேண்டாம்.... அதெல்லாம் நானே பார்த்துப்பேன்..."

எப்போதுமே சமையல் வேலை அவளுக்குப் பெரிய பாரமாகத் தோன்றுவதில்லை. பிறந்த வீட்டில் வீட்டிற்குள்ளேயே தொழில் என்பதால் அம்மா முழுவாசி நேரமும் கடையில் தான் நிற்பார். அது அதற்கென்று ஆட்கள் இருந்தாலும் கூடச் சுற்று வேலை செய்து கொடுக்க, மசாலா அரைக்க, பால் பிழிய என்று கூடவே ஒரு ஆள் உதவி செய்து கொண்டு நிற்க வேண்டும். அப்பாவிற்கு மேற்பார்வை பார்ப்பதும், கல்லாவில் உட்காருவதும், சரக்கு வாங்க கொள்ள என்று வெளி வேலைகளைக் கவனிக்கவே நேரம் சரியாக இருக்கும்.

அதனால் ஒரு வயதுக்கு மேல் பெரும்பாலும் வீட்டுச் சமையல் அக்காவின் பொறுப்பு தான். கவிக்கு உதவியாகச் சரயு மேல் வேலைகள் செய்து கொடுப்பாள்.

அனுதினமும் வெளியே விருந்தே சமைத்து வாடிக்கையாளர்களுக்குப் பரிமாறிக் கொண்டிருந்தாலும் இவர்களுக்கான அன்றாட எளிய சமையலும், கறி மீன் வகையறாக்களும் இவர்கள் இருவரின் கை வண்ணத்தில் தான்.

வெளிச்சமையல் சுத்த சைவம் என்பதால் ஞாயிற்றுக் கிழமைகளில் கடைக் கதவைத் தாழ் போட்டுவிட்டு, எதையும் தொட்டு விடாத கவனத்துடன் அம்மாவும் அப்பாவும் கடையிலேயே இருப்பார்கள். மதியம் அங்குக் கல்லா கட்டிவிட்டு அவர்கள் மூன்று நான்கு மணி போல உள்ளே வரும்போது குடம் புளியிட்ட கறிமீன் குழம்பும், நெய் மீன் வறுவலும் தயாராகக் காத்திருக்கும்.

"நீங்க நேரத்துக்குச் சாப்பிடுங்களேன்டி... இப்படி வயித்தை காயப் போடாதீங்கன்னு எத்தனை தடவை சொல்றது?" அம்மா திட்டிக் கொண்டே தட்டுகளை எடுத்து வைப்பார். அப்கோர்ஸ் ருசி பார்க்கிறேன் என்று அக்காவும் தங்கையுமாக அதற்குள் பல பல துண்டுகளை ஸ்வாகா செய்திருப்பார்கள் என்றாலும் கூட காத்திருந்தது ஒன்றாக அமர்ந்து உண்ணுவதில் ஒருவித தனி ருசி...!

"விடேன். எல்லோருமா சேர்ந்து உட்காரணும்னு நினைச்சு அதுங்க சாப்டாம இருக்குங்க... இப்படிப் பட்டுன்னு திட்டலேன்னா தான் என்ன?" அப்பா மகள்களுக்குப் பரிந்து கொண்டு வருவார். மீண்டும்

ஒரு முறை சுட வைத்து எல்லோருமாகச் சேர்ந்து ஒன்றாக அமர்ந்து ஒரு பிடி பிடிப்பதில் இரவு சாப்பாடே தேவையில்லை என்று ஆகி விடும்.

கவி திருமணமாகி சென்ற பிறகு சரயு கோவை வரும்வரை வீட்டுச் சமையல் இவளுடைய பொறுப்பில் தான். கல்யாணம் முடிந்து சில மாதங்கள் தான் கடந்துள்ளன என்றாலும் என்னமோ அது ஒரு கனா-காலம் போலச் சரயுவின் மனதில் திட்டுத் திட்டாகத் தாய் வீட்டு நினை-வுகள் !

"ஆரு.... உன்கிட்ட ஒரு விஷயம் சொல்லணும்... நேத்து நைட்டுல இருந்தே பிசியா இருக்க... நானும் லேட்டா தான் வந்தேன். அதனால பேச முடியல..." அவள் வடிகட்டி ஊற்றிய கோப்பைகளை மித்ரன் எடுத்துச் சென்று அம்மா அப்பாவிடம் கொடுத்தான்.

"என்ன மறுபடியுமா?" என்றாலும் நாராயணன் ஒரு கோப்பையை எடுத்துக் கொள்ள, சுகுமாரி வேண்டாம் என்றார். அவன் திரும்பக் கொண்டு வந்த அந்தக் கோப்பையைச் சரயு எடுத்துக் கொண்டாள்.

இவர்கள் இருவருமாகச் சமையலறையை ஒட்டியிருந்த பால்கனியில் நிற்க, "பேச முடியாதபடிக்கு அப்படியென்ன பிசியா இருக்கோம்... சொல்லுங்க..." என்றபடி ஒரு மிடறு விழுங்கியவள், "இருங்க... ஒரு நிமிஷம்.... கீழ் வீட்டு ஆன்ட்டி கிட்ட வேலைக்கு ஆள் வேணும்ண்ணு ஒரு வார்த்தை சொல்லிட்டு வந்துடுறேன். அப்புறம் மறந்துடுவேன்... சொல்லி வச்சு எத்தனை நாள் ஆகுமோ ஆள் கிடைக்க..." துப்பட்-டாவை எடுத்து மேலே போட்டபடி வாசலுக்கு விரைந்தாள்.

"ஏஏய்... இந்த டீயை குடிச்சிட்டு போ..."

"வந்து..." செருப்பை மாட்டிக் கொண்டு இறங்கியவள், கீழ் வீட்டு அழைப்பு மணியை ஒலிக்க விட்டாள்.

"சரயுவா...வா வா..." ஜன்னல் வழியே யாரென் பார்த்து கதவை விரியத் திறந்த ஆன்ட்டி, "உள்ள வாம்மா..." ஈரமாய் இருந்த கைக-ளைப் புடவைத் தலைப்பில் துடைத்தவாறே அவளை அழைத்தார். தரையில் அவருடைய பேத்தி ப்ரீத்தி பஞ்சு பொம்மைகளைப் போட்டு விளையாடிக் கொண்டிருந்தது.

"என்ன ஆன்ட்டி... வேலையா இருந்தீங்களா?"

"நைட்டு டிபனுக்கு மாவு பிசைஞ்சு வச்சேன்மா... இவ அழாம விளையாடும்போது செஞ்சு வச்சா தானே உண்டு..."

"அர்ச்சனா இல்ல?" அர்ச்சனா இவரின் மருமகள்.

"தூங்குறாங்கம்மா.... மதியம் சாப்ட்டு படுத்தவங்க இன்னும் எந்தி-ரிக்கல..." படுக்கை அறைக்கதவு இறுக சாற்றியிருக்க, உள்ளே ஓடும் ஏஸியின் 'கிர்' என்ற ஒலி ஹால் வரை எதிரொலித்தது.

"ஒ...." என்ற சரயு, அதற்கு மேல் அந்தப் பேச்சை வளர்க்காமல் "வீட்டு வேலைக்கு ஆள் பார்க்கலாம்னு இருக்கேன் ஆன்டி.. உங்க வீட்டுக்கு வர்ற மஞ்சும்மாவை கேட்டு பார்க்கலாமா? அவங்களே வந்-தாலும் சரி, இல்ல அவங்களுக்குத் தெரிஞ்ச வேற யாரும்னாலும் சரி..."

"சொல்றேனே.... இவளே வந்தா மடமடன்னு செஞ்சுட்டு போயி-டுவா... கேட்டுப் பார்க்கிறேன்... என்ன ஊருல இருந்து உறம்பரை வந்து இருக்காங்களா...?"

"கெஸ்ட் இல்ல ஆன்டி... இவங்க அம்மா அப்பா தான்..."

"ஆமா, போன வாரம் சொன்னியே வராங்கன்னு.... வந்தாச்சா? படியேறும் போது பார்த்தேன்... யாரோ வந்திருக்காங்கன்னு நினைச்சுட்-டேன்... லீவுக்கு வந்திருக்காங்களா...?"

"இல்லல்ல... இனிமே இங்க தான் இருப்பாங்க..."

"அதுதான் நீ ஆள் தேடுறியா...? சாரதாவை கேட்டுட்டு சொல்-றேன்.... நாளைக்குக் காலைல வருவா..." பேச்சோடு பேச்சோடு ப்ரீத்-தியைத் தூக்கி சில நிமிடங்கள் கொஞ்சியவள், அவரிடம் விடைபெற்று மேலே வந்தாள்.

அதற்குப் பிறகு குக்கர் ஏற்றி இரவு உணவு தயாரிக்கத் தான் நேரம் சரியாக இருந்தது. பிஞ்சு கத்திரிக்காயை வதக்கி வாங்கிபாத் தாளித்து, காலிபிளவர் வறுவல், தயிர் பச்சடி எனத் தயார் செய்தாள்.

உணவை மூவருக்கும் பரிமாறி விட்டு அருகே நின்றபோது மெல்ல கேட்டாள். "என்னப்பா என் சமையல் உங்களுக்கு ஓகேவா இருக்கா...? இந்த அயிட்டம் எல்லாம் நான் செஞ்சதே இல்ல... யூ-ட்யூப் பார்த்து தான் செஞ்சேன்... எப்படி இருக்கு?"

மித்ரன் கட்டை விரலையும் ஆள்காட்டி விரலையும் குவித்து வளை-யமாக்கிக் காண்பித்து விட்டு தட்டிலும் தன் அலைபேசியிலுமாக மூழ்கிப் போக...

"நல்லா இருக்கே.... ஆனா நைட் நாங்க சாப்பாடு சாப்பிடுறது இல்ல..." என்றார் நாராயணன் தட்டில் குனிந்தபடியே.

சரயு நாக்கைக் கடித்துக் கொண்டாள்.

"இல்ல... காலைல இருந்து நீங்க சாதமே சாப்பிடலையே, கொஞ்சம் திடமா இருக்கட்டும்னு ஃபுல் மீல்ஸா பண்ணினேன்..." என்றாள் தயக்-கமாக.

"பரவால்ல நாணா... இன்னிக்கு ஒரு நாள் தானே... சாப்பிடுங்க" என்று மித்ரன் சொல்ல, அவர் சாப்பிட ஆரம்பித்தார்.

அளவாய் வாங்கிக் கொள்வது போலிருந்தாலும் இருவரும் திருப்தி-யாகவே சாப்பிட்டார்கள். இவளும் சாப்பிட்டு, பாத்திரங்களை ஒழித்துப் போட்டு, கழுவி, கவிழ்த்து, எல்லாவற்றையும் ஒழுங்குப்படுத்தி முடிப்ப-தற்குள் நேரம் பத்தரையைத் தாண்டியிருந்தது.

'நாளைக்கே மஞ்சும்மாட்ட பேசி திங்கட்கிழமைல இருந்து வர சொல்லிடணும்... இல்லேனா சமாளிக்கிறது கஷ்டம் போல்' வலித்த முதுகை நெட்டி முறித்தபடி அவள் படுக்கையறைக்குள் வந்தாள். மித்-ரன் படுத்தவாறு டிவி பார்த்துக் கொண்டிருந்தான்.

"என்ன விஷயம்... ஏதோ ஆரம்பிச்சீங்க.... நான் ஓடிட்டேன்.... இப்ப சொல்லுங்க..." போர்வையைக் கால் வரை போர்த்தியபடி அவன-ருகே அமர்ந்தாள்.

"இனிமே மேடத்தோட அபாயிண்ட்மென்ட் வாங்கி வச்சிட்டு தான் பேசணும் போல..." அவள் மடியில் அவன் தலை சாய்க்க, சரயு அவன் முன்னுச்சி முடிகளைக் கோதினாள்.

"ம்ஹூம்... இப்படி..." அவள் விரல்களை எடுத்து அவனே தலை முழுவதும் வருடிக் காட்ட... "இது ஒரு அடிக்ஷன் உங்களுக்கு..." அவள் சிரித்துக் கொண்டே ஆழமாகக் கோதி விட்டாள்.

"ஃபண்டிங் மேனேஜ்மென்ட்ல இருந்து நல்ல ஆஃபர் ஒன்னு வந்தி-ருக்கு ஆரு... மனோஜ் இருக்கான்ல, என்னோட ஐஐஎம் கிளாஸ்மேட். அவன் தான் ரெஃபரல் கொடுத்திருக்கான். அந்த ஹெச்ஆரே நேத்து என் நம்பருக்கு கூப்பிட்டு பேசினாரு..." அவன் விவரம் சொல்ல, ஏதோ சாதாரண விஷயம் என்று அசுவாரஸ்யமாகச் சாய்ந்திருந்த சரயு பட்-டென்று எழுந்தமர்ந்தாள்.

"என்ன விளையாடுறீங்களா...? ரெண்டு பேரும் ஒரே ஊர்ல, அது-வும் பேங்க் வேலைல இருந்தா வசதி, லைஃப்பும் நிம்மதியா இருக்கும்னு எனக்கே தெரியாம என்னென்னவோ வேலை பண்ணீங்க... இப்ப என்ன திடீர்னு பீல்ட் மாத்தி யோசிச்சுகிட்டு...?"

"அதெல்லாம் யாரு இல்லேன்னாங்க? இது பயங்கரமான ஆப்பர்சூ-னிட்டி ஆரு..." அவன் விளக்கிச் சொன்ன பங்கு நிறுவனமும், அவர்-கள் புதிதாக மார்க்கெட்டில் கொண்டு வரவுள்ள மியூச்சுவல் ஃபண்ட் திட்டமும், அதற்குப் பொதுமக்கள் இடையே இருந்த வரவேற்பும் கேட்ட அவளுக்கே மிகுந்த ஆர்வத்தைக் கொடுக்கத்தான் செய்தன.

"என்ன பொசிஷன்ற.... போர்ட்ஃபோலியோ மேனேஜர்... இந்த டைட்டிலை கொடுத்து அவங்களே கூப்டு ஆஃபர் பண்ணும்போது எனக்குக் கொஞ்சம் டெம்ப்டிங்கா இருக்கு...."

"இப்ப நீங்க இருக்குறதே சீனியர் கேடர் தானே....?" மித்ரன் தற்-போது இருப்பதும் நாட்டின் முதன்மையான தனியார் வங்கிகளில் ஒன்று தான். மதிப்பான பதவி தான்.

"லொகேஷன் எங்க.... கோயம்புத்தூர் தான...?"

"இல்ல... பெங்களூர்ல..." அவள் துள்ளி விலகினாள்.

"என்ன நினைச்சுட்டு இருக்கீங்க நீங்க...? நான் இங்க எப்படித் தனியா இருப்பேன்..?"

"நீயேன் தனியா இருக்கே...? நீயும் கூட வந்துரு..."

"எனக்கு டிரான்ஸ்பர் கிடைக்காது... அப்படியே கிடைச்சாலும் வெஸ்டர்ன் ஜோன்குள்ள தான் கிடைக்கும்... உங்க பிரைவேட் செக்டார் மாதிரி எங்க வேணும்னாலும் போக முடியாதுனு உங்களுக்குத் தெரி-யாதா...?" அவளுடையது அரசு சார்ந்து இயங்கும் வங்கி என்பதால் வேலை மாற்றல்கள் அவ்வளவு சுலபமல்ல. மாற்றலுக்குப் பதிந்து வைத்-துக் கொண்டு கவுன்சிலிங் தேதி கிடைப்பதற்கே பல ஆண்டுகள் காத்-திருக்கவேண்டிய நிர்பந்தம் உண்டு.

"என்னால இங்க தனியால்லாம் இருக்க முடியாது... எந்த வேலையா இருந்தாலும் கோயமுத்தூர்னா பாருங்க, இல்லைனா பேசாம விடுங்க..."

"என்ன, சும்மா தனியா தனியான்னு டயலாக் அடிக்குற.... அதுக்-குத்தானே உன் மாமனார் மாமியாரை கொண்டு வந்து வச்சிருக்க...."

"அது சரி, யார் இருந்தாலும் நீங்க கூட இருக்கிற மாதிரி ஆகுமா?"

"ஏய்.... அதுக்குள்ள உன் முகம் ஏன் இப்படிப் போகுது...? ஜஸ்ட் இப்படி ஒரு கால் வந்ததுன்னு சொன்னேன்.... இந்த மாதிரி ஹெச்.ஆர் நம்ம நம்பரை ட்ராக் பண்ணி பேசுறது எல்லாம் ரொம்ப ரொம்பச் சகஜம், முதல்ல பொசிஷன் ஓபனாறது கன்ஃபர்ம் ஆகி ஆயிரத்தெட்டு பார்-மலிட்டிஸ் முடிஞ்சு ஆஃபர்னு ஒன்னு கைக்கு வரணும், அதுக்குள்ள கற்பனை குதிரையை ரொம்ப ஓட்டாதே.... இப்ப பேசாம தூங்கு..."

அவன் சொல்வது புரிந்தது. மித்ரனின் தோளில் தலை வைத்துப் படுத்துக் கொண்டாளே தவிர, அவள் மனம் நிற்காமல் அலைபாய்ந்தது.

"இந்த வயசுல இந்த பொசிஷன் பெரிய விஷயம் தான் இல்ல....!?"

ஆழ்ந்த மூச்சுடன் "ம்ம்...." என்றவன், "உன்னைத் தூங்குனு சொன்னேன்" என்றான் அவள் நெற்றியை லேசாகத் தடவிக் கொடுத்-தபடி.

முற்றும் துறந்த முனிவருக்கும் தானே முன்னால் வந்து நிற்கும் வாய்ப்புகள் மனதை சலனப்படுத்த தான் செய்யும் என்றால் சாதாரண இந்தச் சரயுவும், மித்ரனும் எந்த மூலைக்கு...?

கண்களை மூடி தூங்க முயன்றாலும் இடையே அவள் மனதில் இனம்புரியா கலவரம் ஒன்றும் ஓடியது.

'வேண்டாம்... வேண்டாம்... இருக்குறதே போதும்... இப்ப இருக்குற வேலைக்கு என்ன குறைச்சல்??" அவன் ஏதோ இப்போதே எழுந்து பெங்களூருக்கு ஓடி விடுவதைப் போல அவள் கரங்கள் உறங்கியிருந்த மித்ரனை இறுக பிடித்துக் கொண்டன.

12

❦

"நாம சேர்ந்து உக்கார்ந்து சாப்ட்டே எவ்வளவு நாள் ஆச்சு இல்ல...?" கையோடு எடுத்து வந்த பைரக்ஸ் டப்பாவை மேசையில் வைத்த ஆர்த்தி, "என்ன லஞ்ச் சரயு இன்னிக்கு? காரசார ஆந்திரா புளியோதரையா இல்ல பருப்பு புலுசுவா?" கிண்டலாக கேட்டவாறு இருக்கையை இழுத்துப் போட்டு சரயுவின் எதிரில் அமர்ந்தாள்.

"ரெண்டும் இல்ல ஆர்த்தி... ரவா உப்புமா ..." என்றாள் சரயு கண்ணடித்தபடி.

"உப்புமான்னு இப்படி சப்புன்னு சொல்லக் கூடாது, காராபாத்னு ஸ்டைலிஷா சொல்லணும், சோறு வைக்கிறது முக்கியம் இல்ல, அதுக்கு பெத்த பேரு வைக்கணும், என்ன நீ வளராமயே இருக்க...!?" கிண்ட-லடித்த ஆர்த்தி, "ஏன் லஞ்ச் செய்யலையா...? ஓ... அது தான் உன் மாமியார் வந்துட்டாங்கல்ல... மதிய சமையல் என்ன அவங்க டிபார்ட்-மென்டா...?"

ஆர்த்தி பேசிக் கொண்டே சரிந்து பக்கத்து டேபிளில் இருந்த தண்-ணீர் ஜக்கை எடுக்க, மேசை மேல் கவிழ்த்து வைத்திருந்த கண்ணாடி டம்ளர்களை நிமிர்த்திய சரயு இருவருக்குமாக நீர் நிரப்பினாள்.

"அப்படியெல்லாம் ஒன்னும் இல்லம்மா.... செஞ்சு வச்சுட்டு தான் வந்தேன்... இது நேத்து நைட் லெப்ட் ஓவர்..."

"எதுக்கு ஸ்ட்ரைன் பண்ற...? மதியானம் அவங்களே பிரெஷ்ஷா செஞ்சுக்குவாங்கல்ல.... முடிஞ்சா எடுத்துட்டு வா, இல்ல இங்க கேண்-டீன்ல சூடா வாங்கிக்கோ... இப்படி ஆறி அவலானதை சாப்பிட-லேன்னா என்ன...? இந்தா.... இதை எடுத்துக்கோ...." ஆர்த்தி தன் டப்பாவில் இருந்த வெஜிடபிள் பிரியாணியை நகர்த்தி வைத்தாள்.

"காலைலயே சமையலோட சமையலா எல்லாத்தையும் முடிச்சிட்டு வந்துடுறேன்னு வச்சுக்கோ... அது ஒன்னும் பெரிய சிரமமா இல்ல... நானும் இன்னிக்கு இதேதான் செஞ்சேன் ஆர்த்தி... நீ சாப்பிடு..." 'வேண்டாம்' என தலையசைத்த சரயு, ஆர்த்தியின் வற்புறுத்தலில் அரை ஸ்பூன் எடுத்து ருசித்தாள்.

"நானும் கொஞ்ச நாளா உன்னைப் பார்த்துட்டு தான் இருக்கேன், ஏதோ வச்சு கொறிக்கிற, இரண்டாம் நிமிஷம் சீட்டுக்கு ஓடி வந்துடுற... ஆமா, கேட்கணும்னு நினைச்சேன்... என்ன வயசு உன் இன்-லாஸ்க்கு...?" பிரியாணி இலையைக் கரண்டியால் ஒதுக்கி வைத்துக் கொண்டிருந்த ஆர்த்தி திடுமென இப்படி ஒரு கேள்வி கேட்க, சரயு பதில் சொன்னாள்.

"அம்பத்தஞ்சு, அறுபது வயசு எல்லாம் இப்ப ஒரு வயசே இல்ல... லைக் பார்ட்டி நவ் எ டேஸ் இட்ஸ் சிக்ஸ்டி.... பார்க்கவே ரொம்ப டயர்டா தெரியுற.... சில வேலைகளை அவங்ககிட்டயும் ஒப்படைச்சு பழகு சரயு... இங்க பண்றியே, அந்த மாதிரி எல்லா டேபிள் வேலை-யையும் உன் தலைல ஏத்திக்காதே.... டெபியூட் தெம் சம் வொர்க்...."

"ம்ம்ம்... அப்படித்தான் செய்யணும் ஆர்த்தி..." சரயு மெல்ல முணு-முணுத்தாள். லோன் செக்ஷன் கேசவன் எதிர் டேபிளில் வந்து அமர, அதற்கு மேல் எதுவும் பேசாமல் ஆர்த்தி தன் உணவில் மும்முரமானாள்.

சரயு ஸ்பூனால் கடுகு, கடலைப் பருப்பு, உளுத்தம்பருப்பை கேரட் பீன்ஸில் இருந்து தனித் தனியாகப் பிரித்து மீண்டும் ஒன்றாகச் சேர்த்து கிளறிக் கொண்டிருந்தாள். இவளே ஒன்றும் புரியாமல் குழம்பிக் கிடக்-கிறாள். இதில் இவள் சொல்கிற மாதிரி எங்கே டெபியூட் செய்வது...? நல்ல பேச்சுக்கே குறை எனும் சூழலில் டெபியூட்டாவது ஒன்றாவது...

இப்படியும் இருப்பார்களா என்ற வியப்பே இந்த மூன்று மாதங்களில் தீரவில்லை. ஒரு உதவியும் செய்யாமல், உதவி செய்யட்டுமா என்று பேச்சுக்குக் கூட கேட்காமல் இந்த விதத்திலும் வீட்டு மனிதர்கள் இருக்க முடியுமா என்ற கேள்வியே அவளுக்கு நினைத்து நினைத்துத் தீராத அதிசயமாய்...!

அவளறிந்த வரை இவர்கள் யார் வீட்டிற்குச் சென்றாலும் சரி, இல்லை விருந்தினர்கள் இவர்கள் வீட்டிற்கு வந்தாலும் சரி, கூடத்தில் உட்கார்ந்து கால் ஆட்டிக் கொண்டு அமர்ந்திருக்கும் பெண்களை

அவள் கண்டதே இல்லை.

கவியின் மாமியார் ஆகட்டும், இல்லை அவரின் தங்கைகளான பத்மாவும் திலகமும் ஆகட்டும்... சம்பந்தி என்கிற ஹேமதா எல்லாம் காட்டாமல் "அப்படிப் பேசிக்கிட்டே கைக்கொன்னா செஞ்சா போச்சு வாங்க..." அம்மா எத்தனை தடை போட்டாலும் முதலில் சமையல்கட்டிற்குள் தான் நுழைவார்கள்.

திலகம் அத்தை மற்ற எல்லோருக்கும் ஒரு படி மேலே. எங்கே போனாலும் அடுப்படியில் அவர் தான் கரண்டி பிடித்து நிற்பார். "என்னால சும்மா சோம்பில்லாம் உட்கார முடியாது கவி.. அடுப்பு எரியுறப்ப 'அடியே திலகம், என்னைக் கவனிக்காம உட்கார்ந்திருக்கியே'ன்னு கூப்பிடுற மாதிரி இருக்கும். அதெல்லாம் சூட்சமமா கூப்பிடுறது, உனக்குக் கேட்காது... என்னை விடுடி பேசாம... எனக்கு முடியாத காலத்துல நீ வந்து செய்யு" தன்னை இழுத்து அமர்த்த பார்க்கும் கவியிடம் வம்படியாக மறுப்பார்.

அப்படிப்பட்ட மனிதர்களைப் பார்த்து வளர்ந்திருந்த சரயுவுக்குச் சுகுமாரியின் நடத்தையும் மெத்தனமும் அதிசயமாக இருந்தது. உடம்பை, மனசை அலட்டிக் கொள்ளாமல், ஒரு கரண்டியைக் கூட இங்கிருந்து அங்குத் தூக்கி வைக்காமல் இவரால் எப்படி நாள் முழுவதும் நான்கு சுவர்களுக்குள் வளைய வரமுடிகிறது!?

உதவி எதுவும் செய்யாவிட்டாலும் தொலைகிறது, பெண்ணுக்குப் பெண்ணாக கொஞ்சமே கொஞ்சம் சகஜ பாவமோ, நல்ல பேச்சோ, சின்னக் கரிசனமோ.....!?

ம்ஹூம்... ஒன்றும் இல்லை.

'நமக்குச் சரிக்குச் சமமா இருந்தா பாஷை, ஜாதி இதெல்லாம் வேறன்னாலும் பெருசா தெரியாது. ரொம்பப் பெரிய இடம்னா நம்மால சகஜமா பழக முடியாது.... அது தான் யோசிக்குறேன்...' என்று அப்பா அன்று சொன்னதற்கான அர்த்தத்தை இப்போது ஒவ்வொரு வேளை உணவு சமைக்கும்போதும் உணர்கிறாள்.

அன்றாடம் 'தாராளம்' என்ற நினைப்பில் அது அதற்கான வகைகளுடன் இவள் செய்து வைக்கும் பதார்த்தங்கள் அவர்கள் இருவருக்கும் குசேலர் வீட்டு உணவாய்த் தெரிவதிலேயே இந்த வேறுபாடு புரிகிறதே...!

சரயுவும் மித்ரனுமாக இருந்தவரை காலை உணவிற்கென்று பெரிதாக அவள் வருத்திக் கொண்டதே இல்லை. கார்ன்ப்ளேக்ஸ், கஞ்சி, ரொட்டி எனக் கிளம்புகிற அவசரத்தில் எதையோ கொறிப்பதுடன் வேலை முடிந்து விடும். மதியத்திற்கு மட்டும் ஏதாவது கலந்த சாதம், காய் என்று செய்து இருவருக்கும் டப்பா கட்டும் வழக்கம்.

இப்போது விலாவாரியான டிபனும், மதிய சமையலுமாக....

வந்த புதிதில், "நீங்க அப்புறமா சூடா தோசை ஊத்திக்கிறீங்க-ளாம்மா...? தொட்டுக்க மத்தியானத்துக்கு வச்சிருக்கிற சாம்பார் எடுத்-துக்குங்க..." காலை நேர அவசரத்தில் சரயு சொல்ல, சுகுமாரியிடம் இருந்து பதிலே இல்லை.

காதில் விழுந்ததா, இல்லையா என்ற குழப்பத்தில் மீண்டும் அவள் இன்னொரு முறை பக்கத்தில் போய்ச் சொல்லியும் கூட... ம்ஹூம்... நோ ரியாக்ஷன்.

பிறகு தான் புரிந்தது, அது செவிக் குறைபாடு அல்ல, உனக்குப் பதில் சொல்ல எனக்கு விருப்பமில்லை என்ற அர்த்தம் என்று. அதி-லிருந்து ஒன்றும் கேட்பதில்லை. எத்தனை அவசரமாக இருந்தாலும் இட்லி, தோசையோ, இல்லை உப்புமா, பொங்கலோ எதையோ ஒன்றைச் செய்து ஹாட் பேக்கில் மூடி வைத்து விட்டு வருகிறாள்.

இப்படி அவதி அவதியாக சமைப்பது பெரிதில்லை. செய்வதை வீணாக்காமல் செல்லுபடியாக்குவது தான் அடுத்த ஆகப்பெரிய சவா-லாக இருந்தது. அதுவும் இவர்கள் பேணும் உணவுத் தீண்டாமை-யில்.....!?

எப்போதும் ஆர்வமாகச் செய்யும் சமையல் என்கிற கலையே தனக்கு அலர்ஜியாகி போய் விடுமோ என்ற பயமே சரயுவுக்குத் தோன்ற ஆரம்-பித்து விட்டது. ஒருவேளை செய்வதை மறு வேளை சுண்டு விரலால் கூடத் தொட்டுப் பார்த்து விடாத இயல்பை 'தீண்டாமை' என்று சொல்-லாமல் வேறு என்ன பெயர் சொல்லி அழைப்பது...!?

எது எப்படி இறைந்தாலும் சரி, அந்தந்த வேளைக்கான தங்களு-டைய உணவு மட்டும் ப்ரெஷ்ஷாக, ஆவி பறக்க இருக்க வேண்டும். ஆரம்ப நாட்களில் மதியம் மீந்தவற்றையும் கலந்து கொள்ளலாம் என்று மெனக்கெட்டு சூடு பண்ணி வைத்தவள், பிறகு 'ராஜாக்களின் உணவு இது அல்ல' என்ற புரிதலுக்கு வந்திருந்தாள்.

மாலை வேலையில் இருந்து வந்த சுருக்கில் திரும்பவும் அடுப்பு முன்னால் நின்று அது அதற்குத் தோதாக துணைக்கு வைத்தால் மட்டுமே இரவுணவு செல்லுபடியாகிறது. இல்லையென்றால் இருவருக்கும் ஒரே நேரத்தில் வயிறு சரியில்லாமல் போய் விடுகிற அதிசயத்தை என்னவென்று சொல்ல !?

இவளும் ஆரோக்கியம் பேணுபவள் தான். நியூட்ரீஷியன் வேல்யூக்களைப் பார்த்துப் பார்த்துச் சமைப்பவள் தான். அதற்கென்று இந்த அவசர உலகின் நடைமுறையில் கூட, ஒவ்வொரு நேரமும் புதிது புதிதாகச் செய்தால் தான் சாப்பிடுவோம் என்று நிர்பந்திப்பது எல்லாம் சரயுவைப் பொறுத்தவரை மிகப் பெரிய லக்ஸூரியாகத் தோன்றியது.

கச்சிதமான அளவில் செய்து வைத்தால் பாத்திரத்தைத் திறந்தவுடன் ஒருவரையொருவர் பார்த்துக் கொள்ளும் பார்வை இருக்கிறதே, அந்தப் பார்வை... அதை விவரிக்கவே முடியாது. 'கம்மியா இருக்கு போல... எங்களுக்குக் கொஞ்சமாவே வை' என விறைப்புடன் வரும் வார்த்தைகள் நகக்கண்ணுக்குள் நுழையும் நெருஞ்சி முள்ளாக நறுக்கென்று இறங்க....

இந்தச் சுடுசொற்களுக்கு அஞ்சியே கூடுதலாகச் செய்து, மீறும் உணவை வீணாக்க மனமில்லாமல் வைத்து வைத்து இவள் மட்டுமே சாப்பிட வேண்டி இருந்ததில் பசி என்ற உணர்வே மரத்துப் போவதாய்...

"பேசாம குப்பைல போட்டுட்டு நீயும் ஃபிரெஷ்ஷா சாப்பிட வேண்டியது தானே... நாள் முழுக்க உழைக்குறவ உனக்கு வாய்க்கு ருசியா வேணாமா?" இவள் நெருடிக் கொண்டே அமர்ந்திருப்பதைப் பொறுத்துப் பொறுத்துப் பார்த்த ஆர்த்தி திட்ட ஆரம்பிக்க...

"அப்படிப் பண்டத்தைக் கீழ கொட்டி வீணாக்க மனசு வர மாட்டேங்குது ஆர்த்தி... இன்னிக்கு எனக்கு என்னவோ பசியில்லை, அவ்வளவு தான்..." சரயு சங்கடமாகச் சிரித்தாள்.

சிறு வயதில் அசட்டையாகப் சோற்றுப் பருக்கைகளை, கருவேப்பிலை கொத்தமல்லியை ஒதுக்கி வைத்தால் கூட அப்பா கடுமையாகக் கோபித்துக் கொள்வார்.

"இந்தக் கைப்பிடி அளவு சோறு இருக்கே, இதை என்னன்னு நினைச்சே? அன்னம்ங்கிறது லட்சுமி கடாட்சம்மா.... நம்ம வயித்துக்குள்ள அணையாம எரியுதே பசின்னு ஒரு நெருப்பு, அந்த அக்-

னியை தணிக்குறது இந்த அன்னம் தான். இருக்குதேன்னு அலட்சியமா இறைச்சுடக் கூடாது, புரியுதா...?"

நெற்றி நரம்புகள் புடைக்க அவர் கண்டிப்பாகப் பேசுவதில் அக்காவும் இவளுமாகச் சுத்தமாகச் சாப்பிட்டு எழுவார்கள். வளர வளர அக்கம் பக்கத்தில் உணவிற்காக இவர்கள் கடையை நாடி வரும் முதியவர்கள், மனநிலை தப்பியவர்கள், இரந்து பிழைப்பவர்கள் என நிறையப் பார்த்திருக்கிறாள். ஒருவேளை சாப்பாட்டிற்காக ஒவ்வொருவர் படும் துன்பத்தை உணர்ந்திருப்பதால் உணவை வீணாக்குவது எல்லாம் சரயு வால் நினைத்துக் கூடப் பார்க்க முடியாத கொலை பாதகம்...

இதெல்லாமே போகட்டும், பைசா பெறாத சங்கதிகள் என்று எல்லாவற்றையும் ஒதுக்கிவிட்டு எத்தனை உருண்டு புரண்டு செய்தாலும் ஒன்றிலும் திருப்தியில்லாத மனசுடன், 'நடந்தால் மூச்சு வாங்குது, உட்கார்ந்தால் இடுப்பு வலிக்குது' என்கிற பேச்சுகளைத் தவிர்த்து வேறு பேசுவதே இல்லை சுகுமாரி. அது கூட விளம்பர இடைவெளிகளுக்கு இடையே தான்.

நாராயணனும் காபி டம்ளர் முதற்கொண்டு மருமகள் கையில் கொண்டு வந்து கொடுத்தால் குடிக்கிறார். இந்தக் காலத்தில், அதுவும் ஒரே வீட்டிற்குள் இருந்து கொண்டு இத்தனை மரியாதை எதிர்பார்ப்பது கட்டுப்படியாகிற விஷயம் தானா....!?

மற்றபடி, எதிலும் பட்டுக்கொள்ளாமல் செய்தித்தாள்களின் முதல் வரியிலிருந்து கடைசி வரி வரை படித்து, ஆங்கிலம், தமிழ் என்று ஒப்பிட்டு, அதற்கு மேல் டிவி நியூசை பார்த்து அவற்றை ஊர்ஜிதம் செய்து கொள்வதற்கே அவருக்கு நேரம் சரியாக இருக்க...

எல்லா சீரியல்களையும் ஒன்று விடாமல் பார்த்து யார் யார் குடியை கெடுக்கத் திட்டம் போடுகிறார்கள் என்பதை குழப்பிக் கொள்ளாமல் தனியே தனியே பிரித்து மெமரியில் சேகரித்து வைப்பதற்குள்ளேயே சுகுமாரி களைத்துப் போகிறார் என்று சரயு புரிந்து கொள்ளத் தொடங்கியிருந்தாள்.

ஒருவகையில் இருவருமே அதிசயமான தம்பதிகள் தான், ஜாடிக்கு ஏற்ற மூடியாய், ஏதோ லாட்ஜில் வந்து தங்கி இருப்பது போன்ற விட்டேற்றி மனோபாவத்துடன்... இந்த 'பெக்குலியர்' சுபாவம் தான் பெற்ற மகனிடம் கூட அளந்து அளந்து பேச வைக்கிறதோ?

இதையெல்லாம் என்னவென்று வெளியே சொல்வது? அப்படியே சொன்னாலும், 'அதுக்குள்ள புலம்ப ஆரம்பிச்சுட்டியா!!??' என்று கேட்-பவர்கள் கேலியாகச் சிரிக்கத்தான் செய்வார்கள். நெருங்கிய தோழி-களிடம் கூட எதையும் ஆழமாக விவரிக்க விரும்பாத சரயு, இதோ இப்படி ஆர்த்தி கேட்பது போல யாராவது கிடுக்கிப்பிடி போட்டால் மட்-டும் மேலோட்டமாக அங்கொன்றும் இங்கொன்றுமாகச் சொல்லி நகர்ந்து விடுகிறாள்.

மித்ரனிடமும் எதையும் காட்டிக் கொள்வதில்லை. அவர்களிடையே அதற்கான நேரமும் இருப்பதில்லை. அதிகப்படி பணிச் சுமையுடன் தின-மும் இரவு தாமதமாக வருபவனின் தலையில் இந்த அல்ப சமாச்சாரங்-களை ஏற்றாவிட்டால் தான் என்ன...?

"உன் ஹஸ்பெண்ட் எப்ப கிளம்பறாரு...?" சரயு சாப்பிட்டு முடித்து கை கழுவி விட்டு வர, ஆர்த்தியும் தன் டப்பாவை மூடி வைத்து விட்டு எழுந்தாள்.

"அடுத்த வாரம் ஆர்த்தி...."

"தனியா மேனேஜ் பண்ணிடுவியா?"

"ம்ம்... பண்ணிடுவேன்னு தான் நினைக்கிறேன்..." மையமாகச் சிரித்தவள், 'வேற வழி? பண்ணித்தானே ஆகணும்' தனக்குள் நினைத்-துக் கொண்டாள்.

உண்மையில் இந்தச் சில மாதங்களாக எல்லாவற்றையும் ஒற்றை-யாகச் செய்வதில் அவளுக்கு வேலைகள் நெட்டி முறித்தன. புதுப் புது நடைமுறைகளைப் புகுத்துவதில் வங்கியில் அதிகரிக்கும் பணிச்சுமை ஒரு பக்கம் என்றால், வீட்டிலும் ஓயாத வேலை என்று மித மிஞ்சிய சுமையைச் சுமந்து கொண்டிருந்தவளுக்கு மித்ரனும் வெளியூர் கிளம்பு-வது மனதில் மிகப்பெரிய பள்ளத்தை உருவாக்கிக் கொண்டிருந்தது.

தனக்கு வந்த வாய்ப்பைப் பற்றி மித்ரன் சொன்ன புதிதில் இருவ-ருக்குமே நிறையத் தயக்கங்கள் இருந்தது உண்மை! முதலில் 'வேண்-டவே வேண்டாம்' என்று மறுத்த சரயு, அவனுடைய வளர்ச்சி தன்னால் தடைபடுகிறதோ என்று தோன்றியதில் நிறைய யோசித்தாள்.

"ஒரு வருஷம் மட்டும் பெங்களூர் கார்ப்பரேட் ஆபிஸ்ல இருந்தா போதும், அதுக்கப்புறம் இந்தப் பக்கம் வந்துடலாம்னு மனோஜ் சொல்-றான்... ஒரு வருஷம்னாலும் நீ லீவு போட முடியாதே... உன்

வேலையை விட்டுட்டு வர்றதுல எனக்கு இஷ்டமில்ல ஆரு... பொண்-
ணுங்களுக்கு வேலையும் சுய சம்பாத்தியமும் ரொம்ப ரொம்ப முக்கி-
யம்..."

அவன் தன்னை நினைத்து வெகுவாகக் குழம்புவதையும், அதே
நேரம் வலிய வந்திருக்கும் வாய்ப்பை உதறித் தள்ள மனம் இல்லாமல்
தவிப்பதையும் அவளால் உணர முடிந்தது.

"எதுக்கு இத்தனை குழப்பம்? உங்களுக்கு நல்ல ஆஃபர்னு
தோணுச்சுனா நீங்க போய் ஜாயின் பண்ணுங்க... வாய்ப்பு தானா வந்து
கதவைத் தட்டும்போது அதை தவற விடுறது முட்டாள்தனம்... இப்ப
என்ன, பெங்களூர் அத்தனை தூரத்துலயா இருக்கு...? கார் எடுத்தா
அஞ்சு மணி நேரம்.... வாராவாரம் வந்துட்டு போங்க..."

"சும்மா என்னை உசுப்பேத்தி விட்டு விளையாடாதே..." ஆரம்-
பத்தில் சரயு சொல்வதை சீரியசாக எடுத்துக் கொள்ளாதவன், இவள்
திரும்பத் திரும்ப வலியுறுத்தவும், "நிஜமாவா சொல்ற...? உன்னால
மேனேஜ் பண்ண முடியுமா...? ஆர் யூ ஷ்யூர்?" சந்தேகமாகப் பார்த்-
தான்.

"நிஜமா தான் சொல்றேன்... எனக்கு ஒன்னும் கஷ்டம் இல்ல...
நான் சமாளிச்சுப்பேன்.... நீங்க ப்ரொசீட் பண்ணுங்க..." ஒரு கட்டத்-
திற்கு மேல் அவள் திடமாக சொல்ல ஆரம்பிக்க, புதிய வேலையில்
சேர்வதற்கு ஒப்புக்கொண்டவன் இங்கும் அங்குமான ஃபார்மாலிட்டிகளை
முடித்து அடுத்த வாரம் பெங்களூர் கிளம்புகிறான்.

வெளியே பேசும்போது தைரியமாகப் பேசி விடுகிறாளே தவிர உள்-
ளுக்குள் தனியாக எல்லாவற்றையும் சமாளிக்க முடியுமா என்ற கேள்வி
கொக்கி போட்டு இழுக்கத்தான் செய்தது. மாமனார் மாமியார் இங்கு
வருவதற்கு முன்பு இருந்த நிலை வேறு, இப்போது இருக்கும் நிலைமை
வேறு;

உலக வழக்கத்தில் பெரியவர்கள் உடன் இருப்பது துணைக்குத்
துணை, உதவிக்கு உதவி என்ற மாளாத தெம்பைத் தந்திருக்க வேண்-
டும். ஆனால், இங்கு...??

எது எப்படியாகினும் இது தானாக ஏற்றுக்கொண்ட கடமை, செய்து
தான் ஆகவேண்டும் என்று நினைத்துக் கொண்டவள் ஆர்த்தியிடம்
விடைபெற்று தன் இருக்கையில் சென்று அமர்ந்தாள்.

"இவங்க லாக்கர் திறக்கணுமாம் மேடம்...." அட்டெண்டர் வந்து சொல்ல, "உள்ள வர சொல்லுங்க மன்னர்... லாக்கர் புக்கை மேனேஜர் ரூம்ல சைன் பண்ண கொடுத்தேன்... அப்படியே வவுச்சர்ஸ் இரண்டு இருக்கும்... எடுத்துட்டு வாங்க.." தன் அறைக்குள் நுழைந்த கஸ்டமரி-டம் அவள் கவனம் திரும்ப, அதற்குமேல் வேலை சரியாக இருந்தது.

ஆறு மணி போல இ-லெட்ஜர் வேலைகளை முடித்து வீட்டுக்குக் கிளம்பியவள், வங்கியிலிருந்து வீடு செல்லும் வழியில் காய்கறிகளை வாங்கிக் கொண்டு என்ன டிபன் செய்வது என்று யோசித்தபடியே நடந்-தாள்.

'சமையல் செய்றதை விட அடுத்த வேளை என்ன செய்றதுன்னு யோசிக்கிறது இருக்கே, அது தான் உலக மகா கஷ்டம்டா சாமி...'

அலுத்துக் கொண்டே காம்பவுண்ட் கதவைத் திறந்து அவள் உள்ளே நுழைந்தபோது வாயில் படியில் நின்று பேத்திக்கு உணவு ஊட்டிக் கொண்டிருந்தார் கீழ் வீட்டு ஆன்டி. ப்ரீத்தி ஒரு இடத்தில் நிற்காமல் ஓடிக் கொண்டிருக்க, இவர் பின்னாலேயே துரத்தியபடி இருந்தார்.

"ஓய் குட்டிம்மா... உட்கார்ந்து சாப்புடா.... பாட்டி பாவம்ல..." தன்-னிடம் ஓடி வந்த குழந்தையின் கன்னம் பற்றிக் கிள்ளியவள், "அர்ச்சனா இன்னும் வரலையா ஆன்ட்டி...?" தன்னெதிரே மூச்சு வாங்க நிற்பவரி-டம் கேட்டாள்.

"இன்னும் இல்லம்மா... ஒன்பது ஆயிடும் வர்றதுக்குன்னு சொல்-லிட்டு இருந்தது... லேட்டா தானே கிளம்புச்சு... நேரங்கழிச்சு தான் வரும்..." இவள் நின்று சில நிமிடங்கள் பேசிக் கொண்டிருக்க, சாரதா வீட்டிற்குள்ளிருந்து வந்தார்.

"என்ன மஞ்சும்மா... இந்த நேரத்துல... காலைல வரலையா?"

"வந்தேன்மா... வந்து வேலையெல்லாம் செஞ்சுட்டு தான் போனேன். உன்னைப் பார்த்துட்டு போகலாம்னு நீ வர்ற நேரமா பார்த்து இப்ப வந்-தேன்..." தயங்கி தயங்கி அருகே வந்தவரைப் புரியாமல் பார்த்தாள் சரயு.

'என்னைப் பார்க்கவா, எதுக்கு..?'

"நான் வேலைல இருந்து நின்னுக்குறேன்மா.... எனக்கு நம்ம வீட்-டுல செய்ய முடியல... அதைச் சொல்லத்தான் இப்ப வந்தேன்..."

சரயுவுக்கு அதுவரை முணுமுணுவென்றிருந்த தலைவலி திடீரென அதிகரித்தது போலிருந்தது. மேலே ஒன்றும் கேட்காமல் வலித்த தன் நெற்றிப் பொட்டை இரு விரல்களால் பிடித்துக் கொண்டாள்.

13

வெள்ளி மதியம் பெங்களூரிலிருந்து கிளம்பிய மித்ரன் இரவு பத்து மணிக்கு வீடு வந்து சேர்ந்தபோது வெளிக் கதவு பூட்டி கிரில் கதவிலும் கனத்த பூட்டு தொங்கியது.

'எல்லாரும் எங்க போய்ட்டாங்க...?' அவன் அலைபேசியை அழுத்தியபடி பால்கனி வழியே எட்டிப்பார்த்தான். விரல்கள் பொறுமையிழந்து சரயுவின் எண்ணை மீண்டும் மீண்டும் டயல் செய்து கொண்டிருந்தன.

கீழ் வீட்டிற்குச் சென்று கேட்கலாமா என்று நினைத்து அவன் வெளியே வருவதற்குள் டாடா இண்டிகா கார் ஒன்று காம்பவுண்டிற்குள் நுழைந்து இவர்களுடைய வாசலில் வந்து நின்றது. யாரென்று இவன் குனிந்து பார்க்கும்போதே நாணா முன்னிருக்கையில் இருந்து இறங்க, அம்மாவும் சரயுவும் பின் கதவைத் திறந்து இறங்கினார்கள்.

"என்னம்மா ஆச்சு...?" சுகுமாரியின் கையில் பாண்டேஜ் சுற்றி இருந்ததில் பதறிப் போனவனாக மித்ரன் வேகமாகப் படிகளில் இறங்கினான்.

"எங்க போய்ட்டு வர்றீங்க? என்ன ஆச்சு...?" அவன் அம்மாவின் கைபிடித்துத் தாங்கலாக மேலே அழைத்துச் செல்ல, சரயு பணம் கொடுத்துவிட்டுப் பின்னால் வந்தாள்.

"அதை ஏன் கேட்கிற போ... பெரிய கூத்தாகி போச்சு இன்னிக்கு" சுகுமாரி சலித்துக் கொள்ள, "ஒழுங்கா சாப்ட்டு உடம்பை கவனமா பாத்துக்கோன்னு சொன்னா கேட்டா தானே..." நாராயணன் புலம்பிக்கொண்டே கதவைத் திறந்தார்.

களைத்துச் சிவந்த முகத்துடன் சரயு உள்ளே நுழைந்தாள். "திடீர்னு என்னாச்சு...?" அவன் அம்மாவை இருக்கையில் உட்கார்த்தி விட்டு

இவளிடம் கேட்டான்.

"மூணு மணிக்கா போன் பண்ணினாங்க டிஸ்ஸியா இருக்குன்னு... சுகர் லெவல் இறங்கிடுச்சு போலன்னு நான் வந்து வாயில கொஞ்சம் சர்க்கரையைப் போட்டுக் குடிக்கக் கஞ்சி வச்சுக் கொடுத்தேன். தெளி-வாகிட்டாங்க... எதுக்கும் பார்த்துடலாம்னு டாக்டர்கிட்ட போய்ட்டு வந்-தோம்... நம்ம ஆர்த்தி சஜஸ்ட் பண்ண டாக்டர்தான்... பிளட் சுகர் நல்லா ஏறி இருக்கு..."

அவள் மருத்துவ அறிக்கைகளை டி டேபிள் மேல் வைத்துவிட்டு வெளிக்கதவைப் பூட்ட, மித்ரன் ஃபைலை எடுத்துப் புரட்டினான்.

"திடீர்னு மயக்கம் எப்படி வரும், மாத்திரை போட்டுட்டு சாப்பிட-லையா...?"

"என்னமோ இன்னிக்கு சாப்பிட பிடிக்கல... அதுதான் தள்ளி-டுச்சு..."

"குழந்தையா நீங்க? அது சரி... இதென்ன சுகர் இவ்ளோ ஏறியி-ருக்கு? இத்தனை நாள் இந்த அளவுக்குப் போனது இல்லையே... ஸ்வீட் எதுவும் சாப்ட்டிங்களா...?"

"நான் எந்த ஸ்வீட்டுடா சாப்பிடுறேன்... எப்பவாவது இத்துணுண்டு கொறிக்கிறேன்... அப்படி இருந்தும் எப்படித்தான் இவ்வளவு ஏறிச்சோ தெரியல... சரயு நிறையத் தேங்காய் சேர்க்குது சமையல்ல... அதுதான் ஏறிடுச்சோ, என்னவோ..."

உள்ளே வேலையாக இருந்த சரயு, புருவ முடிச்சுடன் அங்கிருந்தே எட்டிப் பார்த்தாள்.

"நான் இப்பல்லாம் தேங்காய் சேர்க்கிறதே இல்லம்மா... 'தேங்காய் ஒத்துக்காது, நல்லது இல்லைன்னு சொன்னது அந்தக் காலம், அதுல உடம்புக்கு நல்லது செய்யுற நல்ல கொலஸ்ட்ரால் இருக்கு, டயபடிக் பேஷன்ட்சும் சேர்த்துக்கலாம். ப்ளட் குளுக்கோஸ் லெவலுக்கு நல்-லது'னு இன்னிக்கு டாக்டர் கூட சொல்ல !?..."

"அப்படியே உங்களுக்கு ஏதாவது வேணாம்னு தோணுச்சுனாலும் என்கிட்டயே சொல்லுங்கம்மா.... சொன்னா தானே எனக்குத் தெரியும்" முடிக்கும்போது கொஞ்சம் வேகமாகவே சொன்னாள்.

"அப்ப எப்படி இந்த அளவுக்கு ஏறிச்சு...? நீயே தான் சொல்-லேன்...?" ஏதோ அடிதடி நடக்கிற மாதிரி உள்ளறையில் இருந்து நாரா-

யணன் பாய்ந்து கொண்டு வந்தார்.

"எனக்கெப்படி தெரியும்பா, உங்க இரண்டு பேருக்கும் ஒத்துக்க-ணும்னு கவனமா தான் சமைக்கிறேன். ஒருவேளை சாயங்காலம் வாக்-கிங் போகும்போது அப்பப்ப ஏஏபில ஜிலேபியும் ரவா தோசையும் சாப்-பிட்டு வருவீங்களே, அதுல கூட ஏறி இருக்கலாம்..."

'வெளில மட்டுமா...? வீட்டுக்கும் வாங்கிட்டு வந்து ரெண்டு பேருமா ஒளிச்சு வச்சுச் சாப்டுறீங்களே, அதுனாலயும் கூட ஏறி இருக்கலாம்...' கூடவே இதையும் சேர்த்துச் சொல்லத் தான் தோன்றியது. அடக்கிக் கொண்டாள்.

"ஆரு... வாட் ஈஸ் திஸ்?" கண்களாலேயே முறைக்கும் மித்ரனை ஒரு பார்வை பார்த்தவள், அதற்கு மேல் ஒன்றும் பேசாமல் உள்ளே சென்றாள். நல்ல நாளிலேயே நாராயணி, இப்போது சர்க்கரை அளவு உயர்ந்ததில் என்னென்ன ஆர்ப்பாட்டங்கள் நடக்கக் காத்திருக்கிறதோ இந்த வீட்டில்?

"இது என்ன இப்படிச் சொல்லுது இந்தப் பொண்ணு..? நான் எங்க நாணா வெளில போய்ச் சாப்பிடுறேன்...?"

"விடு குமாரி... நாம பார்த்து பண்ணியிருந்தா நம்ம மதிப்பு தெரியும், இவனா பார்த்து கட்டிக்கிட்டது தானே.... இப்படித்தான் மட்டு மரியாதை இல்லாம பேச்சு வரும்..."

நாராயணன் உசுப்பிவிட, "அதைச் சொல்லுங்க... பெத்து வளர்த்த நமக்குன்னு என்ன மரியாதையை இவன் மிச்சம் வச்சான்? உலகத்து-லயே இல்லாதது மாதிரி இது தான் வேணும்னு அடம் பிடிச்சு நின்னான். அந்த மிதப்புல தான் அங்க இருந்து இப்படி ஒரு பேச்சு வருது..."

டிஎம்டி முறுக்கு கம்பி மாதிரி எப்போதும் விரைத்துக்கொண்டு திரிந்-தாலும் புள்ளி வைக்க வேண்டிய இடத்தில் பொட்டு வைப்பதில் நாராய-ணன் கில்லாடிதான். சுகுமாரியின் காலில் சலங்கையைக் கட்டி விட்டாகி விட்டது. இனி தில்லானா ஆடி முடிக்கும்வரை இந்தப் பரதம் அடங்கப் போவதில்லை.

"இங்க பாரு நாணா... இந்த மாதிரி யாருக்கும் தொந்தரவு கொடுத்-துட்டு நாங்க இங்க இருக்க வேணாம்பா.... ஏதாவது ஹேமா பார்த்து எங்களை சேர்த்து விட்டுடு.. மூணு பசங்களைப் பெத்து வளர்த்து ஆளாக்குனதுக்கு அதுதான் எங்களுக்கு விதிச்சு வச்சுருக்குன்னா எங்க

விதிக்கு யார் என்ன செய்ய முடியும்....?" சுகுமாரி கண்களைத் துடைத்-
துக் கொள்ள...

"அம்மா... என்னம்மா நீங்க இப்படில்லாம் பேசுறீங்க?" மித்ரன் வந்-
ததும் வராததுமாக நிகழும் இந்தக் களேபரத்தில் ஒன்றும் புரியாமல்
விழித்தான்.

"டிபன் ரெடியா இருக்கு... சூடா இருக்கும்போதே எல்லோரும் சாப்-
பிடுங்க..." அவசரத்துக்குக் கோதுமை குருணையை வேகவைத்து காய்-
கறி கிச்சடி தாளித்த சரயு, ஆவி பறக்கும் பாத்திரத்தையும் தட்டு-
களையும் மேசை மேல் வைத்துவிட்டு அறைக்குள் சென்று கதவை
ஒருக்களித்துச் சார்த்திப் படுக்கையில் அமர்ந்தாள்.

'உப்பு குறைச்சல், எண்ணெய் பத்தலன்னு தினம் தினம் ஆயிரம்
குறை.... இதுல இது ஒன்னு புதுசா, என் சமையலால தான் சக்கரை
ஏறின மாதிரி.... இந்த ட்ராமாவை பார்க்குறதுக்கு எல்லாம் சுத்தமா
எனக்குத் தெம்பில்ல...' ஓடுவது தெலுங்கு அலைவரிசை தான் என்றா-
லும் வார்த்தை மாறாமல் எல்லாமும் புரிந்து தொலைக்கிறதே?!

'ப்ச்... என்ன செஞ்சு என்ன...?' கட்டிலில் தொப்பென்று சரிந்து
படுத்தவளுக்குப் பொங்கிக் கொண்டு வந்தது கண்ணீர். இவர்கள் உயி-
ரும் உடல்நலமும் மட்டும் எத்தனை பவித்ரம்? அடுத்த வீட்டுப் பெண்
எக்கேடு கெட்டால் தான் என்ன?

மதியம் திடுதிப்பென்று வந்த போன் காலில் முக்கியமான மீட்டிங்கில்
இருந்தவள், பெர்மிஷன் கேட்டு அலறி அடித்துக் கொண்டு ஓடி வந்து,
கால் டாக்சி பிடித்து டாக்டரிடம் அழைத்துச் சென்று, நான்கு மணி
நேரமாக லேபில் உட்கார்ந்து விதவிதமான ரத்தப்பரிசோதனைகளுக்குக்
கூடவே கையைப் பிடித்துக்கொண்டு அமர்ந்து...

அங்கும் கூட குளுக்கோஸ் தண்ணீர், ஜூஸ் முதற்கொண்டு சாப்-
பாட்டிற்கு முன் பின் சோதனைகளுக்காக கேண்டினைத் தேடி உணவு
வாங்கி வந்தது வரை அத்தனைக்கும் இவள் தான் ஓட வேண்டியி-
ருந்தது. மருமகள் எல்லாவற்றையும் பொறுப்புடன் செய்கிறாளா என்று
மேற்பார்வை பார்த்ததிலேயே களைத்துப்போய் அமர்ந்து இருந்த அன்பு
நாணாவுக்கு மகனைக் கண்டதும் தான் எத்தனை சுறுசுறுப்பு வந்திருக்-
கிறது!?

நன்றியுணர்வு என்கிற பெரிய வார்த்தையை எல்லாம் அவள் மனசு நினைத்துக் கூடப் பார்க்கவில்லை. அடிப்படை மனிதமும் நாகரீகமும் கூடவா மறந்து போகும் இவர்களுக்கு...!?

சுயநல நிறமிகள்.

மனசெங்கும் கசந்து வழிந்தது.

வெளியே ஏதேதோ சொல்லி அம்மா நாணாவை சமாதானம் செய்த களைப்புடன் உள்ளே வந்த மித்ரன், "என்ன ஆரு இது?" என்றான்.

இவள் பதில் சொல்லாமல் இருக்க, "ஆசையா ஓடி வந்தேன்... வந்த வேகத்துல சப்புன்னு போயிடுச்சு..." ஒன்றும் சொல்லாமல் துண்-டால் முகத்தைத் துடைத்தபடி ஜன்னல் வழியே வெளியே பார்த்து நின்-றவளின் தோளைத் தொட்டுத் திருப்பினான்.

"என்ன செய்யச் சொல்றீங்க...? நானும் ஆசையா தான் இருந்-தேன்..."

சமீப மாதங்களாக அவளுடைய சூரியன்கள் வெள்ளி இரவில் ஜனித்து ஞாயிறு மாலை அஸ்தமித்து விடுவதை இவன் அறிவானா?

ஞாயிறு நள்ளிரவில் "வந்து சேர்ந்துட்டேன், நீ தூங்கு..." என்று பெங்களூரில் இருந்து அவன் குரல் ஒலிக்கும்போது தொடங்கும் அவளது காலக்கெடுவின் கணக்கெடுப்பு....

தினமும் இரவு அவன் தலையணையை அணைத்தபடி குறுகிப் படுத்திருப்பவளின் மனதில் அடுத்த வெள்ளியிரவு வரைக்குமான வினா-டிக் கணக்குக் கூடத் துல்லியம் என்பது இவன் என்று தான் புரிந்து கொள்ளப் போகிறான்?

மித்ரனை நிமிர்ந்து பார்க்காமல் தோளில் பதிந்திருந்த அவன் கையை எடுத்து விட்டு குளியலறைக்குச் சென்றவள் முகத்தை அடித்துக் கழுவினாள்.

"உன்னை யார் என்ன சொன்னாங்கன்னு இப்படிக் கண்ணைக் கசக்குற...?"

"இதுக்கு மேல வேற சொல்லணுமா....?"

"ஷ்ஷ்... கத்தாதே... மெதுவா பேசு...."

"பார்த்து பார்த்து செய்யுறேன்... இருந்தும் தொட்டதுக்கு எல்லாம் குறை..."

"உன்னைக் கத்தாதேன்னு சொன்னேன்..."

"அப்படித்தான் கத்துவேன்... வெளில காட்ட முடியாததையெல்லாம் இந்த நாலு சுவத்துக்குள்ள மட்டும் தான் என்னால கொட்ட முடியும்..." பேசும்போதே குரல் உடைந்து முசுமுசுவென்று அழுகை வந்து விட,

"சரயு, ஸ்டாப் இட்... இது என்ன பைத்தியம் மாதிரி..."

"......."

"சை... இந்த அழுகாச்சி டிராமாவை பார்க்கிறதுக்கு தான் அஞ்சரை மணி நேரம் லொங்கு லொங்குனு கார் ஓட்டிட்டு வந்தேன் பாரு... ஆளுளுக்கு நசநசன்னு...." அவன் குளியலறைக் கதவை அடித்துச் சாத்திவிட்டு உள்ளே செல்ல, வெடித்துக் கொண்டு வந்த விம்மலை என்ன முயன்றும் அவளால் அடக்க முடியவில்லை.

சாரதா ஏழரைக்கு வந்து அழைப்பு மணியை அழுத்திய போது சரயு எங்கோ மிதந்து கொண்டிருப்பதைப் போல உணர்ந்தாள். இரவு முழுவதும் உறங்காததில் விடியலில் தான் அசந்தது.

எழுந்திருக்க முடியாமல் கண்கள் இழுத்துக் கொண்டு செல்ல, இரண்டு தடவை அடித்து மூன்றாம் முறை சற்றுத் தயக்கமாக ஒலித்த மணியின் விளிப்புக்கு வாரி சுருட்டிக் கொண்டு எழுந்தாள். வரும் ஆளை விட்டு விட்டால் எல்லா வேலைகளும் தன் தலையில்தான் என்ற அச்சமே மேலும் தாமதிக்காமல் ஓடிச் சென்று கதவைத் திறக்க வைத்தது.

கம்பிக் கதவில் தொங்கிய பையிலிருந்து பால் கவர்களை எடுத்துக் கொண்டு சாரதா உள்ளே வந்தாள்.

"மஞ்சும்மா... நான் கொஞ்ச நேரம் படுக்கறேன்... வேலையெல்லாம் முடிச்சிட்டு என்னைக் கூப்பிடுங்க... பால் ஒன்னு மட்டும் சில்லர்ல வச்-சிட்டு மீதியை ப்ரீசர்ல போட்டுடுங்க..."

"சரி... நீ படு... நான் போறப்ப வெளில பூட்டிட்டு போறேன், இன்-னொரு சாவி தான் இருக்கே...." அன்று வேலையிலிருந்து நின்று விடு-கிறேன் என்று பிடிவாதம் செய்த சாரதாவை கெஞ்சி கொஞ்சி தாஜா செய்து மீண்டும் வர வைப்பதற்குள் சரயு விழி பிதுங்கிப் போனதை என்-னவென்று சொல்ல!!??

"என் பின்னாடியே வந்து 'அதைச் செய், இதைச் செய்'னு சொன்னா எல்லாம் எனக்குப் பிடிக்காதுமா... உங்க மாமியார் இங்க

கூட்டு... அங்க துடைன்னு வம்பு பண்றாங்க... அந்தப் பெரியவர் என்-
னன்னா 'வா, போ'ன்னு ஏக வசனத்துல பேசுறாரு..."

அன்று வாசலிலேயே நின்று சாரதா பொரியவும் சரயு மலைத்து
நின்றுவிட்டாள். 'இருக்கும் பிரச்சனைகளில் இது வேறா....?' என்று
இருந்தது.

"வீட்டு வேலைக்கு வந்தாலும் மரியாதை பட்டவங்க நாங்க...
பாஷை தெரியாதுனாலும் திட்டுறதும், முன்ன விட்டு பின்ன பேசுறதும்
எனக்குப் புரியாம போயிடுமா?"

எனக்கும் கூட இதே நிலைமை தான் என்று இவளிடம் எப்படிச்
சொல்வது? "திடீர்னு சொன்னா நான் மட்டும் என்ன பண்ணுவேன்,
நீங்களே சொல்லுங்க..." என்றாள் கவலையாக.

"என்னை என்ன பண்ண சொல்ற..? உன் மூஞ்சிக்குப் பார்த்துதான்
நேர்ல வந்து சொல்லிட்டு போலாம்னு வந்தேன்... இல்லேன்னா இந்த
மாசம் செஞ்ச காசு கூட வேணாம்னு சொல்லாம கொள்ளாம போயி-
ருப்பேன்..."

"என்ன சாரதா, இப்படிப் பேசுற... கொஞ்சம் பார்த்து செஞ்சு
கொடு..." ஆன்ட்டி சிபாரிசுக்கு வந்தார்.

"ஐயோம்மா... நீங்க வேற? அவங்க ரெண்டு பேரும் மட்டும் இருக்-
கிற நேரத்துல நான் வேலை செய்ய மாட்டேன்மா... என்னமோ அவங்க
வீட்டு அடிமையைக் கூப்பிடுற மாதிரி 'ரா'ன்றதும் 'போ'ன்றதும்..."

சக்கரை ஆலை பணியாளர்களிடம் அதிகாரம் செய்தது போல
இங்கும் செய்தால் எடுபடுமா? கிராமத்து ஜனங்கள் முன்னே பின்னே
இருந்தாலும் அனுசரித்துச் செய்வார்கள். நகரங்களில் வேலைக்கு ஆள்
கிடைப்பதே குதிரை கொம்பாக இருக்க...

உதவிக்கு இருக்கும் ஒற்றை ஆளும் திடிரென நின்று விட்டால் எங்-
குச் சென்று யாரைத் தேடுவது என்று மிரண்டு போய்ப் பார்த்த சரயு,
சாரதாவிடம் தணிவாய்க் கேட்டாள்.

"இதுக்கு எதுக்கு வேலையை விட்டு நிக்கணும்? நான் இருக்குற
நேரம் சீக்கிரம் வந்து செஞ்சிட்டு போங்களேன்... நான் பேங்குக்கு
எட்டே முக்காலுக்குத் தான் கிளம்புவேன்.."

"நானும் பிள்ளைகளை ஸ்கூலுக்கு அனுப்பிட்டு வரணுமே..."
ஆரம்பத்தில் முரண்டிய சாரதா, "சரி, ஒன்னு பண்றேன்... அதுங்களைக்

கிளப்பி விட்டுட்டு வர்றேன்... எங்க வீட்டுக்காரரு ஆட்டோல ஏத்தி விட்டுப்பாரு. ஏழரைக்கு வந்துட்டு உன் கூடவே கிளம்பிடுவேன், அதுக்கு மேல இருக்க மாட்டேன், பார்த்துக்கோ...”

சாரதாவின் நிபந்தனைக்கு ஒத்துக் கொண்டதில் காலை அவசரத்தில் பாதி வேலைகளை சரயுவே செய்ய வேண்டி வந்தது வேறு கதை. தொலையட்டும், அம்போ என்று விட்டுவிட்டு ஓடாமல் கை கொடுக்க ஒரு ஆள் இருக்கிறதே, அதுவரைக்கும் போதும் என்ற திருப்தியில் சமாளித்துக் கொண்டிருக்கிறாள்.

சாரதாவிடம் செய்ய வேண்டிய வேலைகளைச் சொல்லிவிட்டு “ஃப்-ரிட்ஜ்ல நேத்து பால் இருக்கு மஞ்சும்மா... எடுத்துக் காப்பி போட்டுக்-கோங்க...” என்று அவள் மீண்டும் படுக்கையைச் சரணடைந்தபோது மித்ரனின் கரங்கள் அவளைத் தன்வசம் எடுத்துக் கொண்டன.

“மார்னிங்டி பட்டு...”

“மார்னிங்...” உணர்ச்சியற்ற குரலில் பதில் சொன்னவள், ஒருக்-களித்துப் படுத்தாள்.

“சரி... ஸாரி... காலங்கார்த்தால மூஞ்சை தூக்காதே ப்ளீஸ்... இதுக்கா இத்தனை தூரம் ஓடி வந்தேன்...” காதோரம் கூச வைத்த அவன் தொடர் கெஞ்சலில் ஒருகட்டத்துக்கு மேல் அவளுக்குச் சிரிப்பு வந்து விட்டது.

“ஆமா... நீங்க வந்த கதையே உங்களுக்குப் பெருசு... ஒரே இடத்-துல கீ கொடுத்த பொம்மை மாதிரி ஓடிட்டு இருக்கேனே, என்னை என்னன்னு சொல்றீங்க?” அதற்குமேல் அடம் பிடிக்காமல் அவனது அணைப்புக்குள் அவள் அடங்கிப் போனாள்.

“இன்னைக்கு என்ன ப்ளான்...?”

“ப்ளான், என்ன ப்ளான்? வழக்கம் போலச் சமையல், சாப்பாடு, மத்-தியானம் தூக்கம்... வேறென்ன...?”

”சும்மா சலிச்சுக்காதேடி... உனக்கும் ரிலாக்சேஷன் வேணும்... வெளில போலாமா... பதினோரு மணிக்கா கிளம்பினா கூட போதும்... ஏதாவது சினிமா போயிட்டு லஞ்ச் வழில பார்த்துக்கலாம்... என்ன சொல்ற...?”

“ம்ம்ம்....???”

"இரு... எதுக்கு இழுக்குரன்னு தெரியும்... அம்மாவுக்கும் நானா-வுக்கும் ஸ்விகில ஆர்டர் பண்ணிடலாம்... நீயொன்னும் சமைக்க வேணாம்..."

"அவங்க கூட வரலையா...?"

"ஏன்... வெளில பாத்திரம் கழுவிட்டு இருக்காங்களே, அந்தம்மா-வைக் கூடக் கூப்பிடேன்..."

அவனைப் பார்த்துச் சிரித்தவள், "ஆர்டர்லாம் ஒன்னும் பண்ண வேணாம்... நாம வெளில போய்ட்டு சாப்பாடும் வெளில சொன்னா நல்லா இருக்காது... டைம் தான் இருக்கே... நானே ஏதாவது சமைச்-சுடுறேன்..." எழுந்து அமர்ந்து முதுகில் விரிந்து கிடந்த கூந்தலைச் சுருட்டி கொண்டையாக்கிக் கொண்டாள்.

மனதில் சில நிமிடங்களுக்கு முன்னால் இருந்த வாட்டம் மறைந்து குப்பென்ற சந்தோஷம் மலர்ந்தது.

"மித்து.... தடம் நல்லா இருக்குன்னு சந்துரு சொன்னான்... அதுக்-குப் போலாமா...?"

"ஓ... போலாமே..."

"எனக்கு யாராவது பரிமாறி சாப்பிடணும்னு ஆசையா இருக்கு. மதியானம் நல்லா இலை போட்டு புல் மீல்ஸ்... ஓகே வா?"

"டபிள் ஓகே...." அவள் கேட்கும் அனைத்திற்கும் 'உம்' கொட்டுகிற மயக்கம் மட்டுமே அவனிடத்தில்.

"நகருங்கம்மா.... டிபன் பண்ணிட்டு சாப்பாடு செய்யணும்... நான் வேற எண்ணெய் வச்சு தலைக்குக் குளிக்கணும்... சரியா இருக்கும்..." சரயுவின் நழுவல்களும் திமிரல்களும் அவனுடைய ஆக்ரமிப்பிற்கு முன்னால் மதிப்பிழந்த கரன்சிகளாய் மாற, நேரம் சுகமாக நழுவிக் கொண்டிருந்தது.

மதியம் திட்டமிட்டபடி இருவருமாகக் கிளம்பி ஐநாக்ஸ் சென்று படம் பார்த்துவிட்டு, மதிய உணவை அன்னபூர்ணாவில் முடித்து, வீடு திரும்ப மனமே இல்லாமல் மருதமலை அடிவாரம் வரை லாங் டிரைவ் சென்று திரும்பியபோது இதுவரை பார்த்திராத அமைதியில் வீடு கனத்து இருண்டிருந்தது.

வழக்கமாக அலறிக் கொண்டிருக்கும் தொலைக்காட்சியின் கூச்சல் கூட இல்லை. மணியை அழுத்தியதும் சில நிமிடங்கள் தாமதத்தில்

அலாவுதீனின் அற்புத விளக்கு போலக் கதவு மட்டும் திறந்தது.

நாராயணன் இவர்களின் முகம் பார்க்காமல் கதவைத் திறந்துவிட்டு விட்டு உள்ளே சென்று விட, ஏதோ புலி கூண்டுக்குள் நுழைவது போன்ற கூரிய நமைச்சல் சரயுவுக்குள்.

அவசர அவசரமாக உள்ளே சென்று கை கால் கழுவி உடைமாற்றி வந்தவள், கொத்தமல்லி சட்னி அரைத்துத் தோசை ஊற்றினாள்.

"எங்களுக்கு எதுவும் வேணாம்... பசியில்லை..." மாறி மாறி அலுத்துக் கொண்டவர்களைக் காலில் விழுந்து கெஞ்சாத குறையாக வெளியே அழைத்து வந்து சாப்பிட வைப்பதற்குள் கணவனுடன் நேரம் செலவழித்து வந்த மொத்த சந்தோஷமும் அவளுக்குள் அற்றுப் போயிருந்தது.

மதியம் சாப்பிட்ட உணவு பாத்திரங்கள் காய்ந்த சோற்றுப் பருக்கைகளுடன் அப்படி அப்படியே மேஜை மேல் தவமிருக்க, எல்லாவற்றையும் ஒழித்துப் போட்டுவிட்டு மீந்தவற்றைக் குளிர்பதனிக்குள் எடுத்து வைத்தாள்.

"நீங்களும் வாங்க... சாப்ட்டுட்டு படுக்கலாம்..." வீட்டிற்குள் வந்த கையுடன் ஏதோ அலுவலக அழைப்பில் இணைந்திருந்த மித்ரன் காதில் ஹெட்போனுடன் வந்தமர்ந்தான். காலை மிஞ்சிய வெண் பொங்கலை சூடாக்கி தங்கள் இருவர் தட்டிலும் பகிர்ந்து வைத்தவள், ஆளுக்கு இரண்டு தோசை ஊற்றி கல்லை அணைத்துவிட்டு வந்தாள்.

ஹாலில் அமர்ந்து பார்வையாக ஒவ்வொரு மாத்திரையாய் உருட்டி வாயில் போட்டுக் கொண்டிருந்த சுகுமாரியின் முகத்தில் எள்ளும் கொள்ளும் வெடித்தது. மகனின் தட்டைப் பார்த்தது தான் தாமதம், சீறிக் கொண்டு வந்தார்.

"இதென்ன காலைல செஞ்சதை அவனுக்கு வைக்குற... பழசு சாப்ட்டு எல்லாம் எங்க வீட்டுல பழக்கமில்ல... அவனுக்கும் பழக்கமில்லை..."

'அப்படின்னா நான் மட்டும் என்ன எங்க வீட்டுல தினமும் பழங்கஞ்சி குடிச்சா வளர்ந்தேன்...?' அபூர்வமாய்த் தோன்றும் துணிச்சலில் வாய்விட்டு கேட்கத் தோன்றியதை பல்லைக் கடித்து அடக்கிக் கொண்டாள்.

"சாப்பிடறது எதுவா இருந்தாலும் எல்லாரும் பகிர்ந்து சாப்பிடுறது தான் எங்க வீட்டுப் பழக்கம்மா... காலைல செஞ்சது ராத்திரி பழசுன்னு

ஒதுக்குறதுக்கு இதென்ன ஹோட்டலா...? வீடு...” அடிக்குரலில் என்-றாலும் அழுத்தமாகவே சொல்லிவிட்டு அங்கே அமர பிடிக்காமல் தன் தட்டை எடுத்துக்கொண்டு அவள் உள்ளே செல்ல, தகிக்கும் விழிவீச்சு அவள் முதுகைத் துளைத்தது.

சில நிமிடங்களில் கதவு திறந்து உள்ளே வந்த மித்ரனின் முகம் சிவந்திருந்தது. “என்னடி இது ‘கால்’ல இருக்கேன்னு கூடவா உனக்கு அறிவு இல்ல... நீ பாட்டுக்கும் பேசற...” தொம்மென்று ஹெட்போனை படுக்கையில் விசிறி எறிந்தான்.

“இரண்டு பேர் முகமும் எப்படி இருக்குன்னு பார்த்தீங்களா...? சாப்-பிட வைக்குறதுக்குள்ள அத்தனை போராட்டம்... எங்க போனாலும் கூட்டிட்டு போயே பழக்கியாச்சு... இன்னிக்கு ஒரு நாள் நாம ரெண்டு பேரும் தனியா போனதுக்கு இத்தனை எரிச்சலா....? எந்த வீட்டுலயா-வது வயசுல பெரியவங்க இப்படி நடந்துப்பாங்களா.... கடவுளே.... என்-னால நம்பவே முடியல...”

“இங்க பாரு.... சும்மா நீயா ஏதாவது கற்பனை பண்ணி பேசாத...”

“ஆமா, நான் தான் கற்பனை பண்ணி பேசுறேன்..... சரி ஓகே... விடுங்க... உங்ககிட்ட பேசி ஒன்னும் ஆகப் போறதில்ல”

“அப்படியே இருந்தாலும் இதென்ன நாட்டுப்புற பொம்பள மாதிரி ஆர்க்யூ பண்ற பழக்கம்...? நேத்தே கவனிச்சேன் கூடக் கூடப் பேசு-றதை... உன்கிட்ட இருந்து நான் இதை எதிர்பார்க்கவே இல்ல சரயு... நீயேதான் அவங்களை இங்க வருந்தி வருந்தி கூப்பிட்ட... இப்ப இது என்ன அல்பத்தனமா...? சச் எ ட்ராமடிக்...”

“ட்ராமடிக்....? யூ மீன் திஸ் ஈஸ் ட்ராமடிக்...?...” சரயுவுக்கு வெடித்துக் கொண்டு வந்தது. கீழுதட்டை பற்களால் சிறை பிடித்துக் கொண்டாள்.

“ஆமா... ட்ராமடிக் தான்.... உங்கம்மா பார்க்குற வீணா போன சீரி-யல் எல்லாம் வேணாம் வேணாம்னு காதுல பஞ்சை வச்சு அடைச்சுக்-கிட்டாலும் என் காதுலயும் வந்து விழுந்து தொலைக்குதே... அதுதான் எனக்கும் அந்தக் காத்து ஒட்டிகிச்சி, போதுமா...” எள்ளலாகச் சொன்-னவள், தன்னை முறைப்பவனை லட்சியம் செய்யாமல் பொறுமையாகத் தோசையை விண்டு வாயில் போட்டு மெல்ல...

"சை... எரிச்சலா இருக்கு.. வாராவாரம் வந்து இப்படி லோல்-படணும்னு எனக்குத் தலையெழுத்தா என்ன...? தேவையே இல்ல... நான் இங்க வரவே போறது இல்ல... எல்லாரும் எக்கேடோ கெட்டுப் போங்க.... வர வர வீட்டுக்கு வர்ற ஆசையே விட்டுப் போகுது..."

அவன் வார்த்தைகள் கத்தியின் கூர்மையுடன் இறங்க, மனதில் கடு-மையான வலியை உணர்ந்த சரயு தனக்குள் கல்லாக இறுகிப் போனாள்.

14

அன்றைய நாளுக்கான கேஷியர் டெஸ்க்குக்குத் தேவைப்படும் பணக் கட்டுகளைப் பிரித்து கவுண்டிங் மெஷினில் கொடுத்து எண்ணி அடுக்கிய சரயு, மேனேஜர் போனில் அழைத்து இன்று பட்டுவாடா செய்ய வேண்டியிருக்கும் என்று சொல்லியிருந்த கரண்ட் அக்கவுன்ட் டினாமினேஷன்களை எண்ணி ஆர்த்தியிடம் ஒப்படைத்து அதற்குரிய லாக்கரில் வைத்தாள். அது அதற்கான குறிப்புகளை எழுதி நோட் போட்டுக் கொண்டவர்கள், லாக்கரின் சீகுவன்ஸ் சாவிகளைக் கொண்டு பூட்டினார்கள்.

முதலில் ஆர்த்தி பூட்ட, அடுத்து சரயு பூட்டினாள். அன்று செய்ய வேண்டிய முக்கிய வேலைகளை விவாதித்தபடியே இருவரும் மேனேஜர் அறையில் இருந்து வெளியேறி சரயுவின் அறைக்கு வந்தார்கள்.

"இந்த எஃப்.டி சீரியல் நம்பர் எல்லாம் இன்னிக்கு பிரின்ட் எடுக்க-ணும் ஆர்த்தி... நேத்து ஆன்லைன்ல ஓபன் ஆனது, கஸ்டமர் பிஸிகல் காபி ரெக்வெஸ்ட் பண்ணியிருக்காங்க...." இவள் மானிட்டரைப் பார்த்து எண்களை எழுத...

"மேடம் காபி... ஆர்த்தி மேடம் உங்களுக்கும்..." அட்டெண்டர் அறையைத் திறந்து உள்ளே வந்து இரண்டு கோப்பைகளை வைத்து விட்டுச் சென்றார்.

"லைப் சேவர்... தேங்க்ஸ் மன்னர்மன்னன்..." ஆவி பறக்கும் கோப்-பையை எடுத்து ஆழ முகர்ந்த சரயு, தன் உள்ளங்கையை மேலே குவித்து அந்தச் சூட்டை வாங்கித் தன் கண்களில் வைத்துக் கொண்-டாள்.

"இன்னும் தலைவலி சரியாகலைய்யா...? நேத்தே பெர்மிஷன் போட்-டுட்டு போன... பேசாம இன்னிக்கு லீவ் போட வேண்டியது தானே..."

தனக்கான கோப்பையை எடுத்து உறுஞ்சிய ஆர்த்தி இவளை உற்-றுப் பார்த்தாள். முகம் உப்பிப்போய் அதைத்திருக்க, அதற்கு நேர்மாறா-கச் சரயுவின் கண்கள் சிறுத்து உள்ளடங்கியிருந்தன.

"ப்ச்... இட்ஸ் ஓகே... சமாளிச்சுப்பேன்... ஒரு க்ரோசின் போட்டா போச்சு..." கண்களை ஒருமுறை மூடித் திறந்து சிரித்தாள் சரயு.

"என்ன சரயு இது..? கண்ணுல நீர் கோர்க்குற அளவுக்கு இருக்கு... அப்படி எதுக்கு வந்த....? ஏன் வீட்டுல இருக்கிறதுக்கு பேங்கே தேவ-லைன்னு வந்துட்டியாக்கும்?"

விழிகளைத் திறந்து பார்த்த சரயு பலகீனமாகச் சிரித்தாள்.

"காலங்கார்த்தாலே எதுக்கு....? விடு, வேலையைப் பார்க்கலாம்..." நீர்க்குத்தலின் பலனால் கண்ணோரம் நீர் சுரக்க, கைகுட்டையால் துடைத்து விட்டுக் கொண்டாள்.

"யம்மா... சின்சியர் சிகாமணி... மணி இப்போ ஒன்போதரை தான். மெயின் கதவு திறக்கிறது பத்துக்கு. நம்ம ஸ்டாப்ஸ் கூட இப்ப யாரும் இல்ல... என்னன்னு சொல்லும்மா தாயே..."

"புதுசா சொல்ல என்ன இருக்கு ஆர்த்தி? கேட்குற உனக்குத்தான் போர் அடிக்கும்..." சரயு அதையும் சிரித்துக் கொண்டே சொல்ல, ஆர்த்தி முறைத்தாள்.

"விட மாட்டியே... நீ சொன்னதே தான். வீட்டுல இருக்க முடியல. போறதுக்கு அம்மா வீடோ, அக்கா வீடோ பக்கத்துல இல்ல... வேற போக்கிடம் இல்லாம இங்கேயே வந்துட்டேன்."

"என்ன ஆச்சு சரயு?"

"நேத்து மூனு மணிக்கு கிளம்பினேன்ல... சீக்கிரமா வீடு வந்ததுல இரண்டு பேர் முகமும் அப்படியே விழுந்து போச்சு... எதுக்கு இத்தனை சீக்கிரம்னு என் மாமனார் கேள்வியாவே கேட்டுட்டார். என் வீட்டுக்-குள்ள நான் நுழையுறது ஏதோ தப்பு பண்ணிட்டு உள்ள போற மாதிரி... அது ஒரு வியர்ட் பீலிங் ஆர்த்தி... நான் சொல்றது உனக்குச் சரியா புரியுதா, என்னன்னு கூட எனக்குத் தெரியல..."

சிரித்துக் கொண்டே பேசுபவளின் உள்ளம் எத்தனை தூரம் நைந்து போயிருக்கிறது என்பதை அந்தச் சிரிப்பில் இருந்தே ஆர்த்தியால் உணர

முடிந்தது.

"புரியாம என்ன சரயு... ஆனா நீ ஏன் இப்படி இருக்க...? அது உன் வீடு.. ரைட் ராயலா இல்லாம... அவங்களுக்குப் பயந்துட்டு..."

"இது பயம் இல்ல ஆர்த்தி.. மரியாதை. முக தாட்சண்யம்.... வயசுக்கு மிஞ்சி பேசி எனக்கு எப்பவுமே பழக்கம் இல்ல... அப்படியே பேசினாலும் அதுக்கப்புறம் எனக்கே கில்டியா தோணுறதுல நான் பதில் பேசறதே இல்ல... என் முன்னாடியே 'ஏன் சீக்கிரம் வந்துடுச்சு'ன்னு இரண்டு பேரும் பேசிக்கிட்டாங்க... எனக்கு இருந்த மண்டையிடில ஏதாவது சூடா குடிக்கலாம்னு கிச்சனுக்குப் போறேன். ரூம்குள்ள இருந்து அவரு தெலுங்குல சத்தமா சொல்றாரு.... 'இந்த மாதிரி வேலை செஞ்சா ஏன் பேங்க் எல்லாம் திவாலாகாதுன்னு...' அப்படியே துடிச்சு போச்சு எனக்கு..."

"சே... என்ன பேச்சு இது...?"

எரிச்சலின் மிகுதியில் முகம் சுளித்த ஆர்த்தி, சரயுவின் கண்களில் நீர் திரள்வதைக் கண்டு அவளை மேலும் சங்கடப்படுத்தாமல் வேறு எதையோ இழுத்துப் பேசினாள்.

"இது ஒன்னு இருக்கு... பேங்க் ஸ்டாப்ஸ், டீச்சர்ஸ்னாவே நாம ஏதோ சும்மா உட்கார்ந்து சம்பளம் வாங்குற மாதிரி ஒரு பொதுப் புத்தி... இன்னிக்கு இருக்குற ஈ-பேங்கிங் குளறுபடில எத்தனை செத்து சுண்ணாம்பாறோம்னு நமக்குத்தான் தெரியும். இங்க வர்ற கஸ்டமர்ல இருந்து தெருவுல காய்கறி விக்கிறவன் முதற்கொண்டு இப்படிதான் பேசுறாங்க..."

"நேத்து பஸ்ல டிக்கெட் வாங்கிட்டு மீதிச் சில்லரை தரல. இறங்கும்போது விடாப்பிடியா பின்னாடி போய்க் கேக்குறேன்... கோடி கோடியா எவனுக்கோ கொட்டி கொடுத்துட்டு இந்த அஞ்சு ரூபாவை இப்படி அடிச்சு பிடிச்சு வாங்குறீங்களேன்னு அந்த கண்டக்டர் நக்கலா ஒரு கமென்ட். அதுக்குச் சுத்தி இருந்தவங்க எல்லாம் கொல்லுன்னு ஒரு சிரிப்பு... மானமே போச்சு எனக்கு... இது நான் உழைச்சுச் சம்பாதிக்கிறது, அஞ்சு ரூபா என்ன, அம்பது பைசாவா இருந்தாலும் கேட்கத்தான் செய்வேன்னு நானும் கத்தி விட்டேன்னு வையு, இருந்தாலும் ஒரே ஷேம் ஷேம்.... பப்பி ஷேம்ன்னு.... பஸ் நின்னா போதும்னு இறங்கி ஓடி வந்தேன்..."

அதற்குள் சரயு கொஞ்சம் சுதாரித்து இருந்தாள். கைக்குட்டையால் மூக்கை உறுஞ்சி கண்களைத் துடைத்துக் கொண்டாள்.

"ஹ ஹா... கலெக்ஷன் அண்ட் ரிகவரி சேது கிட்ட கேளு.. அவரு கதை கதையா சொல்வாரு. லோன் ரிகவரிக்கு பேசினாவே வெளிநாட்-டுக்கு தப்பிச்சு போன நாலஞ்சு பேரை லிஸ்ட் போட்டு 'அவங்ககிட்ட வாங்குங்க, அப்புறம் எங்ககிட்ட வாங்க'ன்னு லா பாயிண்ட் பேசுறாங்க-ளாம். பேங்குல வேலை செய்றதாலேயே யார் யாரோ கொள்ளையடிச்-சுட்டு போனதுல நமக்கும் பங்கு இருக்குன்னு நினைக்குறாங்க போல..."

"அதே தான்... சரி, நீயேன் நேத்து வாயை மூடிட்டு சும்மா இருந்த? பட்டுன்னு ஏதாவது கேட்க வேண்டியது தானே.."

என் வீடு தானே இது, உடம்பு சரியில்லாத நாளில் வேலையில் இருந்து ஒரு மணி நேரம் முன்னால் வந்து ஓய்வெடுக்க இங்கு எனக்கு உரிமையில்லையா என்ற பரிதவிப்பிலேயே தான் சமைந்து போய் நின்-றதை என்னவென்று விவரிக்க...?

"அந்த செகண்ட் எனக்கு எதுவுமே தோணல ஆர்த்தி... வாயடைச்சு போச்சு... நிறைய நேரம் நேருக்கு நேரா என்ன ரியாக்ட் பண்றதுன்னு தெரிய மாட்டேங்குது.... எனக்கு எப்பவும் கொஞ்ச நேரம் கழிச்சு தான் தோணும், இப்படிப் பதில் சொல்லியிருக்கலாமோ, அப்படிப் பேசி இருக்-கலாமோன்னு... மோர் ஓவர் இப்படி யோசிக்கறதே கூட எனக்கு ரொம்-பப் புதுசா இருக்கு..."

சரயுவின் இயல்பு தெரியும் என்பதால் ஆர்த்தி சரிபாதி கோபமும், பரிதாபமுமாக அவளைப் பார்த்தாள்.

"நீ இப்படியே இரு, என் தலைல மிளகாய் அரைங்கன்னு காட்-டிக்கிட்டு..... நானா இருந்தா பட்டுன்னு பதில் சொல்லி இருப்பேன்... கேட்குறேன்னு தப்பா நினைக்காதே. உன் மாமனார் பென்சனர் தானே... பண விஷயத்துலயாவது ஏதாவது கான்ட்ரிபியூஷன்..?"

சரயு அவசரமாகத் தலையாட்டினாள். "சே சே.... அவங்க தந்தாலும் எங்களுக்கு வேணாம் ஆர்த்தி... நாங்க இரண்டு பேரும் சம்பாதிக்கி-றோம். பணம் ஒரு விஷயமே இல்ல.... நாள் முழுக்க வேலை செய்-யுறது கூட எனக்குப் பெரிசு இல்ல... நான் எதிர்பார்க்கிறது எல்லாம் கொஞ்சமே கொஞ்சம் கரிசனம்... மனசார நல்ல பேச்சு..."

"'என்னம்மா வந்துட்டியா, ஏதாவது குடிக்கிறியா, காபி போடட்-டுமா..? என்ன சமைக்கிற? சிம்பிளா போதுமே, நான் ஏதாவது நறுக்கி தரட்டுமா...' இப்படி வாயார கேட்டா அதுவே எவ்ளோ பெரிய உதவி...? அவங்க வேற எதுவும் செய்ய வேணாம். ஒரு துரும்பையும் தூக்கி வைக்க வேணாம்... ஜஸ்ட் இரண்டே இரண்டு நல்ல வார்த்தை. அது நடிப்பா கூட இருக்கட்டுமே... அந்த நடிப்பு கூட இல்லேங்குறது தான் எனக்கு ஒரு மாதிரி இருக்கு..."

"அவங்க உன் சுபாவத்தை நல்லா யூஸ் பண்ணிக்கிறாங்கன்னு தோணுது சரயு... தன் அம்மா அப்பாவை உன் தலைல கட்டிட்டு மித்-ரன் தனியா பெங்களூர்ல பேச்சுலர் வாழ்க்கையை என்ஜாய் பண்றாரு... ம்ம்ம்... இந்த ஆம்பிளைங்களே ரொம்பத் தெளிவு தான்...."

சரயுவின் முகம் சிவந்து போனது. ஆர்த்தி சொல்வது நூற்றுக்கு நூறு உண்மையாக இருப்பினும் மித்ரன் பற்றி அவள் பட்டவர்த்தனமாக உடைத்துப் பேசியது மனதைச் சங்கடப்படுத்தியது.

"அவர் என்ன செய்வார் ஆர்த்தி...? அவர் போகலேன்னு தான் சொன்னாரு. நான் தான் பிடிவாதமா அனுப்பி வச்சேன்..." என்றாள் வேகமாக.

"பாருடா சப்போர்ட்டை... உன்னை மாதிரியான மாதர் குலத்து மாணிக்கத்தை எல்லாம் திருத்தவே முடியாது தாயே..." ஆர்த்தி கைகளை உயர்த்திக் கும்பிட்டபோது கதவு மீண்டும் திறந்தது.

"மேடம் ஒரு கஸ்டமர் வந்து இருக்காரு... வெளி ஏடிஎம்ல கார்ட் போட்டு இருக்காங்க... பணம் வரலையாம்... ஆனா காசு எடுத்தாச்-சுன்னு மெசேஜ் மட்டும் வந்திருக்காம்" மன்னர்மன்னன் எட்டிப் பார்த்-தார்.

"ஓ..." இடது கையைத் திருப்பிக் கடிகாரத்தில் நேரம் கவனித்த சரயு பேப்பரில் குறிக்க, "இன்னிக்கான தலைவலியா?" ஆர்த்தி எழுந்து கொண்டாள்.

"அவரை உள்ள வர சொல்லுங்க... அப்படியே ஆர்பிஐ ரிப்போர்டிங் பார்ம் ஒன்னு எடுத்துட்டு வாங்க...." அன்றைய வேலைகள் ஆக்ரமித்-துக் கொண்டதில் அதற்குப்பின் சரயு தன் தலைவலியைக் கூட மறந்து போனாள்.

மாலை வேலை முடிந்து கிளம்பியவள், நேராக வீட்டுக்குச் செல்லா-
மல் உக்கடம் மார்க்கெட்டுக்குச் செல்லும் வழியில் திரும்பினாள். முகத்-
தில் வந்து மோதும் மாலைக் காற்றை அனுபவித்தபடி ஜம்மென்று டூ
வீலரை விரட்டிக் கொண்டு செல்வது அந்த அந்தி வேளையில் இதமாக
இருந்தது.

இந்த ஆக்டிவா இவள் உடமையாகி நான்கு மாதங்களாகின்றன.
ஊரில் இருந்து மித்ரன் வந்தபோது அவள் அழுத்திக் கேட்டு வாங்கியது.
திருமணமானதில் இருந்து, ஏன் அவளுடைய மொத்த வயதுக்குமே
உடனே வேண்டுமென நின்று வாங்கிய பொருள் ஒன்று உண்டு என்றால்
இந்த வண்டியைத் தான் சொல்ல வேண்டும்.

எதற்குத் தேவையில்லாமல் என்று நினைத்து தள்ளிப் போட்டுக்
கொண்டு வந்ததை வாங்க வைத்த பெருமை கூட நாராயணனையும்,
சுகுமாரியையுமே சேரும்.

"சப்பை சாப்பாடு தானே... என்னத்தைச் சாப்பிடுறது போ..." சைவ
சமையல் என்றாலே சலித்துக் கொண்டே உட்காரும் நாராயணனுக்கு
நாக்கு முழு நீளம். "இருக்கிறது இது தான்.... பேசாம சாப்பிடுங்க..."
முனகிக் கொண்டே கொறிப்பதாகப் பாவனைச் செய்யும் சுகுமாரியின்
விரல்களும் வேண்டா வெறுப்பாகத் தட்டில் அளையும். அதுவே கறி,
மீன் என்றால் இருவருமே பிரியமாக சாப்பிட்டார்கள்.

ஆரம்பத்தில் வார இறுதிகளில் மட்டும் நான்-வெஜ் சமைத்துக்
கொண்டிருந்தவள் தான். "ஞாயிறும் புதனும் தவறக்கூடாது இவங்க
நாணாவுக்கு... கத்திரிக்காயும், காலிபிளவரும் தொண்டைல இறங்-
குமா...?" செய்து வைப்பதைத் தொடாமல் வேண்டுமென்றே சாப்பாட்டை
இருவரும் தவிர்ப்பதும், அரைகுறையாக எடுத்துக் கொள்வதும் புரிய,
ஒரிரு முறை சுகுமாரி சாப்பிடாமல் லோ சுகர் ஆகி மயங்கி விழுந்த-
போது தான் இவளுக்குப் பகீரென்றது.

"எல்லாம் டேபிள்ள தயாரா இருக்கு... போட்டு சாப்பிடுறதுக்கு
என்ன? ஏன் இப்படிப் பண்றீங்கம்மா?"

"என்னமோ சாப்பிடவே பிடிக்கல... என்ன செய்யச் சொல்ற...?"

குழந்தைகள் அடம்பிடித்தால் முதுகில் இரண்டு வைக்கலாம். தன்-
னைப் பெற்றவர்களாக இருந்தால் கோபத்தில் திட்டலாம். மாமனார்
மாமியாரிடமும் உரிமையுடன் கடியலாம், பரஸ்பரம் அன்பு இருக்கும்

பட்சத்தில்... இப்படி மறுகி மறுகி பழகும் உறவில் என்ன செய்ய?

ஞாயிறுகளில் பிரச்சனை இல்லை. சண்டே மார்க்கெட்டுக்கு சென்று வாரத்திற்கான காய்கறி வாங்கி வரும்போது அப்படியே இறைச்சியோ மீனோ வாங்கி வந்து விடுவாள். நடு நாட்களில் செய்வது தான் சிரமமாக இருந்தது. கழுவி சுத்தம் செய்து சமைப்பது கூடப் பெரிதில்லை. வங்கியிலிருந்து ஆய்ந்து ஓய்ந்து வரும் நேரம் மீன் கடையையோ, கறி கடையையோ தேடி ஓட வேண்டும் என்ற எண்ணமே அலுப்பாய்...

"நீ ஆனாலும் ரொம்ப ஓவரா தான் போற... அவங்க சாப்பிட-லைன்னா உனக்கு என்ன... பேசாம பட்டினி கிடக்கட்டும்னு விட்டுட்டு போ..." பேச்சுவாக்கில் விஷயம் அறிந்த ஆர்த்தி இவளைக் கண்டபடி திட்டினாள்.

"தொலைஞ்சு போகட்டும் ஆர்த்தி... இந்த வயசுக்கு மேல எத்தனை நாளைக்கு இப்படி ஆசையா சாப்பிட முடியும்...? சாப்பாட்டுல வஞ்சனை செய்யுறதை விடப் பெரிய பாவம் எதுவுமில்லன்னு எங்கப்பா அடிக்கடி சொல்லுவாரு...." என்று சொல்லும் சரயுவைப் பார்த்து தலை-யில் அடித்துக் கொள்வதைத் வேறொன்றும் தோன்றவில்லை ஆர்த்-திக்கு.

"உன்னை எல்லாம் அந்த ஆண்டவனே வந்தாலும் திருத்த முடி-யாது... போன செஞ்சுரில பிறக்க வேண்டிய ஆளு, மாறி பொறந்துட்ட, அவஸ்தைப்படு..." என்று திட்டிக் கொண்டே நகர்ந்தாள் அவள்.

"நீங்க சாயங்காலம் வாக்கிங் போறீங்களேப்பா, செகண்ட் கிராஸ் வழியா தானே திரும்புறீங்க? வர்ற வழில சிக்கன் வாங்கிட்டு வந்துடுறீங்-களா... பணம் இதோ வச்சிருக்கேன்.." வேலைக்குக் கிளம்புகிற அவசரத்தில் இவள் ஒரு நாள் சொன்னபோது நாராயணன் பேப்பரைத் தாழ்த்-திக் கீழ்க்கண்ணால் இவளைப் பார்த்தார். இவள் பேசுவதைக் கேட்ட சுகுமாரி அறையில் இருந்து அலறியடித்துக் கொண்டு ஓடி வந்தார்.

"ஐயோ.... அவங்க நாணா கறிக்கடைக்கு எல்லாம் போகவே மாட்-டாங்க... நாகாவும் செல்லியும் தான் போவாங்க... நான் கூடப் போக மாட்டேனே... அது என்னவோ கறிக்கடைக்குப் போய்க் கூட்டத்துல நிக்கிறதுனாலே அலர்ஜி... அதையெல்லாம் கண் கொண்டு பார்க்கவே பிடிக்காது.... ரோட்டுல போகும்போது கூட திரும்பிப் பார்க்க மாட்-டேனே..."

'அடடா.... எங்கப்பா எங்க இரண்டு பேரையும் கோழிக் கடைல விட்டு தோல் உரிக்க வச்சுல்ல வளர்த்தாங்க!!!' என்று நினைத்துக் கொண்ட சரயுவுக்கு அழுவதா, சிரிப்பதா என்று தெரியவில்லை. பதிலுக்கு என்ன சொல்வது என்று தெரியாமல் "ஓ...." என்றாள்.

ரசித்து ருசித்துச் சாப்பிட தெரிந்தவர்களுக்கு எதற்கு வீணாய் இந்தப் போலி கவுரவம்!!??

"வேலைக்கு ஆள் யாரும் இல்லேனா என்ன பண்ணுவீங்க...?"

"இல்லாம எங்க போறாங்க? அதெல்லாம் இவங்க நாணா கூப்பிட்டா நீ முந்தி, நான் முந்தின்னு ஓடி வருவாங்க... நெல்லூர்ல கூட எங்க மாமியாரு தான் மீன் வாங்க போவாங்க... அவங்க பிரெஷ்ஷா வாங்-கிட்டு வந்து செஞ்சா அத்தனை ருசியா இருக்கும்..."

"...."

அப்போது மாமியார், இப்போது மருமகள். ராஜாவாக இருக்கிறவர்-கள் எப்போதும் ராஜாவாகவே இருக்கிறார்கள். சேவகம் செய்ய என்று பிறப்பெடுத்தவர்கள் சேவித்துக் கொண்டே இருக்கிறார்கள், எத்தனை படித்தாலும், என்ன வேலை செய்தாலும்....!

இங்கே தான் தான் செல்லியும், நாகாவும்...

தனக்குள் சிரித்தபடி சரயு கிளம்பினாள். அந்த வார வெள்ளியன்று மித்ரன் வந்தபோது தான் அவள் பிடிவாதமாகக் கேட்டது, "எனக்கு வண்டி ஒண்ணு வாங்கிக் கொடுத்துடுங்க... என்னால அலைய முடியல..." என்று.

ஒரே நாளில் ஷோரூம் சென்று, மாடல் பார்த்து, டெஸ்ட் ட்ரைவ் செய்து, பணம் கட்டி, அன்றே டெலிவரி எடுத்து வண்டி இவள் வசம் வந்தபிறகு புதிதாக இறக்கைகள் முதுகில் முளைத்த ஆனந்தம் !

அதற்குப் பிறகு அங்கும் இங்கும் ஓடுவதற்கும், அலைவதற்கும் சவு-கரியமாக இருக்க, சற்று இலகுவாக உணர்ந்தாள். மார்க்கெட் வந்ததும் வண்டியை நிறுத்தி, முதலில் இருந்த வெங்காயக் கடைக்குள் நுழைந்து இரண்டு கிலோ பெல்லாரியை வாங்கிப் பையில் போட்டவள், வரிசை-யாகக் குவித்து வைத்திருந்த காய்கறிகளில் தேவையானதை வாங்கிக் கையோடு வைத்திருந்த துணிப்பைகளில் நிரப்ப, அலைபேசி ஒலித்தது.

ஒதுங்கி நின்று யாரெனப் பார்த்தவள், புன்னகையுடன் அழைப்பை எடுத்தாள். "அக்கா... எப்படி இருக்க...? இப்ப வாமிட்டிங் பரவாயில்-

லையா...?''

"நல்லா இருக்கேன்டா அம்மு... என்ன இரண்டு நாளா போனையே காணோம்...?'' கவி இரண்டாவதாக உண்டாகி இருந்தாள்.

"எனக்கென்ன... நான் சூப்பரா இருக்கேன்... நீ தூங்கிட்டு இருந்தா டிஸ்டர்ப் பண்ண வேணாம்னு தான் பண்ணல... இன்னிக்கு வீட்டுக்கு போயிட்டு பண்ணலாம்னு இருந்தேன்... நீயே பண்ணிட்ட.. அப்புறம் குட்டி பையன் எப்படி இருக்கான்...?''

"நல்லா இருக்கான்.. திடீர்னு ஒரு பிளான் டி அம்மு... ஊருக்கு வரலாம்னு இருக்கோம்.. மாமாவுக்கு எல்டிசி எக்ஸ்பயர் ஆகுதாம்.. சோ, பத்து நாள் அங்க வந்துட்டு வரலாம்னு ஒரு ஐடியா... நீயும் லீவு போட்டுட்டு வா.. மித்ரனையும் வர சொல்லு.. எல்லாரும் ஒண்ணா இருந்துட்டு வரலாம்..''

"எப்பக்கா?''

"இந்த மந்த் என்ட்... நீங்க வர்ற தேதியைச் சொன்னா அதுக்குத் தகுந்த மாதிரி டிக்கெட் பார்க்கலாம்னு இருக்கோம்...''

சரயு யோசித்தாள். மித்ரன் இங்கு வருவதே வாராவாரம் தள்ளிப் போகையில் அவன் எங்கே அங்கே வருவது?

அவன் கோவை வந்தே பதினைந்து நாட்களுக்கு மேல் ஆகின்றன, அவன் நிர்வகிக்கும் பங்குகளுக்கு டிவிடன்ட் அறிவிக்க வேண்டிய நேரம் என்பதால் போனில் பேசக்கூட நேரமில்லாமல் இருப்பவனை, "நிஜ-மாவே வேலை ஜாஸ்தியா, இல்ல என்கிட்ட இருந்து தப்பிக்கப் பாக்-கறீங்களா...?'' அவள் கூடக் கேலியாகக் கேட்டுக் கொண்டிருக்கிறாள். இவளும் தான் வீட்டில் இவர்கள் இருவரையும் விட்டுவிட்டு எங்கே நகர்வது?

"பேங்க்ல லீவ் கிடைக்கிறது கஷ்டம்கா... அவங்களும் ரொம்ப பிஸியா இருக்காங்க... இப்ப நீ வந்துட்டு போ.. உன் டெலிவரி டைம்ல நான் வந்து தங்கறேன்...'' என்றவள் ஒரு வினாடி யோசித்து, "ஒன்னு பண்ணேன்... வரும்போது இந்தப் பக்கமா வந்து என்கூட நாலு நாள் இருந்துட்டு போங்களேன்...'' ஆவர்களைக் கோவை வரும்படி அழைத்-தாள்.

"என்னடி இப்படிச் சொல்ற...? நீயும் வருவேன்னு ஆசையா இருந்தா லீவ் இல்லன்ற... சரி இரு... என்ன பண்ணலாம்னு மாமா

கிட்ட பேசிட்டு சொல்றேன்..." என்றாள் கவி.

****

இரண்டு வாரங்கள் கழித்து மேடு பூத்திருந்த வயிற்றுடன் கவி கோவை வந்திறங்கியபோது "அக்கா..." சரயு அக்காவை பாய்ந்து அணைத்துக் கொண்டாள்.

"சித்தி... அம்மா வயித்துல பேபி இருக்கு... டோன்ட் ப்ரெஸ் ஹெர்..." மழலையில் மிழற்றியபடி தரூண் இருவருக்கும் இடையே புகுந்து கொள்ள முயல... "ஆமாண்டி செல்லம்.. அதுக்குள்ள உங்க வீட்டு பேபியை சேஃப்கார்ட் பண்றியா?" அவனைத் தூக்கி முத்தியவள், "வாங்க மாமா..." டாக்ஸியை அனுப்பி விட்டு வந்த பாலாவை வரவேற்றாள்.

வந்தவர்களை 'வாங்க' என்று கூப்பிட்டதோடு சரி நாராயணனும், சுகுமாரியும். அதற்கு மேல் சுமூகமான சகஜ பேச்சு என்று ஒன்றும் இல்லை. சாப்பிடுவதற்கு மட்டுமே சரயு அழைத்தால் வெளியே வந்த-வர்கள், அடை காக்கும் கோழி போல மீண்டும் அறைக்குள் சென்று அடைந்து கொள்ள...

அவர்களுடைய இயல்பைப் பெரிதுபடுத்தாமல் கவியும் பாலாவும் கலகலவென்று தங்கியிருந்து விட்டுப் போனார்கள். இருந்த நாட்களில் இவர்கள் நால்வருமாக மருதமலைக்கும், சிறுவாணி நீர் வீழ்ச்சிக்கும், கோணியம்மன் கோவிலுக்கும் சென்று வந்தார்கள்.

தரூண் உடன் விளையாடி, எல்லோருமாகப் பேச்சும் சிரிப்புமாகச் சேர்ந்து சமைத்து, ஒன்றாக உட்கார்ந்து சாப்பிட்டு.... இரவு அக்காவின் மடியில் தலை வைத்துப் படுத்தபோது தனக்கென்றும் மனிதர்கள் இருக்-கிறார்கள் என்கிற நினைப்பே அவள் நெஞ்சை நெகிழ்த்தியது.

'அன்பு ஒரு கண்ணாடி மாதிரி, எல்லோரையும் நேசியுங்க... அன்பு செலுத்துங்க... அது அப்படியே திருப்பி பிரதிபலிக்கும், பல மடங்கா திரும்பி வரும்னு சொல்றது எல்லாம் எத்தனை பெரிய கற்பிதம்!'

தன்னலத்தை யோசிக்காமல் கடைக்கு வருகிற போகிற அத்தனை பேரிடமும் வஞ்சனையில்லாமல் அன்பு செலுத்துகிற அப்பா, பிரியத்-தைக் கூட கணவனிடம் கறாரும், பிள்ளைகளிடம் கண்டிப்பும் எனத் தனக்குத் தெரிந்த வழியில் பிழியப் பிழிய காட்டுகிற அம்மா, இரண்டு வயது வித்தியாசம் தான் எனினும் இன்னொரு தாயெனத் தங்கையைப்

பார்த்து பார்த்துக் கவனித்துக் கொள்ளும் அக்கா...

இந்தக் கிளிக் கூண்டுக்குள் இருந்தபடியே உலகம் பார்த்தவளுக்கு இப்போது தான் நிறைய விஷயங்கள் புரிகின்றன, புரிபடுகின்றன.

கவிக்கு எவ்வளவு புரிந்ததோ கிளம்பும்போது "ஒவ்வொருத்தர் ஒவ்வொரு மாதிரிடா குட்டிம்மா... கண்டுக்காதே..." என்றாள் மேலோட்டமாக.

அக்கா இப்படி இருக்கும்போது ஏன் அவளைக் குழப்ப வேண்டும் என்று சரயு எதையுமே பெரிதுபடுத்திச் சொன்னதில்லை. அம்மாவிடம் பேசும் போது அவருக்குக் கடை கதையைப் பேசுவதற்கே நேரம் சரியாக இருக்கும் என்பதால் வீட்டு விஷயங்களை ஓரளவு பகிர்ந்து கொள்வது ஆர்த்தியிடம் மட்டுமே.

"மித்ரனும் இருந்திருந்தா நல்லா இருந்திருக்கும்... வேலை வேலைன்னு ரொம்ப தான் சீன் போடுறான் அவன்... நேர்ல வரட்டும் மகனே அவனை... போன்லயே நல்லா காட்டு காட்டியிருக்கேன்னு வை.." இன்றைக்குச் சகலையாக மாறி விட்டால் என்ன, அவன் என் கல்லூரி ஜூனியர், நெருங்கிய நண்பன், பலவருட நட்பு என்கிற உரிமையில் பாலா மிரட்டிவிட்டு கிளம்ப, கரைகட்டி நிற்கும் கண்களோடு சரயு அவர்களுக்கு விடை கொடுத்தாள்.

அவளுக்கு மனசு என்னவோ ஆறவேயில்லை.

"ஒரு வார்த்தை, ஒரு வார்த்தை கூட அதிகமா பேசலைங்க... என்-கிட்டதான் இப்படி இருக்காங்கன்னா வீடு தேடி வந்தவங்க கிட்ட கூடவா இப்படி...?" அடுத்த வார இறுதியில் மித்ரன் வந்த போது என்ன முயன்றும் அவளால் குமுறாமல் இருக்க முடியவில்லை.

"என்கிட்டயே அப்படித்தான் இருப்பாங்க.. இதெல்லாம் ஒவ்வொருத்-தர் சுபாவம்... என்ன செய்யச் சொல்ற...?"

"அதுக்குன்னு இப்படியா? ரோட்டுல போற ப்ரெக்னென்ட் லேடியை பார்த்தா கூட ஆசையா பக்கத்துல போய் இரண்டு வார்த்தை பேசு-வோம்... இங்க அக்கா நம்ம வீட்டுக்கு வந்தும் கூட..."

"ப்ச்... ஒரு நாளைக்குப் பதினைஞ்சு மணி நேரம் வேலை பார்க்-கிறேன் ஆரு... வந்ததும் வராததுமா இது என்ன.... எனக்குச் செம டயர்டா இருக்கு" அவன் அலுப்புடன் சொன்னான்.

"அட்லீஸ்ட் நீங்களாவது இருந்திருக்கலாம்... இந்த வாரம் அட்-
ஜஸ்ட் பண்ணி வந்த மாதிரி போன வாரம் வந்திருக்கலாம்ல..."

"முடிஞ்சிருந்தா வந்திருக்க மாட்டேனா?... சும்மா தொணதொணக்-
காதேடி..."

"ஆமா... வர்றதே மாசத்துக்கு ஒரு தடவை... அதிலயும் நான் ஏதா-
வது வாயை திறந்தாலே என் வாயை அடைச்சுடுங்க..."

"ப்ச்... ஆரு.... எந்த வீட்டுல பிரச்சினை இல்லாம இருக்கு..
இதைப் போய் ஒரு விஷயம்னு இந்தப் பத்து மணி ராத்திரிக்கு..."

"அதுக்குன்னு உங்க கிட்ட கூட எதுவும் சொல்லாம இருக்க முடி-
யுமா...? நான் என்ன மண்ணா, கல்லா?"

கரடியாகத் தான் என்ன கத்தினாலும் அவன் கவனம் தன் பேச்சில்
திரும்பப் போவதில்லை என்று புரிய, அதற்குமேல் எதுவும் சொல்லத்
தோன்றாமல் அவள் அமைதியாகி விட்டாள்.

சண்டை போடுவதிலும் வாக்குவாதம் செய்வதிலும் அவளுக்கு எப்-
போதுமே விருப்பம் இருப்பதில்லை. அம்மாவும் அப்பாவும் கடைக்கு
வரும் கஸ்டமர்கள் முன்னால் லேசாக வாதம் செய்தால் கூட இவள்
நெளிவாள்.

"எதுக்கும்மா... சும்மா இருங்களேன்... அப்பா அமைதியா
இருங்க..." ரெண்டு பக்கமும் அலைபாய்வாள். அதனால்தானோ என்-
னவோ இப்போது கட்டியவனிடமும் வலிந்து வலிந்து எதையும் விளக்கப்
பிடிக்கவில்லை. மனசு தாங்காமல் அப்படியே இவள் கொட்டினாலும்
அந்த இரண்டு வார்த்தைகளைக் கூடக் காது கொடுத்துக் கேட்கும்
பொறுமை அவனிடத்திலும் இல்லை.

தன்னைக் காதலித்த மித்ரன் தானா இவன்?

பார்த்தவுடன் விருப்பம் கொண்டு, இரண்டு வருடங்கள் சொல்லாமல்
காத்திருந்து, இவள் இங்கு வந்த சுருக்கில் காதல் சொல்லி, அவசர
அவசரமாகக் கல்யாணமும் செய்து....

அவள் சொல்ல வருவதை என்னவென்று கூடக் கேட்காமலேயே
தடை போடும் இந்த மித்ரன் அவளுக்கு வெகு அந்நியமாகத் தெரிந்-
தான். காதலெல்லாம் கழுத்தில் தாலிகட்டுவதோடு காலாவதி ஆகி
விடும் சங்கதி போல!

இப்போது வீடு என்பது இவனைப் பொறுத்தவரை தன் வேலைப்பளுவை மறக்கும் இடம். வந்து தங்கி ஓய்வு எடுத்துக் கொண்டு போகிற ரிசார்ட். மனைவியிடம் இப்படி கொஞ்சி மகிழ்ந்து தன் பேட்டரிக்கு சார்ஜ் ஏற்றிக் கொண்டு புத்துணர்வோடு கிளம்புகிற ஸ்தலம்!

'நீங்க என்னைப் புரிஞ்சுக்கவே போறதில்ல மித்து...'

பெருமூச்சை அடக்கிக்கொண்ட சரயு விடிவிளக்கின் வெளிச்சத்தில் அவன் முகத்தைப் பார்த்தாள். நிறைவான இன்பத்தைப் பறைசாற்றும் சிரிப்புடன் நிமிர்ந்து படுத்து ஆழ்ந்து உறங்கிக் கொண்டிருந்தான் மித்ரன்.

என்ன தான் அவன் மேல் வருத்தமும் கோபமும் இருந்தாலும் கண்ணை நிறைக்கும் அந்தச் சிரிப்பை அப்படியே பொதிந்து வைத்துக் கொள்ளவேண்டும் என்ற குறுகுறுப்பு ஓடியது. அதற்கு மேல் யோசிக்க முடியாமல் உடலின் களைப்பில் அவளுக்கும் தூக்கம் கண்களைச் சுழற்றியது.

அது என்ன விசித்திரமோ தெரியவில்லை. தனியாகப் படுத்துக் கிடக்கும்போது இரவு இரண்டு அடித்தாலும் எட்டிப்பார்க்காத உறக்கம், இவனுடைய கையணைவில் அவளை வாரி அணைத்துக் கொள்கிறது. பசி என்ற உணர்வே இல்லாமல் பேருக்குக் கொறிப்பவளுக்கு இவனுடைய அருகாமையில் வயிறு கொள்ளக் கொள்ளச் சாப்பிடத் தோன்றுகிறது.

மனசுக்குள் சுழியமாகத் தோன்றும் வெற்றிடம் இவனைக் கண்டதும் நிறைந்து போகிறதா?

"என்னடி தூக்கம் வரல, வரலன்னு சீன் போடுற... இங்க வந்து பார்த்தா இந்தத் தூக்கம் தூங்குறே..." வெளிச்சம் ஏறிய பிறகும் உறங்குபவளை மித்ரனின் மீசை குறுகுறுப்பு தான் சீண்டி எழுப்பும்.

"ஐ மிஸ் யூங்க... ஐ மிஸ் யூ வெரி பேட்லி" மெல்ல முனகியவளை தூக்கக்கலக்கத்திலேயே அவன் இழுத்து அணைத்துக் கொண்டான்.

"இது என் மித்து தான்... மை ஓன் மித்து... என்னமோ பக்கத்துல இருந்தாலும், இப்படி ஒட்டியே கிடந்தாலும் நீங்க என்னை விட்டு ரொம்பத் தள்ளி போயிட்ட மாதிரி இருக்கு..." அவள் மனசு அந்த நிசப்தத்தில் உரக்க பேசியது.

"எல்லாத்துக்கும் ஒரு தீர்வு இருக்கும்னு சொல்லுவாங்க... நமக்குள்ள இருக்குற இந்தச் சின்னத் தூரம் கூடச் சீக்கிரம் மறைஞ்சுட

ணும்...." அவள் விரல்கள் ஆசையுடன் தன் அடிவயிற்றைத் தடவி பார்த்தன. ஏதேதோ கணக்குகள், கற்பனைகளில் திளைத்தவள், ஒருகட்-டத்தில் தன்னையும் மறந்து உறங்கிப் போனாள்.

ணும்...." அவள் விரல்கள் ஆசையுடன் தன் அடிவயிற்றைத் தடவி பார்த்தன. ஏதேதோ கணக்குகள், கற்பனைகளில் திளைத்தவள், ஒருகட்-டத்தில் தன்னையும் மறந்து உறங்கிப் போனாள்.

15

"ஆத்யாவுக்கு ஒரே சளித் தொந்தரவு... காலைல குழந்தையை கிரஷ்ல கொண்டு போய் விட்டுட்டு வர மனசே இல்ல சரயு. ஆடிட்டிங் இருக்கே, லீவ் போட முடியாதுன்னு ஓடி வந்தேன்... பக்கத்துல இருந்து கவனிக்க முடியலன்னு ஒரே கில்டியா இருக்கு..." கன்னத்தில் கைவைத்துக் கொண்டு எதிரே அமர்ந்திருந்த ஆர்த்தியின் தோளைப் பரிவுடன் தட்டிக் கொடுத்தாள் சரயு.

"கவலைப்படாதே ஆர்த்தி... மருந்து கொடுத்துட்டு தானே வந்தி-ருக்க... நல்லா ஆகிடும்... நீ தேவையில்லாம டென்சன் ஆகாதே..."

"ப்ச்..." எப்போதும் தைரியமாக இருக்கும் ஆர்த்தியின் கண்களில் நீரோட்டம். வேலைக்கு வரும் தாய்மார்களுக்கே உண்டான ஊமை உணர்வு....!

"அப்பா ரிடையர்ட் ஆயாச்சு... இரண்டு பேரும் ஃப்ரியா தான் இருக்காங்க.... இங்க வந்து பார்த்துக்கலாம் இல்ல சரயு... அவங்க ப்ரீ-டம் போயிடுமாம்.... சுதந்திரமா இருக்கணுமாம்... என்னன்னு சொல்-றது? வெள்ளமா பென்ஷன் வருது, நாளை பின்ன பிள்ளைங்க உதவி தேவையில்லன்ற விட்டேத்தி மைன்ட்செட்... இப்பல்லாம் பெரியவங்க பண்ற அழிச்சாட்டியம் தான் தாங்க முடியல.... அவங்களுக்கு அவங்க கம்ஃபர்ட் தான் முக்கியம்"

புழுக்கம் தாங்காமல் ஆர்த்தி மனதில் இருப்பதைக் கொட்ட, "விடு ஆர்த்தி... அவங்க நியாயம் அவங்களுக்கு... இங்க வந்து தங்கினா உனக்குப் பாரமா இருக்கும்னு கூட நினைக்கலாம் இல்ல... நீயேன் தப்பா நினைக்குற...?" என்றாள் சரயு.

"தப்பால்லாம் நினைக்கல சரயு... என் வீட்டு ஆளுங்களைப் பத்தி எனக்குத் தெரியாதா? அப்படி இவங்க பயப்படுற மாதிரி யாராவது அகப்படட்டும், எல்லாப் பொறுப்பையும் அவங்க தலைல போட்டுட்டு ஜாலியா இருக்குற ஆளுங்களா நாமெல்லாம்....? ஒன்னா கூட இருக்க வேணாம். இரண்டு தெரு தள்ளி தனியாவே இருங்க... பக்கத்துல இருந்தா ஒருவருக்கு ஒருவர் உதவின்னு படிச்சுப் படிச்சுச் சொல்லி... ஏன் கெஞ்சி கூடப் பார்த்தாச்சு... ம்ஹூம்..."

"நீ நினைக்கிற மாதிரியே அவங்களும் நினைக்கணும்னு சொல்ல முடியுமா, ஆர்த்தி... வயசான காலத்துல ப்ரீயா இருக்கணும்னு அவங்க நினைக்கிறதுலயும் தப்பு இல்லையே..."

"சும்மா சப்போர்ட் பண்ணாதே சரயு... செம காண்டுல இருக்கேன் நான்..." கண்களை உருட்டி முறைத்தாள் ஆர்த்தி.

"இவங்கல்லாம் யாருன்னு நெனச்சே... ஒன்னா இருக்க மாட்-டோம்னு செவன்டிஸ் எய்ட்டிஸ்ல தனிக்குடித்தனம்ங்கிற கான்செப்டை ஆரம்பிச்சு வைச்சவங்களே இந்த மாதிரி ஆளுங்க தான். இவங்களால வீட்டுப் பெரியவங்ககிட்டயும் ஒட்ட முடியாது. பெத்து வளர்த்த பிள்-ளைங்ககிட்டயும் ஒட்டி இருக்க முடியாது.. அப்படி ஒரு சுயநல உலகம்... ப்ரீ பேர்ட்ஸ்... என் அம்மா அப்பாவே ஆகட்டுமே.. எதார்த்-தம்னு ஒன்னு இருக்குல்ல..." வெறுப்பின் உச்சியில் ஆர்த்தி உதடுக-ளைக் கடித்துக் கொண்டாள்.

"எல்லோருமா அப்படி இருக்காங்க... வயசான காலத்துல இரண்டு பக்கமும் இடிபடுறவங்களும் இருக்காங்களே... என்ன பண்றது, ஒவ்-வொருத்தர் வாங்கிட்டு வர்ற வரம் இது... ரிலாக்ஸ்" சரயு ஆர்த்தியின் கோபம் புரிந்த தினுசில் மெல்ல சொன்னாள்.

கீழ் வீட்டில் நாள் முழுக்க வேலை செய்யும் அந்த ஆன்டி, வேலைக்குப் போகிறேன் என்று ஒரு ஸ்பூனை கூட அவர் மருமகள் தூக்கிவைத்து இவள் பார்த்ததில்லை. துறுதுறுவென ஓடி விளையாடும் இரண்டு வயது பேத்தியைப் பார்ப்பதிலிருந்து சமையல், வீட்டு வேலை-கள் என அனைத்தும் அவர் தலையில்தான்.

"பதினெட்டு வயசுல கல்யாணம் பண்ணி வந்தேன்... இரண்டு நாத்-தனார், இரண்டு கொழுந்தனார்னு பெரிய குடும்பம்... இவரு முகத்தைப் பார்த்து பேச கூட நேரம் இருக்காது... மாசமா இருந்த நேரம் ஒரு நாள்

பூ வாங்கித் தந்துட்டார்னு எங்க மாமியார் அப்படி ஒரு ஆட்டம் கட்-
டிட்டாங்க... அதெல்லாம் ஒரு காலம், இன்னிக்கு இருக்குற பிள்ளைங்-
களுக்கு அதெல்லாம் சொன்னா புரிய கூடச் செய்யாது..."

"அப்படியே தழைஞ்சு தழைஞ்சு போய்.... நம்ம புள்ளைங்க தலை-
யெடுக்கக் கொஞ்சம் கொஞ்சமா மூச்சு விட்டு... இப்ப அக்கடான்னு
உட்காரலாம்னு நினைக்குற காலத்துல.... தோ பாரு.. பேத்தியை பார்க்க
வேண்டி ஊரை விட்டு இங்க வந்தாச்சு..."

"இப்ப மருமகளுக்குச் செஞ்சு போடுறேன். என் மாமியாருக்கு எப்படி
பயந்தேனோ அப்படி மருமகளுக்குப் பயந்து சமைக்கிறேன்... சிரிக்கி-
றேன்... எங்க தலைமுறை ஒரு சேன்ட்விச் தலைமுறைம்மா... இரண்டு
பக்கமும் ஓய்வு ஒழிச்சல் இல்லாம செஞ்சு போட்டு..." மனசு தளரும்
நேரங்களில் தாங்க முடியாமல் இவளிடம் கொட்டுபவர், "இப்ப உன்-
னைப் பார்த்து என் மனசை தேத்திக்கிறேன் போ..." என்று சிரிப்பதை...

சிலருக்கு என்று ஆண்டவன் போடுகிற அமைப்பு அப்படி. செய்பவர்
செய்துகொண்டே இருக்கவேண்டும், பெறுபவர் எந்தக் கவலையும் இன்-
றிப் பெற்றுக் கொண்டே இருப்பார். இதில் இந்தத் தலைமுறை, அந்தத்
தலைமுறை என்ற வேறுபாடுகள் எல்லாம் இல்லை.

என்ன ஒன்று. இளைய தலைமுறை தவறு செய்தால் வெளிப்படை-
யாகப் பேசிவிட முடியும். இந்தச் சமூகமும் ஆற்றாமையுடன் தலை-
யாட்டி 'உச்' கொட்டும். அதுவே தராசு முள் மாறிச் சரிந்தால்... மூச்....

மூத்தவர்களைப் பற்றியோ, அவர்கள் நடந்து கொள்ளும் விதம்
குறித்தோ எங்குமே பேசி விட முடியாது. 'வேறென்ன மாமியார் மருமகள்
பிரச்சனை' என்று சட்டென்று சல்லிசாகப் பேசி மட்டம் தட்டப்படும்
அல்லது 'இதெல்லாம் ஜெனரேஷன் டிபரன்ஸ்யா...' என்றோ, 'வீட்டுக்கு
வீடு வாசப்படி' என்றோ அசட்டையாகக் கடப்பவர்களே இங்கு அநேகம்.

எல்லா இடங்களிலும் இப்படியா நடக்கிறது? அலாதி புரிதலுடன்
அனுசரணையாக நடந்து கொள்ளும் வீடுகளும் கண்ணுக்குக் குளிர்ச்சி-
யாக நிற்கத் தானே செய்கின்றன. உமா, வரலக்ஷ்மி, சேது என இவர்-
களைச் சுற்றியே மனதிற்கு இதமாய்...

வீட்டில் துணை, பிள்ளைகளின் மேற்பார்வை எனத் தங்களுக்குக்
கைகொடுக்கும் பெற்றவர்களைத் தாங்கிப் பார்த்துக் கொள்ளும் இளைய-
வர்கள்; 'நம்ம பிள்ளைங்க, நாம செய்யாம வேற யார் செய்வாங்க' என்-

கிற உண்மையான பிரியத்துடன் முடிந்த உதவிகளைச் செய்து கொடுக்-
கும் பெரியவர்கள் !

இதில் எந்த வகையிலும் அடைக்க முடியாமல் மாமனார் மாமியாரை
அண்டவே விடாமல் அம்மாக்கள் தலையிலேயே மிளகாய் அரைத்துக்
காலத்தை ஓட்டும் ஸ்வர்ணா, ராஜி போன்ற இந்தத் தலைமுறை 2K
பெண்கள்... உதவியும் வேண்டாம், உபத்திரவமும் வேண்டாம் என்று
உதவிக்கு ஆள் வைத்துச் சமாளிக்கிற சரிதா போன்றவர்கள்...

மொத்தத்தில் மனிதர்கள் பலவிதம்!

"பாவம், வயசானவங்க.." என்ற கரிசனம் இங்கும், "வெளில போய்
வேலை செஞ்சுட்டு வர்றா... நம்மால முடிஞ்சது" என்ற பரிவு அங்கும்
உள்ளவரை மட்டுமே உறவுகள் செழிப்பமாய்! கொடுக்கல் வாங்கல் என்-
பது இரண்டு தலைமுறைகளுக்கும் இடையே இருக்க வேண்டியது.
ஒன்று படுத்தினாலும் அன்றாட வாழ்க்கையே சுமையாகும் பாரம்...

"முத மாதிரி தனியா இருக்கணும், ஒட்டக்கூடாதுனு நாம யாரும்
நினைக்கிறது இல்ல.... நான் சொல்றது பெரும்பாலும்... எக்ஸ்செப்-
ஷன்ஸ் இருக்குன்னு வை... நாம மட்டும் நினைச்சு என்ன பண்றது?
அந்தப் பக்கமும் கொஞ்சம் அட்ஜஸ்ட்மென்ட் வேணுமே... இல்லேனா
நீ பாட்டுக்கும் ஜாலியா இல்லாம பாவம் வயசானவங்கன்னு கூட்டிட்டு
வந்து வச்சு இப்படியேன் லோல் படுற... எல்லாம் நம்ம தலையெ-
ழுத்து..." அத்தி பூத்த மாதிரி வங்கிக்கு அருகில் இருந்த உணவகத்-
திற்கு மதிய உணவு சாப்பிட வந்தவர்கள், உணவை முடித்துக் கொண்டு
எழுந்தார்கள்.

"சத்தமா பேசிடாதே ஆர்த்தி... இன்-லாஸ்-ஐ ஒழுங்கா பார்த்துக்க-
லேனா டைவர்ஸ் கொடுத்து அனுப்புன்னு சட்டமா சொல்ற நாடு இது...
அதுவே தன் மாமனார் மாமியாருக்கு போன்ல ஒரு ஹலோ சொல்றது
கூட ஆம்பிளைக்குத் தேவை இல்ல.... அவ்ளோ சமத்துவம்..."

"மேல் சாவானிஸ்ட் சொசைட்டில இதைத்தவிர வேறென்ன எதிர்-
பார்க்க முடியும்...? இந்த மாதிரி மனசு விட்டு ஷேர் பண்ணிக்கவாவது
நமக்குக் கொடுத்து வச்சிருக்கேன்னு எடுத்துக்க வேண்டியது தான்..."

பொருமித் தீர்த்ததில் முகம் தெளிந்திருந்த ஆர்த்தி கையசைத்து
விட்டு தன் இருக்கைக்குச் செல்ல, பரஸ்பரம் பேச, பகிர என்று
கிடைக்கும் இந்த மதிய உணவு இடைவெளி மட்டும் இல்லை என்றால்

பெண்கள் நாம் என்ன தான் ஆவாமோ என்ற நினைப்புடன் சரயு தன் அறைக்குச் சென்று அமர்ந்தாள்.

"ஆரு... ஒரு குட் நியூஸ்" மாலை இவள் கிளம்பும் நேரம் மித்ரனி-டம் இருந்து அழைப்பு வந்தது.

"என்ன... உங்களுக்கு இந்தப் பக்கம் வந்துடலாமா? ட்ரான்ஸ்பர்க்கு ஓகே சொல்லிட்டாங்களா?"

"இவ ஒருத்தி... உனக்கு இதைத் தவிர வேற கேள்வியே இல்-லையா?" அந்தப் பக்கம் இருந்து சிரித்த மித்ரன் லேசாகக் கடிந்து கொண்டான்.

"எனக்கு அது தான் குட் நியூஸ்... சரி, வேறென்ன விஷயம், சொல்லுங்க..".

"நந்துவும் சசியும் வராங்க... இன்னும் இரண்டு வாரத்துல.... ஒரு மாசம் லீவாம்... எங்க வேணா போங்க.. இங்க சேர்ந்தாப்பல ஒரு வாரம் இருந்தே ஆகணும்னு நான் அடிச்சுச் சொல்லிட்டேன்... இப்ப தான் மூணு பேரும் கான்ப்ரென்ஸ் கால் போட்டு பேசினோம்..."

மூத்த சகோதர்கள் இருவரும் வரும் சந்தோசத்தில் அவன் குரலில் எக்ஸ்ட்ரா டோஸ் துள்ளல் தெரிய, "வாவ்... செமங்க..." என்றாள் இவளும் மகிழ்ச்சியுடன்.

"ப்ரீயா இருக்கியா ? வீடியோ கால் போடவா?"

லாங் டிஸ்டன்ஸ் உறவென முக்கால்வாசி நேரம் போனிலேயே பார்த்-துக் கொண்டு... எத்தனை நாட்களுக்கு இப்படியே...? உண்மையில் அவளுக்கு அலுத்துப் போனது.

"ம்ம்... இருங்க வீடியோ எனேபிள் பண்றேன்...." குரலில் உற்சாகம் காட்டியவளால் முகத்தில் உற்சாகத்தைக் கொண்டு வர முடியவில்லை.

"என்ன என்னமோ மாதிரி இருக்க...? சாப்பிட்டியா?"

"ப்ச்... சாப்பிடுறதுக்கு என்ன.... மூணு வேளையும் தவறாம அது பாட்டுக்கு..." சுரத்தே இல்லாமல் வந்தது பதில்.

வழக்கமாக, "என்ன சாப்ட்டிங, அங்க குக் சமைக்கிறது உங்-ளுக்குப் பிடிச்சிருக்கா...? இன்னிக்கு இங்க நெத்திலி வறுவலும் வெத்து சாம்பாரும்... உங்களுக்கு ரொம்பப் பிடிக்கும்ல... உங்களை விட்டுட்டு எனக்குச் சாப்பிடவே பிடிக்கல... நீங்க என்ன சாப்ட்டிங.... வெறும் சப்பாத்தியா? அது இப்ப... மதியத்துக்கு...?" ஒவ்வொரு நேரமும் இவள்

துளைப்பதில் அவன் தான் சலித்துக் கொள்வான்.

"என்னமோ சாப்பிட்டேன்... என்ன சாப்ட, ஏது சாப்பிட்ட, மெனு லிஸ்டை கொடுன்னு படுத்தாதே ஆரு... சாப்பாட்டைத் தவிர கேட்கு- றதுக்கு வேற விஷயமே இல்லையாடி? உனக்கு ரொமாண்டிக்கா பேசவே தெரியாதா? சரியான தத்தி...."

பெண் மனது அவன் பசியை, ருசியைப் பெரிதாக நினைக்க, ஆண் மனது வெறும் சரச பேச்சுகளிலேயே மகிழ்ந்து போவது படைப்பின் விசித்திரம் தானோ !?

"என்ன வழக்கமா நூறு கேள்வி கேட்ப...? இன்னிக்கு அமேதியா இருக்க?.."

ஏதோ யோசனையில் இருந்தவள், "இல்லயே... நான் எப்பயும் போலத் தான் இருக்கேன்..." என்றாள் வலிய ஒரு புன்னகையை வரவ- ழைத்துக் கொண்டு.

சில நிமிடங்கள் அமைதியாக அவளைப் பார்த்தவன், "ஆரு... இன்னும் அதையே நினைச்சுட்டு இருக்கியா?" அவன் குரலிலும் இப்- போது வருத்தம் மிகுந்தது.

"ப்ச்.... இல்லைங்க... நான் எதையும் நினைக்கல..." என்றாள் அவள் அசிரத்தையாக. தன் முகம் பார்க்காமல் வேறு எங்கோ அவள் பார்ப்பதில் இருந்தே தெரிந்தது அவள் சொல்வது உண்மையில்லை என்று.

போன மாத மாதந்திர நாட்களில் நான்கு தினங்கள் தள்ளிப் போன- திலே புத்தி ஏதேதோ கணக்குகள் போட, பத்து நாட்கள் மொத்தமா- கத் தள்ளியதில் சரயுவின் மனதுக்குள் உறுதியே வந்து விட்டிருந்தது. இல்லையென்றால் வீட்டில் ஸ்ட்ரிப் டெஸ்ட் கூடச் செய்து கொள்ளாமல் நம்பிக்கையுடன் மருத்துவரிடம் செல்வாளா?

சென்றாள். "யூரின் சேம்பிள் கொடுத்துட்டு வா, சரயு..." டெஸ்ட் எடுத்துப் பார்த்த கைனகாலஜிஸ்ட் காயத்ரி, நர்ஸ் கொண்டு வந்த கொடுத்த சாம்பிளை பார்த்து விட்டு, "பாஸிடிவ் இல்ல சரயு..." என்- றாள்.

"எப்படி டாக்டர், எனக்கு மணி அடிச்ச மாதிரி சரியா இருபத்தி எட்டே நாள்ல வந்துரும்... இந்த முறை தான் இத்தனை நாள்..." சரயு- வின் கண்கள் கலங்கிவிட, காயத்ரி அவளைப் பரிவுடன் பார்த்தாள்.

"உடம்பு என்ன மெஷினா ஒரே மாதிரி ஓடிட்டு இருக்க? சில நேரம் இப்படித்தான் இருக்கும். அதிக வேலை, அதிக ஸ்ட்ரெஸ், ஏன் அதிகப்படி சந்தோஷம் இருந்தா கூட முன்னபின்ன மாறி வரலாம்... நீ கொஞ்சம் அனிமீக்கா இருக்கிற மாதிரி இருக்கு.. சமயத்துல அது கூடத் தள்ளும்..."

"ஏய்... கமான் சரயு... ஏன் உன் முகம் இப்படிப் போகுது? ஒரு வேளை ஹெச்சிஜி ரிலீஸாகிறது தாமதம் ஆச்சுனா கூட இப்ப நெகடிவ்னு காண்பிக்கலாம்.... அடுத்த வாரம் வரைக்கும் பார்ப்போமே... இப்போதைக்குச் சில விட்டமின்ஸ் மட்டும் எழுதிக் கொடுக்கிறேன்.... ஹார்ம்லெஸ் தான். ரெகுலரா எடுத்துக்கோ... லெட்ஸ் சீ..." என்று அனுப்பி வைக்க, ஏமாற்றத்துடன் எழுந்து வந்தாள்.

உடனே வேண்டும் எனத் திட்டமிடவில்லை என்றாலும் இந்தச் சில நாட்களில் அவளுடைய கற்பனை இமயம் அளவு வளர்ந்திருந்தது உண்மை! ஏதோ உமட்டுவது போலவும், தலை சுற்றுவது போலவும், நாக்கு கசந்து போவது போலவும்...

காயத்ரி சொன்ன மாதிரி அடுத்த வாரம் டெஸ்ட் எடுத்தால் ஒரு வேளை உறுதிபட்டு விடுமோ என்று அதற்குப் பிறகு கூட மிகுந்த எதிர்ப்பார்ப்பில் இருந்தவளுக்கு முந்தாநாள் காலை உறக்கத்தில் இருந்து எழுகையில் அடிவயிற்றில் தீயாக உரைத்த வலியிலேயே புரிந்து போனது.

"நாம இப்பன்னு எதுவும் ப்ளான் பண்ணவே இல்ல.... நீயே ஏதோ நினைச்சுட்டு... இப்ப உம்முன்னு ஃபீல் பண்ணிட்டு இருந்தா எப்படி..?"

"ஆமா.... நீங்க இதுக்குக் கூட எம்பிபி போட்டு ப்ளான் பண்ணுங்க..." முணுமுணுத்தவள், "இட்ஸ் ஆல்ரைட்... அதை விடுங்க... அண்ணாங்க எப்ப வர்றாங்க.. டேட் சொல்லுங்க... நான் லீவ் போடணும்... நீங்களும் லீவ் போட்டுட்டு வருவீங்க இல்ல.. இல்லேன்னா நான் மட்டும் எப்படித் தனியா?"

"தனியா என்னடி தனியா? அவங்கல்லாம் என்ன சிங்கமா புலியா? நான் லீவ் போட்டுட்டு வந்துடுவேன் தாயே... சும்மா பயந்து சாகாதே..."

ஏற்கனவே சிங்கத்துடனும் புலியுடனும் தான் குடும்பம் நடத்துகிறேன் என்று சொல்ல நினைத்தவள், இருக்கும் மனநிலையைக் கெடுத்துக் கொள்ள விரும்பாமல், "ரொம்ப நல்லது. இந்தளவுக்கு மனசு வந்து வீட்டுப்பக்கம் வரேன்னு சொன்னீங்களே, நான் ரொம்பக் கொடுத்து வச்சி-

ருக்கேன்..." என்றாள் நக்கலாக.

மித்ரன் சிரிப்புடன் முறைத்தான்.

"உனக்கு ஏத்தம் ரொம்ப ஓவரா தான் போயிடுச்சு..."

"ஹ... ஆமாம்... உங்களை மாதிரி ஒரு ஆளுக்குக் கழுத்தை நீட்-டியிருக்கேன்ல... அந்தக் கொழுப்பு தான்...."

சீண்டலாகப் பேசிக் கொண்டிருந்தாலும், "இந்த வாரம் எந்த சாக்கும் சொல்லாம வந்துடுங்க... எக்ஸ்ட்ரா பெட், பெட்ஷீட்னு வீட்டுக்குத் தேவையானதை வாங்கணும். அக்கா அண்ணாக்கு, பசங்களுக்குன்னு ஏதாவது கிப்ட் வாங்கி வைக்கணும்...." மற்ற அனைத்தையும் மறந்து முதல் முதலாகச் சந்திக்கப் போகிற உறவுகளின் வரவிற்காக அவள் மும்முரமாகத் திட்டமிடத் தொடங்கினாள்.

****

அடுத்த இரண்டாம் வாரம் நந்துவின் குடும்பம் ஆஸ்திரேலியாவில் இருந்தும், சசியின் குடும்பம் கனடாவில் இருந்தும் வந்து இறங்கியதில் வீடு களைகட்டியது. நண்டு சிண்டாய் வளைய வந்த மூன்று குழந்தை-களின் சத்தமும், மழலை கொஞ்சலும் அவர்களின் சண்டையும் வீட்-டிற்கே தனி அழகு கொடுத்தன.

பாதி விடுமுறை, பாதி வொர்க் ப்ரம் ஹோம் என்று மித்ரனும் பெங்-களூரில் இருந்து வந்து விட, ஐந்து ஆண்டுகள் கழித்துச் சந்திக்கும் சகோதரர்கள் மூவரும் பேசிப் பேசிக் களித்தனர். அனைவரும் ஒன்றாக அமர்ந்து விடிய விடிய பேச்சும் சிரிப்புமாகப் பொழுது கழிந்தது.

நந்துவின் மனைவியும், சசியின் மனைவியும் கூட மிகுந்த நட்புணர்-வுடன் பழகுபவர்களாய் இருந்தார்கள். இவள் டீ போட எழுந்து சென்-றால் கூட ஒரக்கத்திகள் இருவரும் எழுந்து வந்து உதவுகிற பண்பும், "உட்காரு சரயு... ஏன் ஓடிட்டு இருக்க..?" என்று கும்பலாக அமர்ந்து கதையடிப்பவர்கள் இடையே இழுத்து அமர்த்திக் கொள்கிற பிரியமு-மாய்...

சாரதாவை முழுநேரமும் வரச் சொல்லியிருந்ததில் கைக்குக் கை உதவி இருந்தாலும் வீட்டு மனுசியாய் சரயுவுக்கு வேலை சரியாகவே இருந்தது. கலகலவென இருந்த சூழலில் அலுப்பே இல்லாமல் ஒவ்-வொரு வேளையும் பெரியவர்களுக்கு, குழந்தைகளுக்கு என விதவித-மாகச் சமைத்து அசத்தினாள். ஆசையாகப் பரிமாறினாள்.

"என்னவோ எங்க அம்மா வீட்டுக்கு வந்து இருக்குற மாதிரி இருக்கு..." என்று மூத்த அக்கா சொன்னபோது, "நேத்து நைட் இவர்கிட்ட நான் இதே வார்த்தையைத் தான் சொன்னேன்.." இளையவளும் ஆமோதித்தாள்.

"ஏங்கா நீங்க வேற? இதுவும் உங்க வீடு தானே..." சரயு அமைதியாகச் சிரித்தாள்.

பார்த்த உடனேயே ஒட்டிக் கொண்ட உறவுகள் மகிழ்ச்சியைத் தந்தது என்றாலும் பெரியவர்கள் காட்டுகிற வேறுபாடு மட்டும் அவளுள் ஊவா முள்ளாக உறுத்தவே செய்தது.

நாராயணன் சுகுமாரியுடன் அமர்ந்து ஒவ்வொரு வேளை உணவையும் திட்டமிட்டு, ஓடி ஓடி மீனும் இறைச்சியும் வாங்கி வந்து, இவளிடம் மெனு சொல்லி ஒப்படைக்க.... அவர்களுடைய குதூகலத்தையும் சுறுசுறுப்பையும் கண்ட சரயுவுக்கு அதிர்ச்சி என்பதைவிட ஆச்சரியமே மிகுதியாய்...!

இந்த எனர்ஜியும், சிரிப்பும், சந்தோஷமும் இத்தனை நாட்கள் எங்கே இருந்தன? காதல் திருமணம் என்ற வெறுப்பா இல்லை வேற்று ஜாதி என்கிற கோபமா...?

நியாயமாக இத்தனை நாட்கள் கூடவே இருந்து இவள் உட்காரவைத்துச் செய்வதில் இந்தத் துவேஷம் எல்லாம் எப்போதோ மறைந்து இருக்க வேண்டியது. அப்படியென்றால் இந்த உதாசீனங்கள் எல்லாம் அவற்றையும் மீறிய பொருளாதாரத் துவேஷம் தானோ!?

நந்துவின் மாமனார் தெலுங்கு சினிமாவின் முக்கிய பைனான்சியர், சசி வாரங்கல் மார்க்கெட்டில் பெரிய மண்டி வைத்து கோலோச்சும் பெருந்தன வர்த்தகரின் மகளைத் திருமணம் செய்திருக்கிறான். இந்த மருமகள்களின் முன்னால் சாதாரண ஹோட்டல் வைத்திருப்பவரின் மகள் தூசியாகத் தெரிவதில் வியப்பு தான் என்ன!?

"அதெல்லாம் நீயேன் செய்யற...? சரயு பார்த்துப்பா..."

"நல்லா சாப்பிடும்மா... இப்படிக் கொறிக்கிறியே... அங்க பாவம் நீங்களே எல்லாம் செஞ்சு, சாப்பிட்டு... அது வரும்.... நீங்க உட்காருங்க... இரண்டு பேருக்கும் இங்க வந்தா தான் ரெஸ்டே..."

"ஐயோ... அதை ஏன் எடுக்கிற... அது ஒன்னும் வீணா போகுது.... அது பார்த்துக்கும்...." என்று ஒவ்வொரு புள்ளியிலும் சரயுவின்

இடத்தை உணர்த்தத் தவறவில்லை சுகுமாரி.

சரயு தனக்குள் சிரித்துக் கொண்டாள். கூடவே இருந்து கவனித்துக் கொள்பவர்களுக்கு என்றுமே பிரியம் கிடைப்பது இல்லை. தூரத்துப் பச்சையின் குளிர்ச்சி கண்ணுக்கு மட்டுமல்ல, பாசத்திற்கும் கூடத் தான் போலும்.

இவள்தான் எங்கிருந்தோ வந்தவள். மித்ரன்?

தான் பெற்ற பிள்ளைகளுக்குள் இந்தளவு பேதமா? கடைசிப் பிள்ளைக்கு ஆசை பிரியமாக ஒரு தோசை ஊற்றிக் கொடுத்துக் கூட இது வரை இவள் பார்த்ததில்லை. இன்று மாங்கு மாங்கென்று பிரியாணிக்கு வெங்காயம் அரிவதும், மசாலா அரைப்பதும், வெல்ல போளி தட்டுவதும், குணுக்கு போடுவதும், அதைக்கூட நந்துவிற்குப் பிடிக்கும், சசிக்கு பிடிக்குமென்று மாய்ந்து மாய்ந்து செய்வதுமாக....

பரிமாறும்போது கூட மூத்த இரு பிள்ளைகளுக்கு நீளும் கை மூன்றாவது மகனிடம் மட்டும் சுருங்குவது ஏன்?

'ஏன், உங்க சின்னப் பிள்ளைக்கு மட்டும் ஒன்னுமே பிடிக்காதா?' என்று வாய் விட்டு கேட்கத் தோன்றியது. தன்னைக் கீழிறக்கி நடத்துவது கூடப் பின்னால் போக, மித்ரனிடம் அவர்கள் காட்டும் பாரபட்சம் தெள்ளத் தெளிவாய்த் தெரிந்ததில் சரயுவுக்கு வலித்தது. வெகுவாக வலித்தது.

எல்லாவற்றையும் கடந்து அந்த வாரம் முழுவதும் இரு குடும்பங்களும் தங்கியிருந்து விட்டு அவரவர் மாமனார் இல்லங்களுக்குக் கிளம்ப, வீடு மொத்தமும் சந்தோஷத்தில் களைத்திருந்தது.

மதியம் கிளம்பிய விமானங்களில் மித்ரன் அவர்களை ஏற்றி அனுப்பி விட்டு வர, சரயு கலைந்து கிடந்த வீட்டை ஒதுக்கி மெத்தையைத் தட்டி மடித்து வைத்துக் கொண்டிருந்தாள்.

"எதுக்கு இப்பயே பண்ணிட்டு இருக்க? அப்புறம் பார்த்துக்கலாம் இல்ல.... அம்மா நாணா எங்க?"

"உள்ள படுத்திருக்காங்க... நீங்க வர்ற வரைக்கும் செய்யலாம்னு ஜஸ்ட் ஒழுங்கு வச்சுட்டு இருக்கேன்... ஏறிட்டாங்களா?"

"ம்ம்... இதெல்லாம் அப்புறம் பார்த்துக்கலாம் விடு... நாளைக்கு நானும் கிளம்பிடுவேன்.... வந்து கொஞ்ச நேரம் படு..."

எக்ஸ்டிரா தலையணைகளை உறை கழற்றி கப்போர்ட் உள்ளே தள்ளியவள், துவைக்க வேண்டிய உருப்படிகளை வாஷிங் மெஷின் மேலே

போட்டுவிட்டு அறைக்குள் சென்றாள். மித்ரன் விச்ராந்தியாய் மெத்தை-
யில் விழுந்திருந்தான்.

கம்மென்ற ஏஸியின் குளுமை களைத்த அவள் உடலுக்குச் சுகமாக
இருந்தது. முகத்தைக் கழுவித் துண்டில் ஒற்றியபடி அருகே சென்-
றவளை அவன் கை பற்றி இழுக்க, சரயு குறுக்காகப் படுக்கையில்
விழுந்தாள்.

"ஒரு நாளாவது இப்படி இழுக்காம இருக்க முடியாதா, உங்க-
ளுக்கு...?"

"அதெல்லாம் ஒரு கிக்குடி..." உல்லாசமாக அவன் சிரிக்க, அவள்
முறைத்துக் கொண்டே வளையலை தள்ளி விட்டுக் கொண்டு எழுந்த-
மர்ந்தாள்.

"ஏன்... ஒரு மாதிரி இருக்கே...? டயர்டா இருக்கா? ஒரு வாரமா
உனக்கு நல்ல வேலை இல்ல?"

"அதுக்கென்ன? எல்லோரும் ஒன்னா இருந்தது நல்லா இருந்துச்சு...
இரண்டு அண்ணன்களும் நல்ல ஜாலி டைப் இல்ல"

இருவருமாகப் பேசிக் கொண்டிருக்க, அவளால் வெகு நேரத்திற்குத்
தன் உறுத்தலை அடக்கி வைக்க முடியவில்லை.

"என்ன இருந்தாலும் உங்க வீட்டுல இத்தனை பார்டியாலிடி ஆகா-
துங்க... பெத்தவங்களுக்கு எல்லாப் பசங்களும் ஒன்னுன்னு இருக்க
வேணாமா?"

இந்த ஒரு வாரமாக எல்லாவற்றையும் மௌனமாகக் ஜீரணித்துக்
கொண்டவளுக்கு இப்போது தனிமையில் பொங்கி கொண்டு வந்தது.
அவள் மேல் இருந்த கையை எடுத்த மித்ரன் ஒருமாதிரியாகப் பார்த்-
தான்.

"அது தானே பார்த்தேன், இன்னும் ஆரம்பிக்கலையேன்னு.. உனக்கு
இதே வேலையாடி... நானே அதைப் பெருசா எடுத்துக்கிறது இல்ல...
இத்தனை வருஷம் கழிச்சு ஊர்லருந்து அண்ணனுங்க வந்ததுல யாரா
இருந்தாலும் அப்படிக் கவனிக்கத் தான் செய்வாங்க... நான் இங்கேயே
இருக்கிறவன்... இது கூடவா உனக்குப் பிரச்சனை...?"

"அப்படி இல்ல மித்து... என்னைத் தான் ஒரு மாதிரி ட்ரீட்
பண்றாங்கன்னா உங்களையும்... எனக்கு என்னவோ தாங்கல... நான்
சாதாரண வீட்டு பொண்ணுன்னு என்னைக் கண்டா தான் ஆகாது...

பெத்த பையன் கிட்டயும்.."

"சரயு.... ஜஸ்ட் ஸ்டாப் இட்... உனக்கே ஒரு காம்ப்ளக்ஸ்... அதுக்கு இப்படி ஏதாவது ஒன்னு எடுத்து சொல்லிட்டு இரு..."

காது கொடுத்துக் கேட்கக் கூட தயாராக இல்லாதவனிடம் என்ன-வென்று பகிர்ந்து கொள்வது?

அதற்கு மேல் சரயு ஒரு வார்த்தை கூடப் பேசவில்லை. முழங்-கையைக் கண்கள் மேல் வைத்து அமைதியாகப் படுத்துக் கொண்டாள். மனசு மட்டும் கொந்தளித்துக் கிடந்தது

"சசி நேத்துக் கேட்குறான், 'என்னடா ஏதாவது ப்ளான் இருக்-கான்னு?' அந்த வாண்டூஸ்லாம் பார்த்து எனக்கும் ஆசையா தான் இருக்கு..."

இவன் என்ன அந்நியனின் அடுத்த அவதாரமா? அடுத்த நிமிடம் எதுவுமே நடக்காதது போல எப்படி இவனால் பேச முடிகிறது?

"இரண்டு வருஷம் கழிச்சு தான்ற என்னோட பிளானை மூட்டை கட்டி வச்சிடலாம்னு தோணுது... நீ என்ன சொல்ற?. ஹோய்...... என்ன சைலண்டா இருக்க... ஏதாவது பேசு..."

தன் உடலின் மேல் ஊரும் அவன் கரங்களும், கழுத்தில் நெருப்-பாகச் சுடும் அவன் மூச்சும், கொஞ்சலான முணுமுணுப்பும் சரயுவுக்குத் தாங்க முடியாத எரிச்சலைத் தந்தது.

மனசு வேறு, உடம்பு வேறா? மனசு லயிக்காமல்...

"ஆமா, நான் இப்போ வாழுற வாழ்க்கைக்கு அது ஒன்னு தான் குறைச்சல்... ஏன் நீ மட்டும் பைத்தியம் பிடிச்சு திரியுற... உன் பிள்-ளையும் வந்து இந்த வினோதமான குடும்பத்துல சேப்படட்டும்னு நினைக்-கிறீங்க போல.... உங்களுக்கு இது மட்டும் தான் என்கிட்டே இருந்து வேணும்... வேற எதுவும் வேணாம், இல்லையா...?"

சட்டென்று வெடித்தவள், அவன் நெஞ்சில் கைவைத்து தள்ள, "உண்மையிலேயே உனக்குப் பைத்தியம் தான் பிடிச்சிருக்கு... சை... வர வர உன் முகத்தைப் பார்க்கவே வெறுப்பா இருக்கு... நீ எல்லாம்... சரியான மரக்கட்டை... ஜடம்...." மித்ரன் உச்சக்கட்ட கோபத்துடன் அவளை உதறி எழுந்தான்.

16

"என்னமோ புள்ளைங்க கண்ணுக்குள்ளேயே இருக்காங்க... இனி எப்ப பார்க்க போறோமே...? எப்ப என் கையால என் பசங்களுக்குச் சமைச்சு போட போறேனோ....?" நந்துவும் சசியும் அவரவர் இல்லங்களுக்கு விமானம் ஏறிய சில நாட்களுக்கு இந்த வகைப் புலம்பல்கள் சரயுவின் காதுகளில் விழுந்து கொண்டே இருந்தன.

"இரண்டு பேரும் சொகுசா வளர்ந்த பொண்ணுங்க.... இன்னும் ஒரு மாசம் தங்கியிருந்து ரெஸ்ட் எடுத்துட்டுப் போகக் கூடாது. அங்க போய்ப் பாவம் அதுங்களே எல்லாத்துக்கும் அலையணும்... ஒவ்வொன்னு மாதிரியா...? கைக்கும் வாய்க்குமா ஓடி வளர்ந்ததுங்க இல்லையே... பிறந்த வீட்டுல ராஜகுமாரிங்களாட்டம் இருந்ததுங்க..."

பிள்ளைகளைப் பிரிந்த தாயாரின் வேதனையைக் கூடப் புரிந்து கொள்ள முடியாத கல் நெஞ்சமில்லை அவளுக்கு. ஆனால், இடை இடையே அவளுக்கான நெருஞ்சி முற்களையும் உள் நுழைத்து பேசுவது தான் அலுப்பாக இருந்தது.

'எங்க வீட்டிலும் என்னை ராஜகுமாரி மாதிரி தான் வளர்த்தாங்க... ஆள் அம்பு இல்லேனா என்ன, என்னை மட்டும் தெருல விட்டா வளர்த்தாங்க.....??' மனதுக்குள் சிரித்துக் கொண்டே சரயு காலை சமையலை முடித்தாள்.

ஊரில் இருந்து வந்த மருமகள்களுக்குப் பட்டும், பேத்திகளுக்கு நகைகளும் வாங்கித் தந்து நிறைவாய் அனுப்பி வைத்த மகிழ்ச்சியை விட, 'எங்க குடும்ப வழக்கத்தைப் பார்த்தாயா...!?' என்று இவளிடம் பறைசாற்றுகிற வாய்ப்பாகவே சுகுமாரியும் நாராயணனும் இந்தச் சந்தர்ப்பத்தைப் பயன்படுத்திக் கொள்வதைச் சரயு உணர்ந்தே இருந்தாள்.

'ஒவ்வொரு பொண்ணு மாதிரி அல்பமா எனக்கு வாங்கித் தரலை-யேன்னு வெதும்புவேன்னு நினைச்சாங்க போல.... உண்மையான பிரியம் இல்லாம கோடி ரூபா கொடுத்தா கூட எனக்கு வேணாம்... அது சரி... அன்பு, பிரியம் இந்த மாதிரி கிளிஷே அயிட்டத்துக்கு எல்லாம் இன்னிக்கும் மதிப்பு இருக்கா என்ன?' அவள் தனக்குள் நகைத்துக் கொண்டே ரசத்துக்குத் தாளித்துக் கொட்டி முடினாள்.

கோபமும் தாபமுமாய்த் திரிந்த மித்ரனை கெஞ்சி, கொஞ்சி, ஒரு வழியாகச் சமாதானப்படுத்திப் பெங்களூர் அனுப்பி வைத்தாயிற்று. திரும்பவும் மூன்று ஊமை பொம்மைகள் கொலுவிருக்கும் அரங்கமாக வீடு முழுவதும் அடர்த்தியான மௌனத்துடன்...!

உள்ளே சென்று கலைந்திருந்த தலையைக் கோதி துப்பட்டாவை பின் குத்தியபோது ஆன்லைனில் கட்ட வேண்டிய சில பில்களின் ஞாப-கம் வந்தது. இன்று கட்டி விட வேண்டும் என்ற எண்ணத்துடன் என்-னென்ன என்று மனதுக்குள் வரிசைப்படுத்திக் கொண்டாள். மண்டை முழுக்க அது அதற்கான பாஸ்வேர்டுகளும், கட்ட வேண்டிய தொகை-யும், நிலுவைத் தேதியும் குறுக்கும் நெடுக்குமாக ஓடியதில் வலித்த நெற்றி பொட்டை வருடி விட்டுக் கொண்டாள்.

தன் கைப்பையை எடுத்துக் கொண்டு அவள் வெளியே வந்தபோது, "என்னமோ இரண்டு நாளா தலையைச் சுத்துது.. டாக்டர்கிட்ட போக-னும் போல...." சுகுமாரி காற்றிடம் சத்தமாகப் பேசிக் கொண்டிருந்தார்.

"மாத்திரையை நேரத்துக்கு எடுக்குறீங்களா இல்லையா? அவர் டோஸ் மாத்திக்கொடுத்து இரண்டு வாரம் தானே ஆச்சு... அதுக்-குள்ள..." வண்டி சாவியை எடுத்த சரயு கிளம்பாமல் அவர் எதிரில் நின்றாள்.

"உடம்புக்கு இரண்டு வாரம் மூனு வாரம் கணக்கெல்லாம் தெரியுமா? முடியாம போகுதுனா முடியாம போகுது தான்.." உள்ளிருந்து நாராய-ணனின் குரல் மட்டும் வந்தது.

"நான் தப்பா ஒன்னும் சொல்லலைப்பா.... டயட் கொஞ்சம் கண்ட்-ரோலா இருந்தா தானே எந்த மருந்தும் வேலை செய்யும்?"

"ஆமா... என் புள்ளைங்கள கண்ணுல பார்த்த சந்தோசத்துல இரண்டு இனிப்பு எடுத்து வாய்ல போட்டேன்.... அது உன் கண்ணை உறுத்துது இல்ல.. வயசானவே நாக்கை இரண்டு துண்டா நறுக்கி

போட்டுடணும்... இல்லேனா இப்படித்தான் அசிங்கப்படணும்..."

"நான் ஒன்னுமே..." நெற்றியை நெருடிக் கொண்டாள் சரயு.

"சரி விடுங்க... டாக்டர்கிட்ட அப்பாயிண்ட்மெண்ட் வாங்கிட்டு கால் டாக்சி அரேஞ்ச் பண்ணி அனுப்பட்டுமா? இரண்டு பேரும் போய்ட்டு வந்துடுறீங்களா...?"

"வேற வழி...? இதுக்குத் தான் இவ கிட்ட படிச்சு படிச்சு சொன்-னேன். தெரியாத இடத்துல போய் ஒவ்வொன்னுக்கும் அவங்க கையை எதிர்பார்த்து லோல்படவேணாம், இருக்குற இடத்துலயே இருந்து நம்மால முடிஞ்ச கஞ்சியோ கூழோ குடிச்சிட்டு நிம்மதியா கிடக்கலாம்னு... கேட்-டாளா இவ, பெத்த பாசத்துல ஓடி வந்தா.. இப்ப அவஸ்தைப்படுறா..."

சரயுவுக்குத் தலை வெடித்துவிடும் போல இருந்தது. போனை எடுத்து நம்பரை அழுத்தினாள்.

"மன்னர்.... ரகோத்தமன் சார்கிட்ட லைன் ட்ரான்ஸ்பர் பண்ணுங்க... இது சரயு..."

"...."

"சரயு பேசறேன் சார்.... ஸாரி சார், இன்னிக்கு காலைல வர முடி-யாது. வீட்டுல சின்ன எமர்ஜென்சி. ம்ம்... ஆமா சார்..."

"இல்லல்ல... மத்தியானம் வந்துடுவேன்.. தெரியும் சார்... ஈவினிங் எவ்வளவு நேரமானாலும் எல்லாம் ரெடி பண்ணிட்டு தான் கிளம்பு-வேன்... நாளைக்கு ஆஸ் பெர் ப்ளான் மாக் ஆடிட் வச்சுக்கலாம்...."

உரலுக்கு ஒருபக்கம், மத்தளத்திற்கு இரண்டு பக்கம், உதைத்த உதையின் விசைக்கேற்ப பறக்கும் பந்துக்கு எல்லாப் பக்கமும் அடி!

மருத்துவமனைக்கு அழைத்து நேரம் பதிந்தவள், உபர் ஆப்பில் வண்டிக்கு புக் செய்தாள்.

"பத்தரைக்கு அப்பாயிண்ட்மென்ட், ஒன்பதே முக்காலுக்குக் கிளம்ப-னும்.... ரெடியாகிடுங்க...." இருவர் முகத்தையும் பார்க்காமல் சொல்லி எழுந்தவள், அறைக்குள் வந்து தலைவலி தைலத்தை எடுத்து நெற்றியில் பரபரவெனத் தேய்த்துக் கொண்டாள்.

'இப்படி வாழ்ற வாழ்க்கைக்கு ஏதாவது அர்த்தம் இருக்கா? நாய் கூட நாகரீகமா சுயமரியாதையோட வாழ்ற காலம் இது. இன்னும் எத்-தனை நாளுக்கு இப்படி...?' நெஞ்சுக்குள் எந்தப் புள்ளியிலோ ஜனித்-திருந்த கருந்துளையின் சுழியவட்டம் தன் எல்லைகளை விஸ்தரித்துக்

கொண்டே...

"சுகர் ஏகமாகிடுச்சு.... இதுக்கு மேல போனா தினமும் டெஸ்ட் பண்ணி ஊசி போட்டுக்க வேண்டியது தான்..." டாக்டர் சொன்னதில் தனக்கு இன்னும் ஒரு வேலை கூடிப் போகுமோ என்ற பயத்தில் சரயு தான் வெளிறிப் போனாள்.

"அதுக்கென்ன டாக்டர்... மருந்து மாத்திரைனு எதுக்கு இருக்கு... போட்டுக்கிட்டா போச்சு... நான் சொல்லல.... இப்பல்லாம் சயின்ஸ் எங்கேயோ போயிடுச்சு, அறிவியலுக்குக் கட்டுப்படாத வியாதி எதுவும் இல்லன்னு..." நாராயணன் இதற்கும் ஜம்பம் பேச, தன் மருந்தின் பவர் அதிகரிப்பதில் ஏதோ சொத்து வாங்கிச் சேர்த்துக் கொண்ட பெருமித புன்னகை சுகுமாரியிடம்.

'தெய்வமே! மாசத்துக்கு இரண்டு தடவை இங்க பிக்னிக் மாதிரி வந்து தண்டம் அழுகணும்னு வேண்டுதல் போல...' இந்த விசித்திர மனிதர்களைக் கண்டு அவளுக்கு எந்தச் சுவரைத் தேடி முட்டிக் கொள்வது என்று தெரியவில்லை.

அவர்களை அங்கிருந்தே வண்டி பிடித்து ஏற்றி விட்டு இவள் வங்கிக்கு வந்து சேர்ந்தபோது மதிய நேரம் கடந்திருந்தது. ஓலமிட்ட வயிற்றுக்கு மன்னர்மன்னனிடம் ஒரு பழச்சாறு வாங்கி வர சொல்லி தன் இருக்கையில் சென்று அமர்ந்தாள்.

பார்த்து முடிக்க வேண்டிய வேலைகள் தலைக்கு மேல் இருக்க, கம்ப்யூட்டரின் கோப்புகளுக்கு இடையே வெகு நேரம் அவள் தொலைந்து போனாள். எவ்வளவு நேரம் சென்றதோ, கதவு சுண்டித் திறக்கப்பட, சரயு நிமிர்ந்தாள்.

ரகோத்தமன் எட்டிப் பார்த்தார். "என்னம்மா... என்ன ஸ்டேட்ஸ்?" என்றார் அங்கிருந்தே. சரயு எழுந்து நின்றாள்.

"ஆல் குட் சார். எல்லா ஆர்டிபேக்ட்ஸ்-ம் குரூப் பண்ணி ஷேர் டிரைவ்ல போட்டுட்டேன்... ஆட்டோ லோன் செக்டார்ல இருந்து இந்த மாச ரிகவரி டிடைல்ஸ் மட்டும் மிஸ்ஸிங். சேது கன்சாலிடேட் பண்ணி ஈமெயில் பண்றேனாரு... அதுக்குத்தான் வெயிட்டிங்... அதுக்குள்ள ஆடிட்டிங் செக்லிஸ்ட் ரெடி பண்ணலாம்னு பிரிண்ட் எடுத்துட்டு இருக்கேன்..."

"வெரி குட்மா..." என்ற ரகோத்தமன் மேலும் சில விவரங்களைக் கேட்டு அறிந்து கொண்டார்.

"மீதியை நாளைக்கு வந்து பார்த்துக்கலாமே... இப்ப கிளம்புங்க..." என்றார் கைகடிகாரத்தைப் பார்த்தபடி. நேரம் தாண்டி இருந்ததை அவளும் அப்போது தான் கவனித்தாள். வங்கி ஊழியர்கள் கூடக் கிளம்பி கூடம் வெறிச்சிட்டது.

"ஆரம்பிச்சிட்டேன் சார்... முடிச்சுட்டே கிளம்புறேன். பேங்க் ஹவர்ஸ்ல இந்த மாதிரி அமைதியா உட்கார்ந்து வேலை செய்ய முடி-யாது."

"ஓகே, ஆஸ் யூ விஷ்... சேதுராமன் டீம் கிளம்பினப்புறம் மன்னர் எட்டு மணிக்கு மேல தான் மெயின்டோர் க்ளோஸ் பண்ணுவான். நீங்க இருக்கீங்கன்னு சொல்லிட்டு கிளம்புறேன்." அவர் புறப்பட, அவள் டிஸ்பாட்ச் செக்சனுக்கு நடந்து பிரிண்டரில் கொடுத்திருந்த தாள்களை அடுக்கி எடுத்துக் கொண்டாள்.

தண்ணீர் பில்டர் அருகே சென்று இரண்டு டம்ளர் தண்ணீரை குளிர்ரக் குளிரக் குடித்துவிட்டு அறைக்குத் திரும்பியபோது அவள் சைலன்ட்-டில் வைத்திருந்த போன் மேஜை மேல் அதிர்ந்து கொண்டிருந்தது. யாரெனப் பார்த்தவள் வியப்புடன் அழைப்பை எடுத்தாள்.

"என்ன அதிசயமா நீங்க பண்றீங்க, எப்பயும்.... என்...ன... எப்ப...?"

அவள் எழுந்து நின்ற வேகத்தில் பெருவிரல் மேசை காலில் இடித்-துக் கொள்ள, வலி உயிர் போனது. போனில் வேகவேகமாகப் பேசிக்-கொண்டே வெளியே ஓடி வந்தவளை மன்னர்மன்னன் வித்தியாசமாகப் பார்த்தார்.

"எனக்கு ஒரு ஆட்டோ பிடிச்சு கொடுக்க முடியுமா ப்ளீஸ்... ஜங்-ஷன் போகணும்..."

"என்ன மேடம் ஆச்சு...?" நிற்காமல் சாலைக்கு ஓடும் அவள் வேகத்துக்கு அவர் பின்னாடியே ஓடி வந்தார்.

கிடைத்த வண்டியைப் பிடித்து பின்னிரவில் கோட்டயம் ஸ்டேஷனில் இறங்கி சரயு நேராக மருத்துவமனைக்குச் சென்றபோது வாயிலும் மூக்-கிலும் பல குழாய்கள் சொருகி அவள் அப்பா ஐசியூவில் படுத்திருந்தார். சுயநினைவற்று அவர் படுத்திருந்த கோலம் அவளுடைய அடிவயிற்றைச்

சுருட்டியது.

வரிசையாகப் போட்டிருந்த சேர்களில் உடலை குறுக்கி சுருண்டி-ருந்த அம்மாவைத் தேடி அவர் தோளைத் தொட்டாள் சரயு.

பார்த்த விநாடி இருவர் விழிகளிலும் மின்னலாய் வெள்ளம்!

"திடீர்னு என்ன ஆச்சும்மா..?."

"நான் என்னன்னு சொல்லுவேன்டி..." அம்மாவின் கதறல் அவள் நெஞ்சை பிழிய, "ஒன்னும் ஆகாதும்மா... அழாதீங்க" அவரை அணைத்தபடி தைரியம் சொன்னவளுக்கே தைரியம் இல்லை என்பது தான் உண்மை!

வழக்கம்போலக் காய்கறி கணக்கு முடிக்க மாலையில் மண்டி வரை சென்றவர், திரும்பி வந்தபோது தோள்பட்டையைப் பிடித்தபடியே உள்ளே வந்திருக்கிறார்.

"சீரகத் தண்ணீ கொண்டுவா..." கடைப்பையனை அழைத்து அவர் சொல்லும்போதே பற்கள் கிட்டித்து உதடுகள் வெளுத்திருக்க, அம்மா பயந்து போய் ஆட்களைக் கூப்பிட்டு, சாப்பிட வந்த கஸ்டமர் ஒருவ-ருடைய காரிலேயே தூக்கிப் போட்டுக்கொண்டு மருத்துவமனைக்கு வர, வரும் வழியிலேயே நினைவிழந்து மயங்கி...

"ஈசிஜி ல மைல்ட் அட்டாக் மாதிரி தான் தெரியுது. பாரலடிக் ஸ்ட்-ரோக் ஏதாவது இருக்குமோன்னு டவுட்டா இருக்கு.... கொஞ்சம் வெயிட் பண்ணுங்க, என்னன்னு பார்க்கலாம்...." காலை ரவுண்ட்ஸ் வந்த மருத்-துவர் குழு இவளிடம் சொல்லிவிட்டுச் சென்றது.

"இப்பதானே பாத்துட்டு வந்தேன்... நல்லா இருந்தாங்களே... அதுக்-குள்ள என்ன ஆச்சு?" வயிற்றுப்பிள்ளையோடு 'ஒ'வென்று அழுத கவி-யைச் சமாதானப்படுத்தவே இன்னொரு ஆள் தேவைப்பட...

"ஒன்னும் பயம் இல்ல... நல்லா இருக்காருக்கா.... தூங்கிட்டு இருக்-காரு... எழுந்தவுடனே நானே பேச வைக்கிறேன்" சரயு தமக்கைக்காகத் திடமாகப் பேசிய முஹூர்த்தம் நிச்சயம் நல்ல நேரமாக இருந்திருக்க வேண்டும். அன்று மாலையே அப்பா கண் விழித்துப் பார்த்தார்.

"பயந்த மாதிரி எந்த சைட் எபெக்ட்டும் இல்ல.... பெருசா அடைப்பு எதுவும் இருக்கான்னு ஆஞ்சியோ எடுத்துப் பார்த்துடலாம்..." என்று மருத்துவர் சொன்னபோது இவர்களுக்குப் பாதி உயிர் வந்தது எனில்,

அப்பாவின் உடல்நிலையைத் தயார்படுத்தி அடுத்த மூன்றாம் நாள் ஆஞ்சியோ செய்து கவலைப்படும்படியான அடைப்புகள் எதுவுமில்லை, மருந்து மாத்திரையும் சத்தான உணவுடன் நல்ல ஓய்வும் இருந்தால் போதும் என்று மருத்துவர் குழாம் பரிந்துரைத்ததில் மீதி ஜீவன் வந்தது.

டிஸ்சார்ஜ் செய்து, வீட்டிற்கு அழைத்துச் சென்று, தேவையான எல்-லாவற்றையும் ஒழுங்குபடுத்தி அதற்கு மேல் விடுமுறை எடுக்க முடி-யாது என்ற நிலையில் அவள் கோவை திரும்பியபோது முழுதாகப் பத்து நாட்கள் ஓடியிருந்தன.

அவள் வீடு வந்தபோது அதிசயமாய் மித்ரன் வீட்டில் இருந்தான்.

"நீங்க எங்க இங்க...? எப்ப வந்தீங்க?"

"நீ பண்ணி வெச்சி வேலைக்கு வேற எங்க இருப்பேன்....? நான் வந்து ஒரு வாரமாச்சு..." அவன் அவளுடைய முகம் பார்க்காமல் எங்கோ வெறித்தபடி பேசினான்.

"அப்படி நான் என்ன பண்ணிட்டேன்...?" பயணப்பொதியை எடுத்-துக் கொண்டு அவள் உள்ளே வந்தாள். அப்பாவின் உடல்நிலையைப் பேருக்கு நான்கு நாட்கள் விசாரித்தவன், அதற்கு மேல் அக்கறையாக ஒன்றும் கேட்காதது மனதுக்குள் முள்ளாக உறுத்தியது.

"நீ என்ன அவ்ளோ பிஸியா...? போன் எடுத்தா ஒழுங்கா பேச மாட்டியா...? 'உம்'ங்கிற... 'ஆ'ங்கிற... வச்சிட்டு ஓடிடுற..."

"என்ன பண்ண சொல்றீங்க? நான் ஒருத்தியா அப்பாவை பார்ப்-பேனா, அழுதுட்டு இருக்குற அம்மாவை கவனிப்பேனா? இல்ல பாதில விட்டுட்டு வந்த கடையை ஒழுங்கு செய்வேனா?" அவள் தன் கைப்-பையையைப் பிரித்து சார்ஜரைத் தேடி ஸ்விட்சில் பொருத்தி மொபைலை இணைத்தாள்.

"கிளம்பும்போது என்கிட்டே சொல்லிட்டு போகணும்னு கூட உனக்-குத் தோணல... அப்புறம் அங்க போய் எங்க பேசறது..? நம்ம இஷ்டத்-துக்குக் கிளம்பலாம்.. நம்ம இஷ்டத்துக்கு வரலாம். மெடத்தைக் கேட்க யாரு இருக்காங்க இங்க...?"

களைத்துப் போய் வந்தவளுக்கு உண்மையில் இந்தக் கேள்விகளை எதிர்கொள்வது பெருத்த ஆயாசத்தைத் தந்தது.

"ட்ரைன் ஏறுறதுக்கு முன்னாடி உங்ககிட்ட கால் பண்ணி நான் பேசல...? அதுக்கு முன்னாடி ஏன் சொல்லலைன்னு கேட்டா என்ன

சொல்றது? உடனே வீட்டுக்குப் போகணும், ட்ரைனை பிடிக்கணும், டிக்-கெட் எடுக்கணும், இதுதான் அந்த நேரம் எனக்குத் தோணுச்சு.."

"என்கிட்ட சொல்லி என்ன பண்ண? இங்க நம்மை நம்பி இரண்டு வயசானவங்க இருக்காங்களே.... திடீர்னு இப்படிக் கிளம்பினா எப்படின்ற அக்கறை இருக்கணும்..."

உடம்பின் ரத்தம் உச்சிக்கு ஏறுவது போலிருந்தது. சரயு ஒன்றுமே பதில் பேசவில்லை. சில நேரங்களில் வார்த்தைகள் ஆயுதமாகும் போது மௌனங்களே கேடயமாகின்றன....!

அமைதியாக உள்ளே சென்று ஒரு சொம்பில் தண்ணீர் பிடித்து அண்ணாந்து கடகடவென குடித்தாள்.

"நான் உங்கிட்ட தான் கேட்குறேன். இப்படி ஊமை கோட்டான் மாதிரி பதில் சொல்லாம இருந்தா என்ன அர்த்தம்?"

ஆழ்ந்த மூச்சுடன் அவனைத் திரும்பிப் பார்த்தாள்.

"கிளம்புற அவசரத்திலயும் உங்கப்பாவுக்கு கால் பண்ணி சொன்-னேன்னு அர்த்தம்.... கொஞ்சம் பார்த்துக்கங்கன்னு அடுத்த நாள் மஞ்-சும்மாகிட்டயும் கீழ் வீட்டு ஆன்ட்டிகிட்டயும் சொல்லத்தான் செஞ்-சேன்... இதுக்கு மேல அந்த நேரத்துல நான் வேற என்ன செய்யணும்ன்னு எதிர்பார்க்குறீங்க...?"

"உன்கிட்ட எதுவும் எதிர்பார்க்கல தாயே... எதுவும் எதிர்பார்க்கல... அம்மாவுக்கு இரண்டு நாள்லேயே லோ சுகர் ஆகி மயக்கம் போட்டு விழுந்து, அப்பா அலறியடிச்சுகிட்டு விக்கியை கூப்பிட்டு... அவன் வந்து ஹாஸ்பிடல்ல சேர்த்து.... நைட்டோட நைட்டா அடிச்சு பிடிச்சு நான் ஓடி வந்து... என் கஷ்டம் எனக்கு.."

"இதை எதுவுமே நீங்க எனக்கு போன்ல சொல்லல?" பொறுமையின் கரை கடந்து கொண்டே இருக்க, அப்பட்டமான எரிச்சலுடன் சரயு அவனைப் பார்த்தாள்.

"சரி, அவங்க மயக்கம் போட்டு விழுந்தது யார் தப்பு..? வீட்டுல சமைக்கத் தேவையான அஞ்சு மூணு அறுபதும் இருக்கு... எப்பயும் போலச் சமைக்க வளையலையா... கீழே இறங்குனா அடிவாசல்ல ஆயி-ரம் ஹோட்டல் இருக்கு... உங்க அம்மாவும் அப்பாவும் வாய்ல விரல் வைச்சா கடிக்கத் தெரியாத குழந்தைகளா? தனக்குத் தேவையானதைச் செஞ்சுக்கத் தெரியாதா...? இல்ல வாங்கிக்கத் தெரியாதவங்களா? இப்ப

எங்க அவங்க இரண்டு பேரும்...?"

"என்னால வேலையையும் பார்த்துட்டு வீட்டையும் கவனிச்சு சமா-
ளிக்க முடியல... ஹாஸ்பிடல்ல இருந்து நேரா கொண்டு போய் விக்கி
வீட்டில விட்டுருக்கேன்..."

"வாவ்... அருமை... அருமை..." பெருவிரலையும் ஆள்காட்டி விர-
லையும் இணைத்து வளையமாக்கிக் காண்பித்தவள், "ஏன், பத்மா
அத்தை நல்லா இருக்குறது உங்களுக்குப் புடிக்கலையா...?" என்றாள்
எள்ளலாக.

அவன் முறைத்தான்.

"ஈபி பில்லை வேற கட்டல... நல்லவேளை, கீழ் வீட்டுல சொன்-
னாங்க, இல்லேனா அவன் பியூசை பிடுங்கிட்டு போயிருப்பான். வந்-
ததும் வராததுமா அங்க வேற ஓடி அதை ஒழுங்கு பண்றதுக்குள்ள...
ஆன்லைன்ல பில்லை கட்டுறதுக்கு கூட உனக்கு என்ன கஷ்டம்...?"

அன்று கட்ட வேண்டும் என்று நினைத்தது, அடுத்தடுத்த வேலைக-
ளில்.... அவள் தலையில் தட்டிக் கொண்டாள்.

"மறந்துட்டேன்...."

"மறந்துடு... என்னையும் இந்த வீட்டையும் கூட மொத்தமா மறந்-
துடு..."

"இப்ப என்னங்றீங்க? உங்க பெர்மிஷன் கேட்டு நான் ஒவ்வொரு
அடியையும் எடுத்து வைக்கணுங்கிறீங்களா?"

"பெர்மிஷன் கேட்கணும்னு நான் சொன்னேனா? உன் ப்ளான்
என்ன, எத்தனை நாள் அங்க இருப்பேன்னு சரியா சொல்லி இருந்தா
நான் உடனே புறப்பட்டு வந்து இருப்பேன்.... இப்ப தேவையில்லாம எவ்-
வளவு டென்ஷன்....?"

புயல் கரையைக் கடக்க, சரயு பல்லைக் கடித்தபடி அவனைப்
பார்த்தாள். பிறகு அழுத்தமாகச் சொன்னாள்.

"சொல்ல முடியாது... இனிமேல சொல்லவும் மாட்டேன்... என்ன
பண்ணுவீங்க? பெத்த தகப்பன் ஐசியூல படுத்திருக்கும்போது இவருகிட்ட
ஐயா, சாமின்னு லீவ் லெட்டர் எழுதி கொடுத்து நான் உத்தரவு வாங்க-
ணும், இல்ல..."

"முடியாது.... திஸ் இஸ் மை பைனல் ஸ்ட்ரா... இதுக்கு மேல என்ன
பண்ணனும்னு நினைக்குறீங்களோ, பண்ணிக்கோங்க.. ஐ ஜஸ்ட் டோன்ட்

கேர் எனி மோர்…"

அவள் குரலின் டெசிபல் உட்சபட்ச ஒலிக் கோர்வையில் அதிர, "எதுக்கு இப்படிக் கத்துற, சைக்கோ மாதிரி…" மித்ரன் காதுகளை அடைத்துக் கொண்டான்.

"எஸ்…. நான் சைக்கோ தான்… இந்த மாதிரி ஒரு கிறுக்கு குடும்-பத்துல மாட்டினா யாராயிருந்தாலும் சைக்கோவா தான் மாறணும்…"

"எதுக்குடி இப்படிக் கூச்சல் போட்டு சீன் கிரியேட் பண்ற…? மெதுவா பேசு… "

"யாரு நான் சீன் போடுறேன்…? சரி, நீங்க இத்தனை சீன் போடு-நீங்களே… அந்த அளவுக்கு இங்க என்ன ஆயிடுச்சு? வழக்கம்போல மயக்கம் போட்டு விழுற ட்ராமா தானே.. உயிர் ஒன்னும் மொத்தமா போயிடலையே…!?"

"சரயு…. அப்படியே அறைஞ்சேனா தெரியும்…. ஜஸ்ட் ஸ்டாப் யுவர் நான்சென்ஸ்…"

அவனை விட நான்கு மடங்கு வேகத்துடன் சரயு அவன் அருகில் வந்தாள். சீற்றம் கொண்ட பெண் புலியாக அவள் கண்கள் ஜொலித்தன.

"எங்க அறையுங்க பார்க்கலாம்… அறையுங்க… கமான்… என்ன திகைச்சு போய் அப்படியே நிக்குறீங்க…. உங்க வீட்டுக்குச் சேவகம் பண்ணனும்னு தான் ஊரு உலகத்துல பொண்ணைப் பெத்து வளர்த்துக் கல்யாணம் பண்ணி கொடுக்குறாங்க இல்ல… புல்ஷிட்… இதுக்கு மேல ஒரு வார்த்தை வந்துச்சு…??"

கண்கள் தெறித்து விடுவது போல, நெற்றி நரம்புகள் புடைக்கப் பத்திரம் காட்டி கத்துபவள் மித்ரன் இதுவரை அறிந்திராதவள். அத்-தனை ஆக்ரோஷத்தை எதிர்பார்க்காதவனாக அவன் அப்படியே விக்-கித்து நிற்க, பாத்ரூமிற்குள் சென்று கதவை அறைந்து சாத்தினாள் சரயு..

வேகத்துடன் தண்ணீர் திறந்து விடப்பட்டதில் பக்கெட்டில் நீர் கொட்-டும் இரைச்சல்..

அடுத்த நிமிடமே டமார் என்ற ஒலி…. கிளிங்கென்று எதுவோ எதன்மீதோ மோதி உடைகிற சத்தம்….

17

"ப்ளீஸ்... தயவு செஞ்சு நின்னு பேசுங்க... ஒன்னும் புரியாம எவ்வ-
எவு நேரம் இங்க காத்திருக்கிறது? உள்ளேயும் விட மாட்டேங்குறீங்க...
என்ன தான் நடக்குது இங்க....?" ஆஸ்பத்திரி அறைக்கு வெளியே
நின்ற மித்ரன் தரையில் கால்பாவாமல் தவித்துக் கொண்டிருந்தான்.

பாத்ரூமில் அரம்பரமாக விழுந்து கிடந்தவளைத் தூக்கி வந்து மருத்-
துவமனையில் சேர்த்ததில் இருந்து ஊழியர்களும், டாக்டரும் சரயு
இருந்த அறைக்குள் செல்வதும் வருவதுமாக இருந்தார்களே தவிர,
யாரும் மித்ரனிடம் என்ன விவரம் என்று நின்று சொல்லத் தயாராக
இல்லை.

"ஆரு... என்ன ஆச்சு... என்ன சத்தம் அது? கதவைத் திற..
முதல்ல பைப்பை நிறுத்து..." அவன் எத்தனை கத்தியும், தட்டியும் கதவு
திறக்கப்படாமல் போக, கதவை தோள்பட்டையால் இடிக்க ஆரம்பித்-
தான்.

"கீழ யாராவது இருக்கீங்களா? கொஞ்சம் மேல வாங்களேன்
ப்ளீஸ்...." பால்கனி வழி ஒலித்த அவனுடைய உதவிக்குரலில் சாரதா-
வும், கீழ் வீட்டு ஆன்ட்டியும் ஓடி வர, அவருடைய மகனும் மித்ரனு-
மாகச் சேர்ந்து இருவருமாகக் கதவை இடித்தே திறந்தார்கள்.

வாஷ்பேசினின் தாங்கு கம்பி ஒரு பக்கமாகச் சரிந்திருக்க, பேசின்
சாய்ந்து இரும்பு பக்கெட் விளிம்பில் இடித்து நின்றது. ஈரமான தரையில்
பக்கெட்டை மீறி வழியும் நீரில் ஒரு பக்கமாக நனைந்தபடி கிடந்தாள்
சரயு.

தண்ணீர் கொட்டுகிற பைப்பை நிறுத்தி, நெற்றிக் காயத்துடன் பிரக்-
னையயற்று கிடந்தவளின் உடையை மாற்றி இங்கு அழைத்து வந்து

மருத்துவரிடம் ஒப்படைப்பதற்குள்...

"எனக்குக் கையும் காலும் ஓடல.... இப்ப எப்படி இருக்கா...? தலைல பலமா அடிபட்டு இருக்கா? ஸ்கேன் எதுவும் எடுக்காம இன்னும் என்ன பண்றீங்க...?" ஒரு நிலையாய் நிற்காமல் அலைபாய்ந்து கொண்டே பேசுபவனை டாக்டர் காயத்ரி கேள்வியாகப் பார்த்தாள்.

"சரயு நல்லா இருக்கா... நீங்க முதல்ல உள்ள வந்து உட்காருங்க மித்ரன்..." தன் அறையை அவள் கை காட்ட,

"டாக்டர்... ப்ளீஸ்.... முதல்ல என் கேள்விக்குப் பதில் சொல்-லுங்க..."

"அடிபட்டு இருக்கு தான்... ஆனா ஆபத்தான அடின்னு ஒன்னும் இல்ல... ஷி இஸ் ஆல்ரைட்.... நீங்க முதல்ல இப்படி வாங்க... உங்க-கிட்ட பேசணும்..."

"முதல்ல அவளைப் பார்த்துட்டு வந்துடுறேனே..."

சரயுவின் அறைக்குள் செல்ல முயன்றவனை, "மித்ரன்... ப்ளீஸ்... அவ தூங்குறா... டிஸ்டர்ப் பண்ணாதீங்க... கொஞ்ச நேரம் கழிச்சுப் பார்க்கலாம்" விடாப்பிடியாகக் காயத்ரி அவனைத் தன் அறைக்கு அழைத்துச் சென்றாள்.

"உக்காருங்க..."

"நீங்க முதல்ல என்னன்னு சொல்லுங்க... எனக்கு ரொம்ப டென்-ஷனா இருக்கு... வேற எங்காவது அடி பட்டுருக்கா...?" நெற்றியில் ஊறி வழிந்த வியர்வையை புறங்கையால் துடைத்து விட்டுக் கொண்ட-வன், நினைத்துக் கொண்டமாதிரி திடிரென கேட்டான்.

"பிரக்னன்சியா டாக்டர்...?"

"இரண்டு மூனு மாசம் முன்னாடியே கொஞ்சம் எதிர்பார்த்தா... அதனால தான் மயக்கமா....? ஒருவேளை கவனிக்காம நிறைய நாள் ஆயிடுச்சா... அதுல ஏதாவது காம்ப்ளிகேஷனா.....?" மூச்சு விடாமல் பொரிந்தவனைக் காயத்ரி சின்னச் சிரிப்புடன் ஏறிட்டாள்.

"மித்ரன்... அவங்களுக்கு பிரக்னன்சினா உங்களுக்குத் தோணுது...!!!?"

"இல்ல... மயக்கம் போட்டு விழுந்ததுல ஒரு டவுட்...."

இன்னும் சற்று அகலமாகப் புன்னகைத்த காயத்ரி, "ஷி இஸ் இன் ஹெர் செகண்ட் டே டுடே...." என்றாள்.

மேலே படிந்திருந்த சிரிப்பையும் மீறி அவள் முகத்தில் பரவிய எரிச்சலை உணர முடிந்தவனுக்கு அவமானமாக இருந்தது. 'இது கூட உனக்குத் தெரியாதா...? நீ எல்லாம் ஒரு புருஷன், பொண்டாட்டியோட உடம்புநிலையைக் கூடத் தெரிஞ்சுக்காம...' எனக் கேட்காமல் கேட்பதாய்...

"அப்ப வேற என்ன? அனிமீக்கா...? ஐயர்ன் டிபீசியன்சி...? ஒழுங்கா சாப்பிடு, உடம்பை பார்த்துக்கோன்னு சொன்னா கேட்டா தானே... நல்லா தான் பேசிட்டு இருந்தா, திடீர்னு உள்ள போய் மயக்கம் போட்டு விழவும்.... எஸ்.... ஷி ஷட் பி அனீமிக். ப்ளட் டெஸ்ட் எடுத்துட்டிங்களா? ரிப்போர்ட் எப்ப வரும்...?"

காயத்ரியின் பார்வை மேலும் கீழுமாய் அவனை அளக்க, அவள் அதற்கு மேல் முடியாமல் வாய்விட்டுச் சிரிக்கத் தொடங்கினாள்.

"மை காட்... ஸ்டாப் ஸ்டாப்.... இங்க நான் டாக்டரா, இல்ல நீங்களா? வர்றவங்க எல்லாம் நீங்களே டயகனஸ் பண்ணிக்குறீங்க!!??"

"சரி... உங்க வைஃப்பை பார்க்குற வரைக்கும் இப்படித்தான் ரெஸ்ட்லெஸ்ஸா இருக்கப் போறீங்க... முதல்ல பார்த்துட்டு வந்துடலாம்... வாங்க.." அவள் தன் அறையிலிருந்தே வார்டுகளுக்குச் செல்லும் வழியில் நடக்க,

'என் பொண்டாட்டியை பார்க்க இவங்க கிட்டல்லாம் கெஞ்சணும்னு தலை எழுத்து எனக்கு...' பொருமிக் கொண்டே பின்னால் நடந்தான் மித்ரன்.

அறைக்குள் கொய்து போட்ட மலர் போல வாடிக் கிடந்தாள் சரயு. அவள் இருந்த இருப்பு அவனை வெகுவாகப் பயமுறுத்த, கண்கள் வெள்ளமாய்ப் பெருகின. தன்னுடைய மொத்த சக்தியும் முழுதாய் சுருண்டு எதிரில் நைந்து போய்க் கிடப்பதாய்...

கையில் சலைன் ஏறிக்கொண்டு இருக்க, நெற்றி முகட்டில் பக்கெட்டின் விளிம்பு கீறியதில் கோடாக வழிந்த இரத்தக்கசிவை மருந்து பிளாஸ்டர் போட்டு ஒட்டியிருந்தார்கள். வாஸ்பேஷன் பேங்கானில் மோதியதால் பின் மண்டையில் வீக்கம் அதிகரித்திருக்க, முதுகில் தலையணை கொடுத்து அவளை ஒருபக்கமாக ஒருக்களித்துப் படுக்க வைத்திருந்தார்கள்.

காரில் தூக்கிப் போட்டுக் கொண்டு வரும் வழியெங்கும் மயக்கமும் விழிப்புமாக இருந்தவள், "நான் நல்லா தான் இருக்கேன்.. எங்கேயும் போகவேண்டாம்... என்னை நிம்மதியா விட்டாவே போதும்.." என்று அனத்திக் கொண்டே இருந்தாள்.

வீடு, வேலை என்று ஓடி ஓடி தன் உடலை கவனிக்காமல் பெரிதாக ஏதாவது இழுத்து வைத்திருக்கிறாளோ??

"இங்க வற்றப்ப கூட இவ்வளவு வீக்கம் இல்லையே... ஸ்கேன் பண்-ணும்ணா யோசிக்காதீங்க... உடனே பண்ணி என்னனு பாருங்க..." அவள் கன்னத்தை வருடிய அவன் விரல்கள் நடுங்கின.

"உஷ்.... சைலன்ஸ்... வெளில போய்ப் பேசிக்கலாம்... அவ நல்லா தூங்குறா... மருந்தோட கொஞ்சம் செடேஷன் கொடுத்திருக்கோம்..." காயத்திரி படுக்கைக்கு அந்தப் பக்கமாகச் சென்று சரயுவின் முழங்கை-யைத் தூக்கி அவனிடம் காட்டினாள்.

"இது என்னன்னு தெரியுதா....?"

கண்களைச் சுருக்கி புரியாமல் பார்த்த மித்ரன், "ம்ஹும்..." என்-றான்.

ஆடையை மேலும் நெகிழ்த்தி காயத்ரி காட்டிய இடங்களில் செம்-பழுப்பு வட்டங்களாய்.... முழங்கையிலும், தொடையிலும் கணுக்காலுக்கு மேல் என இரண்டு மூன்று இடங்களில் பட்டை பட்டையாய் தோல் இழுபட்டு..

"என்னங்க இது...?" பார்க்க பார்க்க, அவன் முகம் வெளிறியது.

"வாங்க சொல்றேன்..." வெளியே வந்த காயத்ரி, "என்னனு தெரியல இல்ல... நெருப்புச் சூடு" என்றபடி அவனை ஆழ்ந்து பார்த்த-போது அவன் மலங்க மலங்க விழித்தான்.

"உங்களுக்கு இன்னும் சரியா புரியலையா...? ஷி ஹர்ட் ஹெர்-செல்ப்..."

"வாட்...?" என்ன உளறல் இது என்று பார்த்த மித்ரன், காயத்ரி பேசப் பேச திகைத்துப் போனான். காலுக்கு அடியில் இருக்கும் தரை கரைந்து செல்வதை உணர முடிய, பிடிப்பைத் தேடி அலைந்தது அவன் உடல்.

"அவ அவளையே காயப்படுத்திட்டு இருக்கா.... இப்ப கீழே விழுந்-ததூ கூடச் சாதாரணப் பசி மயக்கமோ, இல்ல உடம்பு சரியில்லாததா-

லேயோ இல்ல.... இட் இஸ் எ பேனிக் அட்டாக்... சரயு டிப் டிப்ரஷ்ஷன்ல இருக்குற மாதிரி இருக்கு... இன்னும் சில டெஸ்ட் எடுக்கணும்... ஆனா, அவளோட சிம்ப்டம்ஸ் எல்லாம் பார்க்கும்போது அவ கடுமையான மன அழுத்தத்தில இருக்குறான்னு என்னால உறுதியா சொல்ல முடியும்..."

"கொஞ்ச நாளாவே அவளை நான் கவனிக்குறேன்... வெறிச்சுன்னு பார்க்குற பார்வை, கஷ்டப்பட்டுச் சிரிக்குறது, ரொம்பக் குறைவான பேச்சுன்னு எனக்கே நிறைய வித்தியாசம் அவகிட்ட... சரயுவை எனக்கு எப்படி இவ்ளோ க்ளோஸா தெரியும்னு யோசிக்குறீங்க.... அவ கோவை வந்த நாளா எனக்குத் தெரியும். என்னோட பெர்சனல் அக்கவுன்ட், ஹாஸ்பிடல் அக்கவுன்ட் எல்லாம் அவளோட பிரான்ச் தான்றதால பேங்குல பார்த்து பேசி அப்படிப் பரிச்சயம் ஆனவங்க நாங்க..."

"இதுவும் உங்களுக்குத் தெரியுமான்னு எனக்குத் தெரியாது. மென்சுரல் வலி அதிகமாக இருக்குன்னு சரயு கடந்த மூனு மாசமா என்னை வந்து பார்த்துட்டு போறா... அப்படி ரெகுலரா அவளைப் பார்க்குறதால தான் எனக்கும் சின்னதா ஒரு டவுட்.... சம்திங் வ்ராங்னு...."

பலமான அடிகள் அடுத்தடுத்து விழுந்து சரமாரியாகத் தாக்கும் அதிர்ச்சியில் மித்ரன் உணர்வற்று அமர்ந்திருந்தான்.

'பத்து நிமிஷம் பார்த்துட்டு போற ஒரு டாக்டருக்கு தெரிஞ்சுது கூடவே இருந்து குடும்பம் நடத்துற உனக்குத் தெரியலையா, மடையா?' என்று மனக்குரல் வலிக்க வலிக்கச் சம்மட்டியால் அடித்தது.

"நான் எம்டி டிஜிஓ மட்டும் இல்ல... சைக்கியாட்ரிஸ்ட்-ம் கூட... அந்த அனுபவத்துல உங்கூடக் கொஞ்சம் பேசலாமா?"

"ஹ.... ம்ம்... ஷ்யூர்..."

"உங்க ரெண்டு பேருக்கும் ரிலேஷன்ஷிப் எப்படி இருக்கு...? ஏதாவது பிரச்சனையா?"

தொண்டையைச் செருமிக் கொண்டவன், "சே... சே... அப்படி எதுவும் இல்ல... நாங்க சந்தோசமா தான் இருக்கோம்..." என்றான் அவசரமாக.

"உங்க பர்சனல் லைஃப்....?" மித்ரன் மிடறு விழுங்கியபடி நெளிந்தான்.

"அ...து... அதுவும் எப்பவும் போலத் தான்... வி ஆர் குட்.... ஹேப்பி..." இந்த நிமிடம் வரை அவன் கேட்டு அவள் எதையுமே மறுத்ததில்லை என்ற உணர்வு அவனுக்குள் கனமாய் இறங்கியது.

"ம்ம்.." தான் அமர்ந்திருந்த நாற்காலியை சுழற்றியபடி "நம்ம தேவை பூர்த்தியானா போதும்ணு நினைக்கிறது தான் ஆம்பிளை மனசு, இல்லையா....!!??" என காயத்திரி அழுத்தமாக பார்த்ததில் அவள் ஏதோ கூப்பிட்டு உட்காரவைத்து கேலி செய்வது போலிருக்க, மித்ரனின் முகம் இறுகியது.

"ரிலாக்ஸ் மித்ரன்... உங்களைக் குத்திக் காட்டனும்ணு சொல்லல. இப்ப சரயு இருக்குற ஸ்டேஜ் என்னை இப்படிப் பேச வைக்குது. பொதுவா லேடிஸ்க்கு நாற்பது வயசுக்கு மேல மெனோபாஸ் டைம்ல யாருமே நம்மளை கண்டுக்கல, ஒதுக்குறாங்களோணு ஒரு எண்ணம் வரும். அந்த மாதிரி நேரத்துல நிறைய பேர் மன அழுத்தத்துல பாதிக்-கப்படுவாங்க... ஆனா, சரயு... இத்தனை சின்ன வயசுல.. இப்படி தன்னை ஹர்ட் பண்ணிக்குற அளவுக்கு.... பேனிக் அட்டாக் வர்ற அளவுக்கு....!!??"

"மே பி அவளுக்கு வீட்டிலயோ, வெளிலயோ நிறைய பிரஷர் இருந்து இருக்கும்ணு நினைக்கிறேன்... வீட்ல யார் யார் இருக்கீங்க.... நீங்க இரண்டு பேர் மட்டும் தானா...?"

மித்ரன் வீட்டு நிலைமையை மேலோட்டமாகப் பகிர்ந்து கொண்டான்.

"மைனர் இஸ்யூஸ் தான்... எல்லோர் வீட்டுலயும் இருக்கிறது தானே? மத்தபடி வேறு எந்தக் கஷ்டமும் இல்ல... நல்ல வேலை, நல்ல சம்பளம்... வசதிக் குறைச்சல்னோ, பெரிய கவலைனோ எதுவும் இல்ல.... அப்படி இருக்கும்போது ஆருவுக்கு... நீங்க சொல்றதை என்-னால் நம்ப முடியல..."

காயத்ரி சிரித்தாள்.

"நீங்க என்ன நினைச்சிட்டு இருக்கீங்க...? பணமும் மூணு வேளை சோறும் ஏஸியும் காரும் இருந்தா போதுமா, சந்தோஷமா இருக்க..? மைனர் இஸ்யூஸ்னு நீங்க பேசுற விதத்தைப் பார்த்தா வீட்டுல நடக்குற எதையும் கண்டுக்காம இருந்திருப்பீங்களோன்னு சந்தேகமா இருக்கு..."

அடுத்த ஒரு மணிநேரம் அவனை உட்கார வைத்துக் காயத்ரி பேசி-யதில் அவன் கிட்டத்தட்ட மரத்திருந்தான்.

"ஆஸ் பெர் செட்யூல் நாளைக்கு ஈவினிங் சைக்காலஜிஸ்ட் வரு-வாங்க எங்க கிளினிக்குக்கு... அவங்க வந்து சரயுவைப் பார்க்கட்டும், என்ன மாதிரி தெரபி கொடுக்கலாம், எந்த விதத்துல கவுன்சிலிங் தர்ற-துனு அவங்க கூடப் பேசிட்டு முடிவு பண்ணலாம்..." காயத்ரி தலைய-சைக்க, அரை உயிராக எழுந்து வெளியே வந்தவனின் உடம்பும் மனசும் தக்கையாகக் குறுகிப் போயிருந்தது.

நடுங்கும் கால்களுடன் அவன் காரிடாரில் நிற்க, "உங்க வைஃப் முழிச்சுட்டாங்க..." எதிரில் வந்த நர்ஸ் சொல்லிவிட்டுப் போனார்.

மித்ரன் அறையை நோக்கி ஓடினான். நன்கு தூங்கி விழித்த களைப்பும், காயங்களின் வலியுமாகக் கண்கள் சுருங்கி படுத்திருந்தாள் சரயு.

"ஆரு..." ஓடிச் சென்று அவள் கைகளைப் பிடித்தவனுக்கு நிற்-காமல் கண்ணில் நீர் வழிந்தது. இத்தனை தளர்வாக அவளை அவன் பார்த்ததே இல்லை. துறுதுறுவென எந்நேரமும் ஏதாவது வேலை என்று இழுத்துப் போட்டு செய்தபடி ஓடிக்கொண்டே இருப்பவள், இப்படி....

விழி விரித்து அவனைப் பார்த்தவளின் கண்கள் வெறுமையில் குழிந்திருந்தன. 'யார் நீ...?' என்று கேட்பது மாதிரியான பாரதூரம் அந்-தப் பார்வையில்....

"எதுக்கு இப்படி... உங்க பாஷைல சொல்லணும்னா எதுக்கு இந்த சீன்? கவலைப்படாதீங்க.... உங்க சாப்பாட்டுக்கும் உங்கம்மாப்பா சௌக-ரியத்துக்கும் ஒரு குறைச்சலும் வந்துடாது.... டாக்டர்கிட்ட கேட்டுட்டு வாங்க... டிஸ்சார்ஜ் பண்ணிட்டு போகலாம்...."

உச்சபட்ச வெறுப்பில் குளித்து வந்த வார்த்தைகளை அவன் மௌனமாக விழுங்கிக் கொண்டான்.

"உன்னை இந்தளவுக்கு வருத்திக்கிட்டு.... அந்த அளவுக்கு மோச-மானவனா நான்...? ஆரு... இங்க என்னை... என்னைப் பாரு..."

"எனக்கு ரொம்ப டயர்டா இருக்கு.... எதுவும் பேச பிடிக்கல... யாரையும் பார்க்கவும் பிடிக்கல... இப்படியே அமைதியா என்னை விட்-டுடுங்க... அதுதான் உங்களுக்கும் நல்லது... எனக்கும் நல்லது..." அவள் கண்களை மூடிக்கொள்ள, கன்னத்தில் அறை வாங்கியது போல உணர்ந்தவன் நெடுநேரம் அப்படியே நின்றிருந்தான்.

"இன்-பேஷண்டாவே இருக்கட்டும்... தெரபி பத்தி தீர்மானம் பண்-ணிட்டு ரெண்டு நாள் கழிச்சு கூட்டிட்டுப் போங்க..." காயத்ரி சொல்லி-விட, அடுத்த இரண்டு நாட்கள் மருத்துவமனையிலேயே கழிந்தன.

மென்று விழுங்கி மித்ரன் பாலாவிற்கு அழைத்து விஷயம் சொல்ல, "என்ன பண்ணி வச்சிருக்க மித்ரா... நல்லவன்னு உன்னை நம்பி எங்க வீட்டுப் பொண்ணைக் கொடுத்ததுக்கு... என்னை ரொம்ப கில்டியா பீல் பண்ண வைக்குற மித்ரா நீ..." பாலா இப்போது தன் நண்பனாகப் பேச-வில்லை, சரயுவின் மாமனாகப் பேசுகிறான் என்று மித்ரன் எல்லாவற்-றையும் வாங்கிக் கொண்டான்.

பாலா மூலமாகச் செய்தியறிந்த விக்கி அட்லாண்டாவில் இருந்து அழைத்து அடுத்தப் பாட்டை ஆரம்பித்தான்.

"கவியண்ணியை அண்ணினு கூப்ட்டாலும் அவங்க எனக்கு அக்கா மாதிரி மித்ராண்ணா... ஜக்குவும் அப்படிதான்... அக்கா தங்கச்சி இல்-லாத குறைக்கு இவங்க தான் என்னோட ஸ்வீட் சிஸ்டர்ஸ்... உங்க கைல எங்க ஜக்குவை ஒப்படைக்கிறேன், அவ கண்ணுலருந்து ஆனந்த தண்ணி தான் வரணுமே ஒழிய எத்தனை தண்ணி கஷ்டத்துலயும் கார்ப்பரேஷன் தண்ணியைக் கூட பட விட்டுடாதீங்க...." திருமணத்தின் போதே ஏற்ற இறக்கமாய்ப் பேசி இருவருடைய கைகளையும் கோர்த்து வைத்து வம்பு செய்தவன், இப்போது சரயுவின் உடன் பிறந்த அண்-ணனாகவே மாறி இன்னொரு பக்கம் வாங்கு வாங்கென்று வாங்க....

விக்கி சொல்லி பத்மாவும், மூர்த்தியும் மருத்துவமனை வந்தார்கள். "உள்ளூர்ல இருக்கோம்னு பேரு... வர போக இருந்தாதானே எங்களுக்-கும் தெரியும்... எப்ப கூப்பிட்டாலும் வேலை இருக்கு அத்தைம்பா... சரி, பெரிய குடித்தனக்காரியாகிட்டே... நாம தொந்தரவு பண்ணக்கூடாதுன்னு நாங்க பேசாம இருந்தா, கடைசில நீ இந்தளவுக்கு உடம்பை கெடுத்து வச்சிருக்க...."

அவர்கள் சரயுவிடம் பேசிவிட்டு "சரி, பார்த்துக்கோப்பா..." என்று கிளம்ப, வாய்விட்டு ஒன்றும் திட்டவில்லையே தவிர அவர்களின் பார்வை மித்ரனைக் கூறு போட்டு விட்டுச் சென்றதை அவனால் உணர்ந்து கொள்ள முடிந்தது.

அவர்கள் கூடவே வந்து மருமகளைப் பார்த்து விட்டுச் சென்ற நாராயணனும் சுகுமாரியும் ஏதோ வியாதிக்கார பெண்ணைத் தங்கள்

தலையில் கட்டிவிட்டார்கள் என்கிற மாதிரி பார்வை வீசி சென்றதை என்னவென்று சொல்ல !!??

சரயு கீழே விழுந்து அடிபட்ட இரண்டாம் நாள் யார் என்ன சொல்லியும் கேட்காமல் நிறை மாத வயிற்றுடன் கவி டெல்லியிலிருந்து ஓடி வந்தாள். அதுவரை உணர்வுகளைக் கட்டிப் போட்டுக் காத்திருந்த சரயு, அக்காவைக் கண்ட மாத்திரத்தில் அவள் தோளை இறுகக் கட்டிக் கொண்டு கதறி அழுதாள்.

"எனக்கு என்னமோ திடிர்னு ஒன்னுமே பிடிக்கலக்கா.... யாரையும் பார்க்க பிடிக்கல.... யார் கூடவும் பேச பிடிக்கல... என்னை இங்கிருந்து கூட்டிட்டு போயிடு.. நான் இனிமே இங்க இருக்க மாட்டேன்.... எனக்குன்னு இங்க யாரும் இல்ல..." என்று உடைந்தவளைக் கண்டு மித்ரன் மொத்தமாக நொறுங்கிப் போன தருணம் அது.

"அழாதடி செல்லம்... நான் உன்னை இங்க விட்டுட்டு போக மாட்டேன், உன்னையும் என்னோட கூட்டிட்டு தான் போவேன்... உனக்கேண்டி யாரும் இல்லன்னு சொல்ற... நான் இருக்கேன்டா... என்ன ஆச்சு, என்ன என்னன்னு அங்க தவிச்சிட்டு இருக்குற நம்ம அம்மாப்பா இருக்காங்க குட்டிம்மா...." கவி அவள் முகத்தை வருடிக் கொடுத்தபடி மௌனமாகக் கதறினாள்.

"எங்க சரயுவுக்கு யாரையும் குறை சொல்ல தெரியாது... யாரைப் பத்தியும் பின்னாடி பேச மாட்டா... ஒருவேளை அப்படிச் சொல்லி ஆத்தியிருந்தா இந்தளவுக்கு வந்திருக்காதோ என்னவோ... யார்கிட்டயும் ஒன்னும் சொல்லாம அப்படியே உள்ளுக்குள்ள அடக்கி அடக்கி வச்சு மாஞ்சு மாஞ்சே.... பூ மாதிரி இருந்தவ, எல்லோரும் வேணும், எல்லாரும் சந்தோசமா ஒன்னா இருக்கணும்னு நினைச்ச பாவத்துக்கு எந்த நிலைமைக்குக் கொண்டு வந்து விட்டுருக்கீங்க....?"

"போன தடவை நாங்க வந்தப்பவே கவனிச்சோம்.... கலகலன்னு பேச்சும் சிரிப்புமா இருக்குற பொண்ணு, ஒரு பேச்சுக்கு மறு பேச்சு இல்லாம இறுகிப் போய்க் கிடக்குற இந்த வீட்டுல எப்படித்தான் தனியா இருக்காளோன்னு...??? வேணாம், வாழுற பிள்ளையை நாம எதுவும் சொல்லி கெடுத்துடக் கூடாதுன்னு இரண்டு பேரும் வாயை மூடிட்டு வந்தோம்... அந்தத் தப்புக்குத் தான் இன்னிக்கு என் தங்கச்சி இப்படி இருக்கா.... உங்க சுமை எல்லாத்தையும் அவ தலை மேலே போட்டுட்டு

வேலை வேலைன்னு உங்க காரியத்துல மட்டுமே குறியா இருந்தீங்-
கல்ல.... இப்ப உங்களுக்குச் சந்தோஷம் தானே...!!??” வெளியே வந்த
கவி மித்ரனின் முகத்தைத் திரும்பிக் கூடப் பார்க்காமல் அரற்ற...

உதடுகள் துடிக்க, தலை கவிழ்ந்து நின்றிருந்த மித்ரனின் தோளில்
கை வைத்த பாலா அவனை வாசலுக்கு நகர்த்திச் சென்றான்.

“நான் என்னடா பண்ணேன்...? எனக்கு மட்டும் ஆரு மேல அக்-
கறை இல்லையா? இன்பாக்ட் உங்க எல்லாரையும் விட எனக்குத்
தானே அதிகப் பாதிப்பும் கவலையும்.... அந்த டாக்டர்ல இருந்து தரை
துடைக்க ஆயாம்மா முதற்கொண்டு நான் ஏதோ வேணும்னு செஞ்ச
மாதிரி... நீயும் போன்ல அந்தத் திட்டு திட்டுற... விக்கி ஒரு பக்கம்...
இப்ப கவியும் கத்தி விட்டாச்சு... வாங்க... எல்லோரும் வந்து ஆளா-
ஞுக்கு ஏறிட்டு போங்க....”

தலையை இருகைகளாலும் மொத்தமாகக் கலைத்து விட்டுக்
கொண்டவனைக் கரங்களை நெஞ்சில் இறுக கட்டியபடி பாலா அமை-
தியாகப் பார்த்தான்.

“எல்லாரும் எமோஷனலா இருக்குர நேரம் இது மித்ரா... விடு...
எதையும் மனசுல எடுத்துக்காதே...”

“பாலா.... சத்தியமா நான் இப்படி ஆகும், இந்தளவுக்கு இவ
மனசுல எடுத்துப்பான்னு நினைக்கல... நான் மட்டும் என்ன அரக்-
கனா... அவ சந்தோஷம் எனக்கு முக்கியம் இல்லையா...? அவ என்
பொண்டாட்டிடா... என் உயிரு... என் மொத்த உயிரே அவ தான்”

பாலா மெலிதாகச் சிரித்தான்.

“சீரியஸா பேசிட்டு இருக்கேன்.... நீ சிரிக்குர....?”

“இல்ல... வார்த்தைக்கு வார்த்தை அவ என் உயிரு... உயிருன்னு
சொல்ற... உயிரா இருக்கிறதுனா என்னன்னு நினைச்ச மித்ரா...? கட்-
டிப்பிடிக்கிறதும், முத்தம் கொடுக்குரதும், லவ் யூன்னு நொடிக்கு நூறு
தடவை முகத்தோட முகம் வச்சு கொஞ்சி தீர்க்கிறதுமா...!!??? உயி-
ருனா அந்த உயிருக்கு என்ன வலி இருக்குன்னு அது சொல்லாமயே
புரிஞ்சுக்குறது... நீ அப்படி எதையாவது புரிஞ்சுகிட்டியா?”

“அட்லீஸ்ட் அவ என்ன சொல்ல வர்றான்னு காது கொடுத்தாவது
கேட்டு இருக்கியா? கேட்டேன்னு எனக்குப் பதில் சொல்லாதே... கேட்-
டியான்னு உன்னை நீயே கேட்டுக்கோ....”

".....ஒட்டுமொத்தமா வீட்டுல பிரச்சனையே இல்லன்னு நான் சொல்ல மாட்டேன் பாலா... வீட்டுக்கு வீடு நடக்குற மாமியார் மாமனார் பிரச்சனை தான்... அது கூடச் சின்னச் சின்ன விஷயங்கள் தான். சேம் ஸ்டிரியோடைப்... டைசக்ட் பண்ணி பேசினா தேவையில்லாத சங்-கடம்னு நான் அவாய்ட் பண்ணியிருக்கேன் தான்... ஒத்துக்கிறேன்.. அதுக்காக...?"

"கடுப்பேத்தாதடா.... ஸ்டிரியோடைப்னு நீ சொல்ற அழுகுலயே தெரி-யுது, நீ என்ன லட்சணத்துல பேசுவேன்னு... உன்னைப் பொறுத்தவ-ரைக்கும் எந்த கன்பிரன்டேஷனும் இருக்கக் கூடாது. நீ இருக்கும்போது எந்த மோதலும் விவாதமும் இல்லாம வீடு அமைதியா அப்படியே சுமூ-கமா... ஐயா வந்து ஜாலியா ரெஸ்ட் எடுத்துட்டு, நல்லா சாப்பிட்டு, தூங்கிட்டு கிளம்பிடணும்... அப்படித்தானே!? நான் கிளம்பினதுக்கப்புறம் நீ இரு, இல்ல சாகு, எனக்கென்னங்குற ஆட்டிடியுட்..."

"...பாலா...." மித்ரன் பல்லைக் கடித்தான்.

"மித்ரா.... எனக்கு உன்னையும் தெரியும், சரயுவையும் தெரியும்... எகானமிக் க்ரோத் எப்படி, எந்த ஸ்டாக் எப்ப குதிக்கும், எப்ப சரியும், புதுசா வந்திருக்கிற பட்ஜெட்ல எத்தனை பெர்சென்ட் அன்எம்ப்ளா-யின்ட்மென்ட் ப்ரொஜெக்க்ஷன் ஏற போகுது, இதையெல்லாம் கேட்டா நீ விடிய விடிய சோறு தண்ணி இல்லாம கூடப் பேசுவ... அதுவே அடுத்த வேளை சாப்பாட்டுக்குத் தேவையான உப்பு புளி மிளகாய் வாங்குரது உனக்குச் சின்ன விஷயம், உன் பாஷைல சொன்னா அல்ப விஷயம்... நான் உடைச்சு ஒண்ணு சொல்லட்டா, யு டேக் ஹெர் பார் கிராண்டட்..."

"...பாலா.... என்ன நீயும் இப்படி...???"

"நான் உன்னை மட்டும் சொல்ல மித்ரா. என்னையும் சேர்த்து தான் சொல்றேன். வி டேக் தெம் பார் கிராண்டட்.... வீட்டுல இவங்க கோ த்ரூ பண்றதையெல்லாம் சின்ன விஷயம், சின்ன விஷயம்னு ஒதுக்கிட்டே போனா, அது மொத்தமா குமைஞ்சு குமைஞ்சு இப்படி மன அழுத்தத்துல தான் கொண்டு வந்து விடும்..."

"எல்லாப் பாரத்தையும் வீட்டுப் பொம்பளைங்களோட தலைல போட்டுட்டு வெளில நாம ஜாலியா இருக்கோம், நம்ம வேலையை மட்-டும் பார்த்துச் சம்பாதிச்சா போதும்னு நமக்கு ஒரு எண்ணம். அதுவே இவங்க.... வீட்டிலயும் உழைச்சு வெளிலயும் சிரமப்பட்டு.... எதையும்

சின்ன விஷயம்னு சொல்லாத மித்ரா.... எறும்பு சுமக்குற பாரமும் அதுக்குப் பெரிய பாரம் தான்.... கண்ணாடில கீறல் விழ பெரிய பாறாங்-கல் எல்லாம் தேவையில்ல... கண்ணுக்கே தெரியாத குட்டி நெருங்கல் போதும், மோதி மெல்ல மெல்ல தூளாக்கி உடைக்க..."

"............."

"நீ வேலையை விட்டுடாதே, எம்பவர்ட்டா இருக்கணும்'னு டயலாக் அடிச்சா மட்டும் பத்தாது, மித்ரா. அதுக்குத் தகுந்த மாதிரி வீட்டுச் சூழ்-நிலையையும் நீ தான் ஃபெசிலிடேட் பண்ணிக் கொடுத்திருக்கணும்... சரயு ரொம்ப மென்மையானவடா... பாசத்துக்குக் கட்டுப்பட்டவ... அடுத்-தவங்களுக்கு ஒன்னுனா துடிச்சுப் போயிடுவா... அவளைப் போய் இப்-படி டிப்ரெசிங்கா பார்க்குறது....??"

"எனக்கே இப்படி இருக்குன்னா பெத்தவங்களுக்கு எப்படி இருக்-கும்னு யோசிச்சு பாரு.. எங்க இரண்டு பேராலயும் போனை எடுத்து சமாளிக்க முடியல. ஸ்டண்ட் வச்ச மனுசன் உடனே இங்க வந்தே ஆகணும்னு பிடிவாதமா நிக்கிறாரு..."

பதில் எதுவும் பேசமுடியாமல் குற்றவாளி போல நின்ற மித்ரன் காய்ந்திருந்த உதடுகளை ஈரப்படுத்தியபடி எதிரில் இருந்தவனைப் பார்த்-தான்.

"சரிடா. நான் தான் மட்டமானவன், கொடூரமான ஆளு.... எல்லாத் தப்பும் என்னோடது தான்... அப்படியே இருந்துட்டு போகட்டும்..." என்-றான் கம்மிய குரலில்.

"நான் அப்படிச் சொல்ல வரல மித்ரா..."

"விடு பாலா... நானா எங்கம்மா அப்பாவை இங்க கூட்டிட்டு வந்து வச்சு கஷ்டப்படுன்னு சொன்னேன்...? இன்பாக்ட்... எங்க வீட்டுல அவங்களை வற்புறுத்தி கூப்பிட்டதே ஆரு தான்... இதுன்னு இல்ல, எந்த விஷயத்துலயும் நான் அவளை எதுவும் சொன்னதில்ல... கம்பெல் பண்ணதும் இல்ல...

"அதே மாதிரி அவங்க அவளை ஓவர்ரைட் பண்ணப்ப என்னனு கேட்கவும் இல்ல... கண்டிக்கவும் இல்ல... நீ தானே கூப்பிட்ட... நீயே வச்சு அனுபவின்னு விட்டுட்ட.. அப்படித்தானே... வீட்டுப் பெரியவங்க-ளைக் கூட வச்சு பார்த்துக்கணும்கிற அவ நல்லதனம் தான் தப்பு இல்-லையா?"

"இப்படிக் குதர்க்கமா பேசினா நான் என்ன சொல்றது...?"

"குதர்க்கம் இல்லடா மித்ரா... உங்க வீட்டுச் சுபாவம் என்னனு உனக்குத் தெரியாதா? டார்ச்சர்ன்னா வெளிப்படையா சண்டை போட்டு, திட்டி, வரதட்சணை கொடுமை பண்ணினா தானா? இப்படி மௌனமா இருந்தே அணு அணுவா கஷ்டப்படுத்த முடியும்னு உனக்கு புரிய-லையா...? நாலு நாள் உன்னாலேயே சேர்ந்தாப்பல கவனிக்க முடியல... விக்கி வீட்டுல விட்டுருக்க..."

"ம்ம்ம்.... இப்ப வந்தாச்சு.... முந்தா நேத்தே வீட்டுக்கு வர சொல்-லிட்டேன்... எப்படியோ சமாளிச்சுக்குங்கன்னு சொல்லியாச்சு..." இறுகும் முஷ்டியுடனும் கையாலாகாத பார்வையுடனும் மித்ரன் வெளியே வெறித்தான்.

"இப்பவும் அவங்களை இங்கேயே கூட்டிட்டு வந்தது தப்புன்னு நான் சொல்ல வரல மித்ரா... இந்த மாதிரி சுபாவம் உள்ளவங்க கிட்ட சரயுவை மட்டும் தனியா விட்டுட்டு நீயே எல்லாத்தையும் மேனேஜ் பண்ணுனு கையை உதறிட்டு கிளம்பின பார்த்தியா, அது தான் தப்பு......யாரா இருந்தாலும் வெண்டிலேஷன் வேணும்டா... இல்லேன்னா புகைஞ்சு புகைஞ்சு உள்ளுக்குள்ளயே புழுங்கி..."

"நான் இந்த ஆஃப்ரே வேணாம்னு தான் சொன்னேன் பாலா... அவ தான் நான் சமாளிச்சுக்குவேன்னு பிடிவாதமா அனுப்பி வச்சா... எனக்கு மட்டும் தனியா அங்க போய் இருக்க ஆசையா, சொல்லு... நம்ம பியூச்சர்க்காக, நம்ம குடும்பத்துக்காக, நம்ம வளர்ச்சிக்காகன்னு தானே நானும் பல்லை கடிச்சி ஓட்டிட்டு இருக்கேன்..."

உறக்கமற்ற விழிகள் ரத்தமாய்ச் சிவந்திருக்க, அழுது விடுபவன் போல நொந்து போய்ப் பேசுபவனைப் பார்க்க ஒருவகையில் பரிதாபமாக இருந்தது. பெருமூச்சுடன் அவன் தோளைத் தட்டிக் கொடுத்தான் பாலா.

"விடுடா... நடந்து முடிஞ்சதை பேசி ஒரு புண்ணியமும் இல்ல... உன்னை மட்டும் குறை சொல்லி ஆகப் போறது என்ன? வாயை திறந்து சண்டை போடவோ, ஆர்க்யூ பண்ணவோ யோசிச்சு யோசிச்சுச் சுமூகம் கெடக்கூடாதுன்னு தனக்குள்ளேயே மென்னுட்டு இருந்திருக்கு..."

"இந்தக் காலத்துல இப்படி இருந்தா, வரிசையா வந்து மிளகாய் அரைக்கத் தான் செய்வாங்க... சரி, நீ உள்ள வா... கேண்டின்ல போய் ஏதாவது சாப்ட்டுட்டு அவங்களுக்கும் வாங்கிட்டு போகலாம்..." அவன்

படிகளில் இறங்க, மித்ரன் தளர்ந்த நடையுடன் அவனைப் பின்தொ-
டர்ந்தான்.

ஙஞுணநமன மெல்லினமாம்!

படிகளில் இறங்க, மித்ரன் தளர்ந்த நடையுடன் அவனைப் பின்தொ-
டர்ந்தான்.

18

"இனிமேலகொண்டு அவளை இங்க விடுற ஐடியாவே எனக்கு இல்ல..... சரயுவை எங்க வீட்டுக்குத்தான் கூட்டிட்டு போவேன்... இது உறுதி" கவி ஒரு பக்கம் பிடிவாதம் பிடிக்க,

"இப்படிப் பேசுனா எப்படிப் பாலா? என்னால ஆருவை எங்கயும் விட முடியாது... அவ இங்க தான் இருக்கணும். என் கூடத்தான் இருக்-கணும்... அவளை எப்படிப் பார்த்துக்கணும்னு எனக்குத் தெரியும்...."

மித்ரனின் சுயம் உந்தப்பட்டது போல அவன் இன்னொரு பக்கம் திரும்பி நின்று முரண்டு பிடித்தான். பாலா தான் இருவருக்கும் இடை-யில் மாட்டிக் கொண்டு விழித்தான்.

"நீ கொஞ்சம் சும்மா இரு கவி... இது அவங்க ரெண்டு பேரும் பேசி முடிவு எடுக்க வேண்டிய விஷயம்... நீ சரயுகிட்ட பேசு மித்ரா.... இரண்டு பேருமா பொறுமையா பேசி முடிவு பண்ணுங்க."

அத்தனையும் காதில் விழுந்தாலும் எதிலும் கலந்து கொள்ளாமல் உள் அறையில் இருந்த சரயு ஜன்னல் கம்பிகளை இறுகப் பற்றியபடி நின்றிருந்தாள். அவளுடைய பார்வையோ வெளி சாலையை வேடிக்கை பார்த்துக் கொண்டிருந்தது.

ரயில் நிலையத்தை நோக்கிச் செல்லும் ரோடு என்பதால் எந்நேரமும் பெருத்த ஜன நடமாட்டத்துடன்.... கூடவே மருத்துவமனைக்கு வருவதும் போவதுமாக இருந்த கூட்டமும், அதை ஒட்டி இருந்த ப்ரீ ஸ்கூலும், அங்கு வெளியே சறுக்கு மரத்தில் விளையாடிக் கொண்டிருக்கும் சிறு பிள்ளைகளுமாக...

'பேசாம வளராம குழந்தையாவே இருந்திருக்கலாம்... நிம்மதியா இருந்திருக்கும்...'

வெளிப்பார்வைக்கு இயல்பாக இருந்தாலும் மனசு மட்டும் புரிபடாத பாரத்தில் அழுந்திக் கொண்டே இருந்தது. இல்லாத ஏதோ ஒன்றைத் தேடி வெறுமைக்குள் ஆழச் செல்லும் மனதைக் கட்டுப்படுத்த முடியாத தவிப்பு அவளிடம்.

"ஆரு..." மித்ரனின் குரல் கேட்டு நிதானமாகத் திரும்பினாள். ஏதோ அந்நியன் ஒருவனைப் பார்க்கிற பாவனை...

மித்ரன் இந்த நான்கு நாட்களில் இதைப் போல நிறைய மென்று விழுங்க கற்றிருந்தான். அவளைக் கண்டு லேசாகச் சிரித்தபடியே அரு-கில் வந்தான்.

"நாளைக்கு டிஸ்சார்ஜ் பண்ணிக்கலாம்னு சொல்லிட்டாங்க... இப்-பவே எல்லாத்தையும் எடுத்து வச்சுக்கலாம்... மார்னிங் முதல் வேலையா பில் செட்டில் பண்ணிட்டுக் கிளம்பிடலாம்... என்ன சொல்ற?"

கம்பியின் மேல் படிந்திருந்த அவள் விரல்கள் அவன் ஸ்பரிசம் பட்-டதும் விலகின.

"கிளம்பலாம்னா எங்க...?"

"என்ன கேள்வி இது ஆரு? நம்ம வீட்டுக்குத் தான், வேறெங்க?" அவன் புரியாதது போலவே நடிக்க முயன்றான்.

"நான் எங்க வீட்டுக்கு போறேன்... எனக்குத் திரும்பவும் அங்க வர பிடிக்கல..."

"ஏன் இப்படிப் பேசுறடா? நம்ம வீட்டுக்குப் போய்க் கொஞ்சம் ரெஸ்ட் எடுத்துட்டு அப்புறம் உங்க வீட்டுக்குப் போகலாம். நானே கூட்-டிட்டு போ...றேன்..." அவன் முடிக்கும் முன்னே அவள் தலை பலமாக அசைந்தது.

"ப்ச்.... வேணாம்... எத்தனையோ நாள் இந்த ஜங்க்ஷன் ரோடை கிராஸ் பண்றப்ப இப்படியே ட்ரைன் ஏறி எங்க வீட்டுக்குப் போயிட-லாமான்னு யோசிச்சு இருக்கேன்... அப்படிப் போகாம இருந்தது தான் தப்புன்னு இப்ப புரியுது..."

வேதனையுடன் அவளைப் பார்த்தவன், இன்னும் நெருங்கி நின்றான். "ஆரு... ப்ளீஸ்... நான் சொல்றதை கொஞ்சம் கேளேன்" அவன் குரல் தழைந்து கெஞ்சியது.

"உன் கோபம் எனக்குப் புரியுதுடா... என் மேல தான் எல்லாத் தப்பும்.. சரி பண்ணிக்கறேன், எல்லாத்தையும் சரி பண்ணிக்கிறேன்...

கொஞ்சம் டைம் கொடு... வேலையை மாத்திகிட்டு ஏன் வேலையை விட்டுட்டே இங்க வந்துடறேன்... அம்மாப்பா விஷயத்துலயும் ஐ வில் அரேஞ்ச் சம்திங்...... உனக்குப் பிடிக்காத எதுவும் இங்க நடக்காது ஆரு.. ஐ பிராமிஸ்.. என்னை நம்பு...''

"உண்மைல என்னைத் தான் எனக்கு ரொம்பப் பிடிக்கல. என்னை விட்டே நான் போயிட்டா கூட நல்லா இருக்கும்ல... ப்ளீஸ் நீங்க எனக்கு எந்த ப்ராமிஸ௭ம் பண்ண வேணாம்... என்னை நிம்மதியா விட்-டாவே போதும்...''

அவள் முன்னால் சொன்னது உயிருக்குத் தீயூட்டியது என்றால் கையியடித்துக் கும்பிடாத குறையாக அவள் விட்டேற்றியாகப் பேசிய விதம் பச்சை உடம்பில் முள்கம்பி கொண்டு விளாறும் துயரத்தைத் தந்-தது.

'என்னைக் கல்யாணம் பண்ணிட்டு வந்தது உங்களுக்கு அடிமை உத்தியோகம் பார்க்கத்தான் இல்ல... எதைப் பேசினாலும் என் வாயை அடைச்சு அடைச்சு.... என்னைப் பைத்தியமா அடிச்சுட்டீங்க...' இப்படி அவள் வாய் விட்டு கத்தி இருந்தாலோ...

'உன்னால தான் என் உடம்பு மனசு எல்லாமே ஒன்னுமில்லாம போயிடுச்சு... என் முகத்திலேயே முழிக்காதே' என்று அவன் சட்டைக் காலரைப் பற்றியிழுத்து ஆவேசமாகச் சண்டை போட்டு இருந்தாலோ கூட இத்தனை குற்ற உணர்வு தோன்றாது.

அவளுடைய ஆவேசம் ஒருவகையில் தன் மீதான உரிமை என்கிற நிம்மதியைத் தந்திருக்கும். இப்படி 'என் கோபத்தைக் காட்ட கூட உனக்-குத் தகுதியில்லை' என்கிற மாதிரி அவள் தள்ளி நிறுத்தும் விதம் தான் பெருத்த வலியைத் தந்தது.

"சரி... உங்க வீட்டுக்கே போலாம்... நானும் வரேன். உன்னைத் தனியா விட என்னால முடியாது... இதுக்கு மட்டும் பதில் சொல்லு.... இதென்ன நெருப்பு காயமெல்லாம்....?" அவள் முழங்கையைப் பற்றி உயர்த்திக் காட்டினான்.

அவள் மெல்லிய சிரிப்புடன் தோளைக் குலுக்கினாள்.

"காது கொடுத்துக் கேட்க, மனசு விட்டு பேச மனுஷங்க இல்லைனா அப்படித்தான். மனசுல இருக்கிற வலியை விடப் பெருசா, என் மனசை டைவர்ட் பண்ணிக்க எனக்குத் தெரிஞ்ச ஒரே வழி.... இது ஒரு

அவுட்லெட்…. சொன்னா எல்லாம் உங்களுக்குப் புரியாது….” என்றவள், அவன் முகத்தை உற்றுப் பார்த்துவிட்டு ஏளனமாக சிரித்தாள்.

“இதுக்குப் போயான்னு வழக்கமா ஒரு டயலாக் அடிப்பீங்களே, அதை அடிக்கல இன்னும்!!??”

“……”

“என் வலி சின்னது பெரிசுன்னு தீர்மானிக்குறதுக்கு நீங்க யாரு?? அப்புறம் இத்தனை நாள் இங்க தனியா சமாளிக்கத் தெரிஞ்சவளுக்கு இப்பயும் தனியாவே மேனேஜ் பண்ண முடியும். பத்தாததுக்கு என் மேல உண்மையான அன்பும் பிரியமும் காண்பிக்க என்னைப் பெத்த- வங்க இருக்காங்க.. கூட பிறந்தவ இருக்கா…. சோ, ப்ளீஸ் லீவ் மி அலோன்…”

“ஆரு…..??”

“எனக்குச் சுதந்திரமா சுவாசிக்கிற ஒரு வெளி வேணும்… இங்கேயே கிடந்தேன்னா மூச்சு முட்டி முட்டி செத்தே போயிடுவேன்… என்னை மேலும் மேலும் காயப்படுத்தனும்னு நினைச்சீங்கன்னா உங்க இஷ்டம் போலச் செய்யுங்க… நிம்மதியா இருந்துட்டு போகட்டும்கிற எண்ணம் இருந்தா என்னை என் போக்குலயே விட்டுடுங்க…. உங்களுக்கும் என்- னோட ட்ராமா எல்லாத்தையும் சகிச்சுக்குற கஷ்டம் வேண்டாம்…”

“அப்புறம் ஆரு… என்ன ஆரு..? சரயுன்னே கூப்பிடுங்க… உங்க- ளுக்குக் கோபம் வந்தா அப்படித்தானே பல்லைக் கடிப்பீங்க… என் பேர் சரயுன்னே இருந்துட்டு போகட்டும்…”

அவள் கடைசியாக மருத்துவமனையில் பேசிய வார்த்தைகள் ஒவ்- வொன்றும் அவன் மனதில் கல்லில் வடித்த சிற்பங்களாய்….

அந்த நொடியில் இருந்து மித்ரன் விலகிக் கொண்டான். முற்று முழுதாக… அவளுடைய விருப்பங்களுக்கே விட்டுக் கொடுத்தபடி…

“இத்தனை நாள் எனக்கு இந்த ஸ்பேஸ் வேணும்னு அழுத்திக் கேட்டிருந்தா எனக்கும் புரிஞ்சிருக்கும்… இப்ப தானே வாய் விட்டு கேட்குற… உன் இஷ்டம் போலச் செய் ஆரு… உன் நிம்மதியும் சந்- தோசமும் தான் இப்ப எனக்கு முக்கியம்…”

அவள் பூங்குன்னம் சென்றபிறகும் வாராவாரம் அங்குப் போய் வந்- தான். ஒரு விருந்தினனைப் போல மாமனார் வீட்டுக்குச் சென்று ஒரு நாள் முழுவதும் எட்ட நின்றே அவளைப் பார்த்து அடுத்த வாரத்திற்-

கான ஆக்சிஜனுடன் திரும்புகிற வெறுமை மிகுந்த பயணங்கள்....

"அம்மாவும் நாணாவும் ஆஸ்திரேலியா கிளம்பியாச்சு, ஆரு... நந்து வீட்டுக்கு... அங்க ஆறு மாசம் இருந்துட்டு அங்க இருந்தே சசி வீட்-டுக்கு போறதா இருக்காங்க.."

'இதெல்லாம் என்கிட்ட எதுக்குச் சொல்ற?' என்கிற மாதிரி சலன-மில்லாமல் பார்ப்பவளை என்ன பேசி, என்ன சொல்லி பழைய சரயுவை மீட்க... !?

'எப்படிடா வச்சுச் சமாளிக்கிறது, நாங்க இரண்டு பேரும் இங்க வேலைக்குப் போறோம்.... இவங்க வகை வகையா எதிர்பார்ப்பாங்க... இவளால செய்ய முடியாது... சரி.... வேறென்ன பண்றது? அனுப்பி வை...' என்று நந்துவும்....

'இவ வீட்டிலேயே இருக்குறவ, வெளில போனாலாவது கொஞ்சம் ரிலாக்ஸ்டா இருக்கும்... பத்தும் பத்தாததுக்கு அம்மாவுக்கு சுகர் வேற... வாயை கட்ட மாட்டாங்க... இன்சூரன்ஸ் வச்சு இங்க ஒன்னும் பண்ண முடியாதுடா' என்று சசியும் புலம்பியபோது தான் மித்ரனுக்குச் சரயுவின் அருமை இன்னும் இன்னும் அதிகமாகப் புரிவதாய்.

"அப்ப என்ன செய்றதுன்னு நீங்களே சொல்லுங்க... என்னால தனியா சமாளிக்க முடியல... இன்னியோட மூனு பேரு நின்னாச்சு, இங்க சமைக்க ஆகாதுன்னு..." மூவருமாக கான்பரன்ஸ் போட்டுப் பேசிய வீடியோ காலில் இவன் தலையில் கை வைத்தே அமர்ந்து விட்-டான்.

இவன் மருத்துவமனைக்கும் வீட்டுக்குமாக அலைந்த ஒரு வாரமும் சரி, இப்போது பூங்குன்னத்திற்கும் பெங்களூருக்கும், கோவைக்கும் அலையும் நாட்களிலும் சரி.... ஒரு சின்ன மாரல் சப்போர்ட்.... இல்லை நாம் தான் அந்தப் பெண்ணை அதிகம் படுத்திவிட்டோம் என்கிற குற்ற குமுறல்... துளியளவு ரியலைசேஷன்... ம்ஹூம்... ஒன்றும் இல்லை...

இந்த நெருக்கடியான நேரத்தில் கூட ஒரு துரும்பையும் நகர்த்தாது தன் உடம்பு, தன் உணவு, தன் மருந்து, தன் தூக்கம் என்று தன்னை மட்டுமே யோசிக்கிற இந்தத் தன்னல பிறவிகளைப் பெற்றவர்களாக அடைந்தது பெரும் பாக்கியம் தான் என்று அவனுக்குத் தோன்றியது.

"மருந்து தீர்ந்து போச்சு... வந்து வாங்கிக் கொடு.. வேலை செய்யுற அம்மா இன்னிக்கு வரல.... போன் பண்ணி என்னனு கேட்டுச்

சொல்லு... குக் இன்னிக்கு லீவு... வெளில ஆர்டர் பண்ணி அனுப்-
பிடு... இப்படி இருபத்தி நாலு மணிநேரமும் என்னைப் போட்டு
துளைச்சா நான் அங்க இருந்து என்ன தான் பண்றது நந்துண்ணா?
அடி வாசல்ல எல்லாக் கடையும் இருக்கு. கைல போன் இருக்கு....
வயசானதையே என்னமோ பெரிய வியாதி வந்த மாதிரி நினைச்சுக்கு-
றாங்க.... என்னால சமாளிக்கவே முடியல''

"எனக்குப் புரியுதுடா... அம்மா என்கிட்டயும் போன் பண்ணி ஒரே
புலம்பல்... இவன் போறான், வர்றான்... எங்களை எங்க கவனிக்கி-
றான்னு.... நமக்குத் தெரியாதா, அவங்க சுபாவமே அது தானே....
நாங்க தள்ளி இருக்கோம், நேர்ல பார்க்குற நாலு நாள் மானே, தேனே,
பொன்மானேன்னு கொஞ்சுவாங்க... கூடவே இருந்தா எத்தனை படுத்து-
வாங்கன்னு எங்களுக்கும் தெரியாம இல்ல... நீ இப்ப சரயுவை கவனி...
அது தான் முக்கியம். நான் என்னன்னு பார்த்துட்டு டிக்கெட் போட்டு
அனுப்புறேன்..." என்ற நந்து சொன்னபடி விசா தாள்களை அனுப்பி
வைக்க, நடைமுறைகள் முடிந்து சுகுமாரியும் நாராயணனும் சென்ற
வாரம் விமானம் ஏறியிருந்தார்கள்.

"நம்ம வீட்டுக்கு எப்ப போகலாம், ஆரு?"

அவள் எதுவும் பேசாததைப் புறந்தள்ளி மித்ரன் மெல்ல கேட்டான்.
எழுந்து சென்று தூளியில் சிணுங்கிய குழந்தையை எடுத்து மடியில்
போட்டுக் கொண்டு அமர்ந்தாள் சரயு. வெளியே விளையாடிக் கொண்-
டிருந்த தருண் ஓடி வந்து மித்ரனின் மடியில் ஏறிக் கொண்டான்.

"எங்க பேபி... மை பேபி..." என்றான் தன் சித்தப்பாவிடம்.

"தருண் வீட்டுக்குட்டிப் பாப்பாவா? நிலா பேபியை எங்க வீட்டுக்கு
எடுத்துட்டு போகட்டுமா?. ஒரே ஒரு நாளுக்கு ப்ளீஸ்...." தருணை தன்
நெஞ்சுடன் சேர்த்து அணைத்தபடி விளையாடினாலும் தன் குரல் அவள்
காதில் விழுந்ததா, இல்லையா என்ற கேள்வியுடன் மித்ரனின் கண்கள்
சரயுவையே பார்த்துக் கொண்டிருந்தன.

"எப்படி இருக்க ஆரு? ஏதாவது பேசேன்..."

சரயு அவன் பார்வையை உணர்ந்தாலும் வேறு எங்கோ வெறித்தபடி
அமர்ந்திருந்தாள். 'எப்படி இருக்கேன் நான்?' அவன் கேள்வியில்
அவள் மெலிதாக சிரித்துக் கொண்டாள்.

வெளிப்பார்வைக்கு நன்றாக இருக்கிறாள், பேசுகிறாள், சிரிக்கிறாள், குழந்தை பிறந்த வீட்டில் நாள் முழுக்க இருக்கும் வேலைகளில் தன்னை அமிழ்த்திக் கொள்கிறாள். ஏதோ ஒரு பணியில் நேரம் செலவிட்டு பொழுதைக் கடத்துபவளின் ஆழ்மனசு மட்டும் ஆதி அந்தம் அற்ற வெற்றுப் புள்ளியில் சுழலுக்குள் சிக்கியபடி...

தன்னைத் தானே குற்றம் குறை சொன்னவாறு உள்ளுக்குள் புகைந்து கொண்டு இருக்கும் அர்த்தமில்லாத ஏதோ ஒருவித அழுத்தம்...

நன்றாகப் பேசிக் கொண்டிருக்கும்போதே உள்ளுக்குள் பெருகும் அழுகை...

'என்ன இல்ல என்கிட்டே? நான் ஏன் இப்படி இருக்கேன்...??' அவளுக்குள்ளேயே நிறையக் கேள்விகளும், குழப்பங்களுமாகச் சுழன்று அடிக்க, தொடர்ந்து கவுன்சிலிங்கிற்குச் சென்று வந்து ஆன்டி டிப்ரசன்ட் மாத்திரைகளைச் சாப்பிட்டுக் கொண்டிருக்கிறாள்.

தனக்கு டிப்ரெஷன் என்பதை உணர்ந்து மனதார ஏற்றுக் கொள்வதே ஆகப்பெரிய சித்திரவதையாக இருக்க, சாப்பிடும் மருந்துகளின் விளைவோ என்னவோ, எப்போதும் கண்களில் வழியும் சோர்வும், அரைத்தூக்க நிலையுமாக அவளுக்கே அவள் வேறு யாரோ உடம்பில் உட்கார்ந்திருப்பதைப் போலக் கனத்து வழிகிறது.

"உங்களுக்குப் பொறுப்புன்னு ஏதாச்சும் இருக்கா? மாப்பிள்ளை வந்-திருக்காருன்னு இல்லாம துண்டை தோள்ல போட்டுட்டு கடைக்கு வந்து உட்கார்ந்தாச்சு... செல்லம் கல்லாவை பார்த்துப்பான்... மார்க்கெட்டுக்கு போய்ட்டு வாங்க.." வெளியே அப்பாவை அதட்டுகிற அம்மாவின் குரல்.

யார் இருக்கிறார்கள் இல்லை என்று யோசித்துக் கொண்டிருக்காமல் தோன்றுவதை அப்போதைக்கு அப்போதே கொட்டி விடுகிற அம்மா... இது புரியாமல் சண்டை வேண்டாம், விவாதம் வேண்டாம் என்று நாக-ரீகமாய் இருப்பதாய் நினைத்துக் கொண்டு நான்...???

அடங்கி உட்கார்ந்து உலகம் பார்க்கும்போது தானே இதுவரை புரி-யாத நிறைய விஷயங்கள் புத்திக்கு உரைக்கின்றன.

"நல்லா படிச்சவங்க தான் நாகரீகம் அது இதுன்னு பார்த்து உள்-ளுக்குள்ள வச்சு குமைஞ்சு போறது. அன்னோடப்பாட்டுக்காக ஓடிற ஜனங்களைப் பாருங்க... மனசுல என்ன இருந்தாலும் ரோட்டுல போட்டு

அடிச்சு பிடிச்சாவது கொட்டி தீர்த்துப்பாங்க... சாமி வர்றதும், பேய் ஓட்-டுறதும் வேறென்ன...? அழுத்தம்கிறது வெளில இருந்து வர்றதை விட நமக்கு நாமே உருவாக்கிக்கிறது தான் சரயு....”

இவளுக்கு கவுன்சிலிங் தரும் மனோன்மணியின் வார்த்தைகள் நினைவில் வர, 'உண்மை தான்..... மனசை கனமா வச்சுக்கிறதும், இலகுவா வச்சுக்கிறதும் நம்ம பெர்சனல் சாய்ஸ்... நம்ம சந்தோஷத்-தோட திறவுகோல் நம்ம கைல... நான் தான் அந்த சாவியை எங்கயோ தொலைச்சுட்டேன்....' தன்னுள் விரக்தியாக சிரித்துக் கொண்டாள்.

“ஆரு... எங்க இருக்க நீ? உன்னைத்தான் கேட்கிறேன்... தருண் கூடக் கூப்டுட்டே இருக்கான் பாரு...” எதை எதையோ இழுத்துப் பேசி-யபடி தன்னைப் பேச்சுக்குள் இழுக்கத் தவிக்கும் மித்ரனை ஏறிட்டு நோக்கினாள் சரயு. ஒரு நொடி தான் சொல்ல வந்ததை எப்படிச் சொல்ல என்கிற தவிப்பு தோன்றி மறைந்தது அவள் முகத்தில்.

“நான்.... நான் வந்து.... கவிக்கா கூட டெல்லி போகலாம்னு இருக்-கேன். சபாடிகல் அப்ளை பண்ணிட்டேன்... ரகோத்தமன் சார் போர்ட்ல பேசி அப்ரூவல் வாங்கித் தரேன்னு சொல்லியிருக்காரு... பாப்பா கூட இருக்கிறது எனக்கும் பெரிய சேன்ஞா இருக்கும்... அக்காவுக்கும் உதவியா இருக்கும்...”

“சித்தப்பா... பைக்ல போலாம்... சித்...” தருண் அவன் கன்னங்க-ளைத் தட்டிக் கொண்டே இருக்க, மித்ரன் அப்படியே அமர்ந்திருந்தான்.

“முடிவே பண்ணிட்டியா...?” என்றான் குரலே வராத குரலில்.

“சரி ஆரு.... உன் இஷ்டம் போலப் பண்ணு... வாராவாரம் உன்னை வந்து பார்த்துட்டு போறதுல எனக்கு ஒரு சந்தோஷம்... அது-வும் வேணாம்னு முடிவு பண்ணிட்ட... ரைட் ஓகே....”

அவனுடைய கொந்தளிப்பிற்குத் துளியும் சம்பந்தம் இல்லாதது போல அவள் அமைதியாக அமர்ந்திருக்க, உண்மையில் அந்த நிமிடம் தான் மித்ரனின் மனம் முற்றிலுமாக நைந்து போனது.

தன் முகம் சின்னதாகச் சுணுங்கினாலும் மொத்தமாகத் தழைந்து போகிற சரயு இல்லை இவள். சாது மிரண்டால் காடு கொள்ளாது என்-கிற மாதிரி தீர்மானமான பார்வையுடன் மடியை அசைத்துக் குழந்தை-யைத் தூங்கச் செய்யும் சரயு நிச்சயம் இவனறியாத வேறு யாரோ...

"வேணும்னு நினைக்கிற வரைக்கும் தான் எல்லாம், வேணாம்னா வேணாம் தான்... எ கம்ப்ளீட் ஃபுல்ஸ்டாப்..." அவள் முன்பு எப்போதோ கிண்டலாகச் சொன்ன வார்த்தைகளின் மொத்த அர்த்தமும் இப்போது புரிகிறதே...!

"ரெகுலரா கவுன்சிலிங் போறா... மனசுல இருக்குறதை பேசுறா... சிரிக்குறா.... கொஞ்சம் டைம் கொடுங்க..." அவனுக்குச் சாப்பாடு பரி-மாறிய கவி ஆறுதலாக மித்ரனிடம் சொன்னாள்.

"எங்க போனாலும் உங்க வைஃப் இல்லன்னு ஆகிடுமா? கொஞ்ச நாள் வெளியூர்க்கு டெபுடேஷன் போயிருக்கான்னு நினைச்சுக்குங்க..." தங்கை கணவன் மேல் ஆரம்பத்தில் அவளுக்கு இருந்த மலையளவு கோபம் வாராவாரம் இங்கும் அங்குமாக அலைந்து சரயுவின் கடைக்-கண் பார்வைக்காகக் காத்திருக்கும் அவன் அவஸ்தையைப் கவனித்துக் கொஞ்சம் கொஞ்சமாகக் குறைந்து இப்போது கடுகெனச் சிறுத்திருந்தது.

"நான் உங்க பொண்டாட்டியை நல்லா கவனிச்சுக்குவேன். அங்கே-யும் ரெகுலரா தெரபி கூட்டிட்டு போறேன்.... இவர் எங்க டாக்டர்கிட்ட கேட்டு வச்சிருக்காரு... நாங்க உங்க ஆருவை நல்லா பார்த்துப்போம்... என் மேல நம்பிக்கை இருக்குல்ல...?" கவியின் கேள்வியில் கலங்கிய கண்களுடன் தட்டை அளைந்து கொண்டிருந்தவன் நிமிர்ந்து பார்த்துச் சிரித்தான்.

"உங்களை நம்பாமலா? ஒருவகைல உங்களைப் பார்த்தா எனக்குப் பொறாமையா இருக்குங்க... விக்கி ஏன் உங்க இரண்டு பேர் விஷயத்-துலயும் இவ்ளோ செண்டியா இருக்கான்னு இப்ப புரியுது..... எனக்கும் இப்படி ஒரு அக்கா இருந்திருக்கலாம்..." அவனுடைய கரகரப்பான குரல் கவியையும் உணர்ச்சிவசப்படுத்தியது.

"பார்த்தீங்களா, சந்தடி சாக்குல எங்களைக் கலாய்க்குறீங்க... பேசாம சாப்பிடுங்க பிரதர்காரு..."

அவன் சிரித்தான்.

அப்படிச் சிரித்தபடியே அன்று அவன் சரயுவிடம் இருந்தும் விடை-பெற்று வெளியேறினான்.

கையில் கிடைத்த மலரை கொஞ்சம் கொஞ்சமாக நகத்தால் நசுக்கி நசுக்கி கசக்கி எறிந்து விட்ட முட்டாளே, காத்திரு... அந்த மலராகவே அனுமதித்தால் ஒழிய அதன் அருகில் நீ செல்ல முடியாது என்ற மாற்றி

எழுதவே முடியாத படிப்பினையுடன்.

பிறகு அவள் டெல்லி போனதும், தனியே இவன் கோவையில் இருக்க முடியாமல் மாதம் ஒருமுறையாவது அவளைப் பார்த்து வர வசதி என்று மும்பைக்கு மாற்றலில் சென்றதும், இப்போது பதவி உயர்-வுடன் மீண்டும் கோவைக்கே திரும்பியதும்...

"மித்ராண்ணா, எங்க அடிக்கடி ட்ரீம்க்கு போயிடுறீங்க... குருத்வாரா வந்துடுச்சு... இறங்கி வாங்க...." வேனில் இருந்து அனைவரும் இறங்கி இருக்க, விக்கியின் குரலில் மித்ரன் நடப்புக்கு வந்தான்.

"வந்துட்டேன்டா..." நினைவுகளின் கனத்தில் சோம்பல் முறித்தபடி அவன் கீழே இறங்க, எல்லோரும் முன்னால் நடந்து படிகளில் ஏறிக் கொண்டிருந்தார்கள். சரயு மட்டும் அவர்களுடன் இணையாமல் மலைச்-சரிவின் விளிம்பிலேயே நின்றிருந்தாள், இங்கேயே பார்த்தபடி.

19

தாடி வைத்த பெரியவர் அமர்ந்து சீக்கிய மதநூலை வாசித்துக் கொண்டிருக்க, சீக்கிய மத வழக்கப்படி மண்டியிட்டு குனிந்து வணங்கி வெளியே வந்தவர்கள் குருத்வாராவைச் சுற்றியிருந்த இயற்கையைக் கண்கொள்ளாமல் பருகிக் கொண்டிருந்தனர்.

தூரத்தில் தங்கப்பளிங்காகக் குருடாங்மார் ஏரி மின்னியது.

வழி நெடுக உமட்டிக் கொண்டே வந்த தருண் இங்கு வந்து இறங்-கியதும் அவிழ்த்து விடப்பட்ட கன்றுக்குட்டியாக ஓடி விளையாட, மலை மீது ஏறி வந்தது ஒத்துக்கொள்ளாமல் நிலா சுணங்கியபடி சரயுவின் தோளில் சாய்ந்து இருந்தாள்.

"காலைல இருந்து எதுவும் சாப்பிடவே இல்ல.. இந்தப் பாலையாவது குடிச்சா தேவல…" அங்கிருந்த ராணுவ அதிகாரியிடம் கேட்டுச் சுடு-தண்ணீர் வாங்கிய கவி, பாட்டிலில் பால் பவுடர் நிரப்பி நன்கு குலுக்கி ஆற்றி சரயுவிடம் தந்தாள். அவளுக்குத் தேவையான உதவிகளை வாஞ்சையாகச் செய்து கொடுத்த அந்தப் பஞ்சாபி வீரர் பெரிய பிளாஸ்-கில் இருந்த டீயை டம்ளர்களில் ஊற்றி அனைவருக்கும் கொடுத்தார்.

அது என்னவோ, சிக்கிமின் பாதைகள் எங்கும் நிறைய நிறைய இராணுவ வண்டிகளும், இராணுவ வீரர்களும் தென்பட்டார்கள்.

"எங்க பார்த்தாலும் மிலிட்டிரிமென் இருக்காங்களே… இங்க இவர் இருக்கிறது கூட டியூட்டில தானா ?" விக்கியின் கேள்வியை மித்ரன் மொழிபெயர்த்து அவரிடமே கேட்க,

"இதெல்லாம் ஹைலி செகுயூர்ட் ஏரியா பாய்சாப்… இங்க என்ன ஆல்டிடியூட்ல இருக்கோம் தெரியுமா? ஆயிரத்து எழுநூறு அடில… அந்த லைன் தெரியுது பாருங்க… அது தான் இந்தியா பார்டர்…" தூரத்

தெரிந்த கொடிகளைக் காட்டி அவர் எல்லைக் கோடுகளை விளக்கி-
னார்.

சிக்கிம் இந்தியாவிற்குள் இருந்தாலும் மக்களின் முக ஜாடையில்
இருந்து உணவுப் பழக்கவழக்கங்கள், வீடுகள், சமையல் முறைகள் என
நிறைய நிறையச் சீன செல்வாக்கு ஊடுருவியிருப்பதைப் பார்க்க முடிந்-
தது.

"நார்த் ஈஸ்ட் ஸ்டேட்ஸ் பெரும்பாலும் இப்படித்தான். அரசியலுக்குத்
தான் எல்லை பிரச்சனை எல்லாம். ஜனங்க எங்க இருந்தாலும் அவங்-
கவங்க வேலையைப் பார்த்துட்டு ஒன்னா கலந்து அமைதியா வாழத்
தான் விரும்புறாங்க... என்ன, திடீர் திடீர்னு இங்க பார்டர் டென்ஷன்
அதிகரிக்கும்... இரண்டு பக்கமும் சூழ்நிலை இறுக்கமா மாறும். அந்த
நேரம் எங்கேயும் போக முடியாது, வர முடியாது. ரேரிஸம் மொத்தமா
படுத்துடும்..."

"நான் ஆர்மி தான், இருந்தாலும் சொல்றேன். அரசாங்க தலையீடு
இல்லாதவரைக்கும் இங்க வாழுறது சொர்க்கம். மத்தபடி தினப்படி
வாழ்க்கையைப் பத்தி நிச்சயமா ஒன்னும் சொல்றதுக்கில்ல..." பேச ஆள்
கிடைத்த மகிழ்ச்சியில் அவர் வெகுநேரம் பேசிக் கொண்டிருந்தார்.

நடுவில் "உவக்" என்னும் சத்தம். குளிருக்கு அடக்கமாகக் கோவி-
லுக்கு உள்ளே அமர்ந்திருந்த சரயுவின் மடியில் கிடந்த நிலா வாயிலெ-
டுத்திருக்க, குடித்த பால் முழுவதும் இருவருடைய உடையிலும் அபி-
ஷேகம் ஆகியிருந்தது.

"கொடுக்காதே, அவ வேண்டாம்னா விடுன்னு சொன்னா கேட்டா
தானே..."

"இல்ல... வெறும் வயிறா இருந்தா இன்னும் பிரட்டுமே, கொஞ்சம்
கொடுத்து பார்க்கலாமேன்னு நினைச்சேன்.."

"பேசாத... ட்ரெஸ்ஸை மாத்து முதல்ல..." பாலா கத்த, கவி கைக-
ளைப் பிசைந்தாள்.

பாலாவிற்கு அவ்வளவு சீக்கிரம் கோபம் வராது. வந்தால் முகமும்
முழியும் விஜயகாந்த் அளவிற்குச் சிவந்து போகிற வேகத்தில் தான்
வரும். அதுவும் குழந்தைகளுக்கு ஒன்று என்றால் நேரடியாக ருத்ர-
தாண்டவம் தான்.

ஒன்றாக இருந்து பார்க்கும் நேரங்களில் சரயுவுக்கே ஒரு மாதிரி இருக்கும் என்றால் தருண் பயந்து கண்ணைக் கசக்க ஆரம்பித்து விடு-வான். இப்போதும் தன் சித்தியின் இடுப்பைக் கட்டியபடி அவளை ஒட்-டிக்கொண்டான்.

ஏற்கனவே பயணம் முழுவதும் சுணங்கிக் கொண்டிருந்தவனை, "ஒன்னும் இல்லடி பட்டு... அப்பா சும்மா தான் அம்மாகிட்ட பேசு-றாங்க" விக்கியிடம் கண் காட்டிய சரயு அவனை அங்கிருந்து நகர்த்தி-னாள்.

"இருங்க... எடுக்கிறேன்... நீங்க கத்தினா மட்டும் வந்துடுமா?" கவி தன் தோளில் இருந்த பையைத் திறந்து கையை உள்ளே விட்டுத் தேடி-னாள். பிஸ்கட், பழக்கூழ், துண்டு, நாப்கின் என பல முடிச்சுகளுக்கு நடுவே அடியில் கிடந்தது நிலாவின் உடைகள்.

"இதென்ன... இப்படிக் கையில்லாததைக் கொண்டு வந்திருக்க...?" தோளில் முடிச்சிடும் ஜம்ப்சூட் ப்ளோரல் உடையைப் பார்த்த பாலா மீண்டும் கடுப்பானான்.

"உனக்கு அறிவு இருக்கா, இல்லையா? இந்தக் குளிருக்கு இந்த ட்ரெஸ்சை தான் எடுத்துட்டு வருவியா?"

"கொண்டு வந்ததைக் கொஞ்ச நேரம் முன்னாடிதான் மாத்தினேன். திரும்ப நனைச்சிடுவான்னு எனக்கு மட்டும் என்ன தெரியும்? நேத்து ரூம்ல அலசி போட்டதை பேக்ல எடுத்து வைக்க மறந்துட்டேன்"

"குழந்தையை எடுத்துட்டு வர்றப்ப ஒன்னுக்கு இரண்டா எடுத்து வைக்கணும்னு தெரியாது?? பொறுப்புன்னு ஏதாவது இருந்தா தானே..... இதுகூட இல்லாம இத்தை தண்டியா ஒரு மூட்டையை எதுக்குத் தூக்-கிட்டு வர?"

"அதுதான் மறந்துட்டேன்னு சொல்றேன்ல... ஏன் நீங்க எடுத்து வைக்க வேண்டியதுதானே... தூங்கி எந்திரிச்சு நீங்க ரெடியான போதும்.... இரண்டு குழந்தைங்களைக் கிளப்பிக்கிட்டு தானும் கிளம்ப-றாளே, ஏதாவது ஹெல்ப் பண்ணுவோம்... ம்ஹூம்.... அதெல்லாம் ஒன்-னும் இல்ல... இதுல பேச்சு வேற?" கவியும் பொறுமை இழந்து பதிலுக்-குப் பதில் பொறும....

இருவரும் எலியும் பூனையுமாக முறைத்துக் கொண்டிருந்த நேரத்தில் சரயு மடமடவென்று நிலாவின் உடையைக் கழற்றி ஈரம் ஆகாத தன்

ஷாலை கொண்டு உடம்பு முழுவதும் துடைத்து விட்டாள். அதே துணி-யால் தன்னுடைய ஸ்வட்டரையும் சுத்தம் செய்து கழற்றி உதறினாள்.

கவி கொடுத்த உடையைக் குழந்தைக்கு மாட்டி, தன்னுடைய பெரிய ஸ்வட்டருக்குள் நிலாவைப் புகுத்தி அவளை முழுவதுமாக கவர் செய்ய, மாமி தான் வைத்திருந்த கோடாரி தைலத்தைத் துவண்டிருந்த நிலாவின் நெற்றியில் துளியாய் பூசிவிட்டு அவள் மூக்கில் விரலை வைத்து அந்த வாசத்தை முகரச் செய்தார்.

"என்ன கத்து கத்துது.... இந்த ஆம்பளை ஜென்மங்களே இப்ப-டித்தான்.... எப்ப சிரிக்கும், எப்ப கடிக்கும்னு தெரியாது... எங்க வீட்ல கூட.. என்னடா இப்படிப் பேசாம கொள்ளாம அமைதியா இருக்குற மனுசனை சொல்றாளேன்னு பார்க்காதே... வயசு காலத்துல தொட்டுக்-குக் கோபம் வரும்... சதாசர்வகாலமும் நரசிம்ம கோலம் தான். இப்ப தான் எல்லாம் ஆடி அடங்கி உட்கார்ந்திருக்காப்படி..." மாமி சந்தடி-சாக்கில் தன் பொருமலையும் கொட்ட, பக்கத்திலிருந்து பார்க்கும்போது-தான் ஆண்களின் குணமே புரிகிறது என்று சரயு நினைத்துக் கொண்-டாள்.

சதிராடிக் கொண்டிருந்த பாலாவை "சும்மா கத்திட்டு இருக்கா-தடா.... இப்ப என்னாகி போச்சு..? " ஒரு அதட்டல் போட்டு அடக்கிய மித்ரன் தன்னுடைய கம்பளி ஜெர்கினைக் கழற்றி சரயுவின் தோளில் போட்டுவிட்டு அவள் மடியில் கிடந்த நிலாவை தூக்கிக் கொண்டான்

"வேண்டாம்.... அக்காவோட ஷால் இருக்கு... எனக்கு அது போதும்..." அவளுடைய மறுப்பு அவன் காதுகளை எட்டியதாகவே தெரியவில்லை. லேசாகச் சூரியன் எட்டிப் பார்க்க, பனி மேகங்கள் விலகிச்சென்றதில் வெயில் படுகிற மாதிரி இருந்த திட்டில் குழந்தையுடன் சென்றமர்ந்தான்.

அவன் பின்னாலேயே வந்து நின்ற சரயு தவித்தாள். "இதை நீங்-களே போட்டுக்கோங்க...இந்த டிசர்ட் எந்த மூலைக்கு?"

"எல்லாம் போதும்... 'யூ ஆர் சோ கோல்ட்'னு நீ தானே சொல்-லுவ... அப்புறம் இந்தக் குளிரைக் கூடத் தாங்க முடியலேனா எப்-படி....?" அவன் சிரித்தபடியே சொல்லிவிட்டு திரும்பிக் கொண்டான்.

எதிரே தெரிந்த இயற்கையின் அழகு அவனை மொத்தமாக உள்-வாங்கிக் கொண்டது. தூரத்துப் பனிமலைகள் இளவெயிலில் தங்கமாய்

உருகி நிற்பது போன்ற தெய்வீக தோற்றம் சுற்றிலும்...

"அங்க தெரியுது பார்த்தியாடா தருண், அது தான் கஞ்சன்ஜங்கா.... அங்க பாருங்க ஆன்ட்டி.... தகதகன்னு ஜொலிக்குது பாருங்க... அது தான்•... தோ... அங்க..." தருணைத் தூக்கி வைத்திருந்த விக்கி அந்தப் பக்கமிருந்து பனிச்சிகரத்தை அடையாளம் காட்டிக்கொண்டிருந்தான்.

"ஏன் விக்கி, நாம அங்க போய்ப் பார்க்க முடியாது...? பக்கத்துல போய்ப் பார்த்தா எவ்ளோ அழகா இருக்கும்...?"

"போலாமாம்... இப்ப என்னவோ நிறுத்தி வச்சிருக்காங்களாம் அங்-கிள்... குளிரா இல்ல செக்யூரிட்டி ரீசனான்னு தெரியல..."

"தூரத்துல இருந்து பார்க்கும்போது தான் அழகு.. நெருங்கி போனா இந்தளவுக்குப் பவித்திரமா தெரியாது... எதுவுமே அப்படித்தான், இல்ல...?" முணுமுணுத்தவனின் குரல் இன்னும் நகராமல் அவனரு-கேயே நின்றிருந்த சரயுவின் செவிகளில் நன்றாகவே விழுந்தது.

தன்னிடம் கேட்கிறானா? தனக்குத் தானே சொல்லிக் கொள்கி-றானா?

"ப்ளீஸ்... இந்த ஷாலையாவது போட்டுக்கோங்களேன்" அங்கிருந்து செல்ல மனமில்லாமல் கையிலிருந்ததை மீண்டும் நீட்டினாள்.

"சொன்னா கேக்க மாட்டியா நீ?" கண்களால் கெஞ்சியபடி பரித-விப்பவளை மேலும் தவிக்க வைக்க இயலாமல், அவளிடமிருந்த கம்ப-ளித் துணியை வாங்கிக் கழுத்தில் போட்டுக் கொண்டான்.

"இப்படிச் சுருட்டி போட்டா எப்படி?" அவனை நெருங்கி அவன் கழுத்திலிருந்து உருவியவள், அந்த உல்லன் ஷாலைப் பிரித்து விரித்து அவன் இருதோள்களிலும் படியுமாறு நன்றாகப் போர்த்தி விட்டாள்.

இருவரின் மூச்சும் ஸ்பரிசித்துக் கொள்ளும் இடைவெளியில் நின்ற-வளை மித்ரன் கண்ணிமைக்காமல் பார்த்தான்.

சரயுவின் விழிகள் அந்தப் பார்வையின் வேகம் தாங்க முடியாமல் தயங்கின. தழைந்து தடுமாறின. அவனை ஏறிட்டுப் பார்க்காமல் ஏரி-யைப் பார்த்தபடி திரும்பி நின்றாள்.

ஒரே சுதியில் ஆட்டியதில் நிலா மித்ரன் மார்பிலேயே சாய்ந்து உறங்க ஆரம்பிக்க, இந்தப் பேரியற்கையின் முன்னால் பக்கவாட்டில் தெரிந்த அந்தக் காட்சி சித்திரமாய் அவள் மனதில் பதிய, "கொடுங்க..." நிலாவுக்காகக் கை நீட்டினாள்.

"வேணாம்... இப்படியே இருக்கட்டும்...." அவன் மறுப்பில் சரயு நகர முற்பட, "ஆரு..." அவனுடைய தணிந்த குரல் அவளை அங்கேயே நிறுத்தியது.

"ஸாரி..." என்றான் அவள் முகம் பார்த்து.

"எ...ன்ன திடீர்னு ஸாரி..லாம்?"

"என்னவோ சொல்லணும்னு தோணுச்சு... உன்னை கன்வின்ஸ் பண்ண, நம்ம வீட்டுக்கு உன்னைக் கூட்டிட்டு போகன்னு இத்தனை நாள் உன்கிட்ட எவ்வளவோ பேசி இருக்கேன். ஆனால் இந்த ஸாரி மட்டும் நான் கேட்டதே இல்ல.... இப்ப இந்த நிமிஷம் சுத்தி இருக்குற இந்த இயற்கைக்கு முன்னாடி நான் ரொம்ப ரொம்பச் சிறுத்துப் போன மாதிரி ஒரு ஃபீல்... அது தான்.... ஸாரி...." என்றான் திரும்பவும்.

"எதுக்கு இப்படி ஃபார்மலா...?" அவனுடைய பார்வையும், பேசும் விதமும் முன்னெப்போதும் கண்டிராத விதத்தில்.... சரயு தவிப்பாய் உணர்ந்தாள்.

"ஃபார்மலா எல்லாம் இல்லை.. சொல்லணும்னு தோணுறதை அப்-பப்ப சொல்லிடணும்னு இப்பதான் கொஞ்சம் கொஞ்சமா கத்துகி-றேன்...." ஆழ்ந்து சொன்னவன், "எவ்ளோ நேரம் நிப்ப? இப்படி உட்-காரேன்..." என்றான் அவளுக்கு இடம் கொடுத்தபடி.

சரயு அவன் காட்டிய மரத்திட்டில் உட்கார்ந்தாள்.

"போன வாரத்தோட எனக்கு முப்பத்தொன்னு முடிஞ்சுடுச்சு ஆரு.... நீ கூடப் பேச பிடிக்காம மெசேஜ்ல விஷ் பண்ணி இருந்தியே, பர்த்-டேக்கு... அடலசன்ட் எல்லாம் முடிஞ்சு விவரம் தெரிஞ்சது ஒரு பதி-னைஞ்சு வருஷம்னு வையேன்.. இத்தனை வருஷத்துல படிப்பு, வேலை, மேல மேல எப்படி உயர்ந்துட்டுப் போகலாம், இன்னும் அஞ்சு வருஷத்-துல என் கேரியர் பாத் எப்படி இருக்கணும்... பத்து வருஷத்துல என்ன பொசிஷன்ல இருக்கணும்... இதெல்லாம் தான் என் மனசுல இருந்துச்சு. இப்பதான் வாழ்க்கைல எது முக்கியம்னு ஒவ்வொன்னா கத்துக்கிறேன்."

அவன் வெகுவாக உணர்ச்சிவசப்பட்டு இருப்பது புரிய, தான் அணிந்திருந்த அவனின் ஜெர்கின் ஸ்ட்ரிங்குகளை முறுக்கியபடியிருந்-தாள் சரயு.

"நான் இப்ப சொல்றதை நீ எப்படி எடுத்துப்பேன்னு தெரியல.... நான் என்னை நியாயப்படுத்திக்கவோ, மத்தவங்களைக் குறை சொல்-

லவோ. இல்ல, எனக்கு ஒண்ணுமே தெரியாது, நான் ரொம்ப அப்பா-வினு காட்டிக்கவோ இதைச் சொல்ல வரல..."

"என்ன நீங்க...? இப்ப எதுக்கு இதெல்லாம்..."

"ப்ளீஸ்... நான் சொல்றதை கொஞ்சம் கேளேன்... எங்க வீட்டைப் பத்தி பெருசா நான் ஒன்னுமே சொன்னது இல்லல்ல.... என்னமோ திடீர்னு உங்கிட்ட சொல்லணும்னு தோணுது.." அவள் அதற்கு மேல் பேசாமல் மௌனமானாள்.

"நாங்க மூணு பேரும் பெரும்பாலும் ஹாஸ்டல்ல தான் தங்கி படிச்-சோம். பாட்டி தாத்தா தான் எங்களுக்கு எல்லாமே... எஸ்பெஷ்லி எனக்கு... நினைவு தெரிஞ்சு நான் லீவுக்குத் திருத்தணிக்கோ வைசாக்-குக்கோ போன நியாபகமே இல்ல... எப்பயும் நெல்லூர்க்கு பாட்டி வீட்டுக்குத் தான்... எங்க வீட்டுல, எனக்கு எப்படிச் சொல்றதுன்னு தெரியல... சின்னதுல இருந்தே எனக்குப் பெருசா அம்மா நாணாகிட்ட ஒட்டுதல் இல்ல... வந்தியா வா... போனியா போ... படிக்கிரியா, அதை மட்டும் ஒழுங்கா படிச்சிடு... எங்க மானத்தை வாங்கிடாதே... ஹாஸ்-டல் பீஸா, தாத்தாகிட்ட தோட்டத்துப் பணம் இருக்கும், வாங்கிக்கோ...... இப்படித்தான் வளர்ந்தேன்.... வளர்ந்தோம்.... அப்படியே அம்மா நாணா கிட்ட பேசனும்னாலும் பாட்டிதான் இரண்டு பக்கமும் பேசுவாங்க..."

"பொதுவா பெத்தவங்க பசங்க மேல உயிரா இருப்பாங்க... கண்-ணுக்குள்ள வெச்சு பார்த்துக்குவாங்க... அதுவும் கடைக்குட்டினா ரொம்-பச் செல்லம்... தலைக்கு மேல வச்சு கொண்டாடுவாங்க.... இந்த மாதிரி சீன் எல்லாம் நான், ஏன் நாங்க மூணு பேருமே சினிமாலதான் பார்த்-திருக்கோம்... நந்து கிட்ட மட்டும் கொஞ்சம் அட்டாச்டா இருக்குற மாதிரி தெரியும்.. முதல் பையன்ற பாசமா, இல்ல தனக்கு என்ன தேவைன்னு நாசுக்கா சொல்லி நடந்துக்கிற அவன் திறமையான்னு தெரியாது. பெரியவன்னு பத்துக்கு ஒன்னாவது அவன் கிட்ட சொல்-வாங்க... அவன் சொல்றதையும் காது கொடுத்து கேட்பாங்க... மீதி இரண்டு பேரும்.... ம்ம்ம்... சசியாவது நறுக்குன்னு பேசிடுவான். நான் ஆரம்பத்துல இருந்தே ரொம்ப விலகி வளர்ந்ததுல பெருசா கம்ப்யூனி-கேஷனே இல்லாம போச்சு...."

"அண்ணனுங்க ரெண்டு பேரும் வெளிநாடு போய் செட்டில் ஆனதுக்கப்புறம் தான் இப்படி ஒரு ஜீவன் அந்த வீட்ல பிறந்ததே

அவங்களுக்கு நியாபகம் வந்துருக்கும்.... அம்மாவுக்கு எப்பவும் அவங்க வச்சதுதான் சட்டம்.. அவங்க சொல்றது தான் நடக்கணும், நாணா அம்மா சொல்ற எல்லாத்துக்கும் தலையாட்டுற டைப்... ஒருநாளும் ஓடி-யாடி அவங்க வேலை செஞ்சு நான் பார்த்தது இல்ல... பசிக்குதுனா கூட வேலை செய்றவங்ககிட்ட கேட்கணும், இல்லை பாட்டியை தொந்-தரவு பண்ணணும்...."

"சின்னதுல இதெல்லாம் புரியலைனாலும் வளர வளர புரிஞ்சதுல ரிபெலா தான் நான் வளர்ந்தேன். நாணா இன்ஜினியரிங் சேர சொன்-னாருங்கிறதுக்காகவே பிடிவாதமா காமர்ஸ் எடுத்தேன். உன் அண்-ணுனுங்க ரெண்டு பேரும் பாரின்ல இருக்காங்க... நீ மட்டும் நெல்லூர்ல மாடு மேய்க்க போறியான்னு அவர் மட்டம் தட்டினார்னு ஐஐஎம் க்ரேக் பண்ணி அங்க பிஜி பண்ணேன்... வேலை தேடுனேன், வீடு வாங்கி-னேன்.... நம்ம காதலை ஒத்துக்காம பிடிவாதம் பிடிச்சப்ப அவங்க சம்-மதத்தை எதிர்பார்க்காம கல்யாணம் செஞ்சேன். அவங்க நம்ம கூடவே வந்து இருக்கட்டும்னு நீ சொன்னப்ப சப்கான்சியஸா அது கூட எனக்-கான பவர் ப்ளேன்னு தான் எடுத்துக்கிட்டேன் போல... அது கூட அப்ப புரியல... இப்ப புரியுது......." என்றவன், சில நிமிடங்கள் அமைதியாக இருந்து விட்டு மீண்டும் தொடர்ந்தான்.

"நீங்க என்னை எப்படி நடத்துனீங்க.... நான் இப்ப உங்களை எந்த-எளவு சொகுசா வச்சிருக்கேன்னு சொல்லாம சொல்லிக் காட்டுற ஈகோ... அதை அவங்க புரிஞ்சுக்கவே போறதில்ல, மொத்த சுமையும் உன் தோள்ல தான் விழுதுன்னு எனக்குச் சுத்தமா உரைக்கவே இல்ல... இன் எ வே உன்னையும் என்னோட உடமையா பார்க்குற சராசரி ஆம்பி-ளைப் புத்தி...."

"ம்ம்... என்னவோ..... பெத்தவங்க கூட இந்த மாதிரி சுயநலமா, நார்சிஸ்ட்டா இருப்பாங்கன்னு இப்ப இப்ப தான் ரியலைஸ் பண்றேன்... சிலருக்குப் பட்டா தானே புத்திக்கு உரைக்கும்... அப்படித்தான் நானும்"

மடை வெள்ளமாகப் பெருகியவனுக்கு அணை போடாமல் அதுகா-றும் அவன் சொன்ன விஷயங்களில் மூழ்கிக் கிடந்த சரயு, "என்ன நீங்க, நார்சிஸ்ட் அது இதுன்னு..?" சின்ன ஆட்சேபணையுடன் திரும்-பிப் பார்த்தாள்.

அவன் மெலிதாகச் சிரித்தான்.

"உண்மை தானே. உண்மை கசக்கும் எப்பயும்.... இந்த மாதிரி பெத்தவங்களும் இருக்காங்க, இப்படி ஒரு பேரண்டிங் பிஹேவியரும் இருக்குன்னு பாதிக்கப்பட்ட நமக்காவது புரியணும், இல்ல... இல்-லேன்னா காலம் முழுக்கத் தாய்மை, கருணை, பெருமைன்னு கிளி-ஷேவா பேத்திட்டு இருப்போம்.... அந்தந்த சந்தர்ப்பத்திற்கு ஏத்த மாதிரி ஒரு குழந்தையை உயர்த்தி இன்னொன்னை தாழ்த்தி அவங்க நினைச்-சதை சாதிக்கிற குணத்தைச் சின்னதுல இருந்து பார்த்துட்டு இருக்கேன். ஆனா, இதுதான் நார்சிஸ்ட்தனம்னோ, எங்க வீட்டுலயே அப்படித் தான் நாங்க வளர்ந்திருக்கோம்னோ இத்தனை நாளா எனக்குத் தெரியாது...."

"கோல்டன் சைல்ட். லெப்ட் அவுட் சைல்ட், ஸ்லேவ் சைல்ட்ங்கிற கான்செப்ட் தான். நான் ஒரு வேலைல உட்கார்ந்து செட்டில் ஆகுற வரைக்கும் நான் வேண்டாத பிள்ளை. அண்ணனுங்க இரண்டு பேரும் தங்க பிள்ளைங்க, நீ நம்ம வீட்டுக்கு கூட்டிட்டு வந்து பார்த்து பார்த்து செஞ்சப்ப நான் நல்லவன், நந்து டிக்கெட் போட்டு கூப்பிட்டப்ப அவன் நல்லவன், இரண்டு பேரு வீட்டுலயும் புளிச்சு போய் எங்க மேல கடுப்பா இருக்குற நேரம் போன்ல கூடக் கூப்பிட்டு பேசாத சசி நல்லவன்... இப்-படியே அவங்க சந்தர்ப்பத்துக்கு ஏத்த மாதிரி மாறி மாறி...."

"இதுவரையிலும் அவங்க ரெண்டு பேரும் இப்படித்தான் இருக்-காங்க... இனிமேலயும் அப்படித்தான் இருக்கப் போறாங்க... மாற மாட்-டாங்க... மாறவும் முடியாது.... இதைப் பத்தியெல்லாம் ரொம்ப டிப்பா யோசிச்சா... தாய்மை தாயன்புனு ஜெனரலைஸ் பண்ணி ஓவரா குளோ-ரிஃபை செய்யறது கூடப் பெரிய ஹம்பக்கோன்னு தோணுது.... விளக்-கோட தீபத்துக்கு அடில மறைஞ்சிருக்கத் துளி இருட்டு மாதிரி இதுவும் ஒரு வகைல..."

"என்ன இது, எதுக்கு இவ்வளவு நெகடிவா பேசுறீங்க? நீங்க இப்படி வெறுப்பா பேசுறது சங்கடமா இருக்கு..."

பொங்கிப் பிரவகித்தவனைச் சரயுவின் மெல்லிய குரல் இடைமறித்-தது. அவன் கடந்து வந்த பாதை அவளுக்கும் முதல் முறையாகத் தெளிவாகப் புரிவதாய்...

"அது அது ஒரு சந்தர்ப்பம்.... அவங்க அவங்க சூழ்நிலை..... எல்-லாத்தையும் கூறு போட்டு பார்க்கக் கூடாது... விடுங்க பேசாம..."

மித்ரன் அவளையே பார்த்தான்.

'இது தான் உன் மனசு ஆரு....' அவன் சொல்லவில்லை. ஆழமாக அவளை ஊடுருவிய அவன் விழிகள் சொல்ல முயன்றன.

"உன்கிட்ட தானே சொல்றேன்... தப்பில்ல.... இத்தனை நாளா என் வீடு இப்படித் தான்னு ஷேர் பண்ணிக்கக் கூடச் சங்கடமா, ஏன் வெட்-கமாக இருந்துச்சுன்னு வையேன்... எனி ஹவ்.... பொதுவா பசங்க தன் அம்மா மாதிரி பொண்ணு தேடுவாங்கன்னு சொல்லுவாங்க... ஆனா, நான் எங்க வீடு மாதிரி இருந்திடக்கூடாதேன்னு நினைச்சேன்... பாலா கல்யாணத்துக்குப் பூங்குன்னம் வந்தப்ப உங்க வீட்டுல ஒருத்தருக்கு ஒருத்தர் இருந்த அட்டாச்மென்ட், கவிக்கும் உனக்கும் இருக்குற இந்த பாண்ட்... பாசம், பிரியம்... இதெல்லாம் தான் எனக்கு முதல் பார்வை-யிலேயே பிடிச்சது... உன்னைப் பார்க்க வச்சது... கவனிக்க வச்சது...."

சரயு சிரித்தபடி அவனை திரும்பிப் பார்த்தாள். இதையெல்லாம் காதலித்த காலத்தில் கூட அவன் வெளிப்படுத்தியதில்லை.

"இப்ப சொல்றேன்... முழு மனசோட சொல்றே....ன்.... இத்தனை நாளா எந்த நிலையிலும் உன்னை விட்டுக் கொடுத்திட கூடாதுன்னு உன்னை நான் துரத்திட்டே இருந்துட்டேன்... நீ எங்கே என்னை விட்டு போய்டுவியோன்னு ஒரு பயம்.... இன் எ வே அதுகூட ஒருவித அடக்-குமுறை தான் இல்ல...."

பீடிகையாகப் பேசுபவனைப் புரியாமல் பார்த்தாள் சரயு.

"இதுக்கு மேலயும் உன்னைத் தொந்தரவு பண்ண விரும்பல ஆரு... உன்னோட வாழ்க்கையை நீ எப்படி எடுத்துட்டுப் போகணும்னு நினைக்-கிறியோ, அப்படி எடுத்துட்டு போக உனக்கு எல்லா உரிமையும் இருக்கு... சுத்தி இருக்குற இந்த இயற்கைக்கு முன்னால எந்தச் சஞ்-சலமும் இல்லாம மனசாரச் சொல்றேன்... நீ விரும்பினா உன்கிட்ட இருந்து எல்லா விதத்திலும் விலகிக்க நான் தயாரா இருக்கேன். மொத்-தமா.... முழுசா..."

"நவ்.. டெசிஷன் இஸ் யுவர்ஸ்..."

அவள் திகைத்த விழிகளுடன் அவனையே பார்த்துக் கொண்டிருக்க, மித்ரன் சிணுங்கிய நிலாவை தட்டிக் கொடுத்தபடியே படிகளில் நிதான-மாக இறங்கி நடக்கத் தொடங்கினான்.

20

கொதிக்கக் கொதிக்க சிக்கன் மேமோக்களும், ஆவி பறக்கும் நூடுல்ஸ்ஃம், ஆம்லெட்டுகளுமாக மேசை நிரம்பி வழிந்தது. இவர்கள் மாறி மாறி ஆர்டர் கொடுப்பதும், அவர்கள் கொண்டு வந்து வைப்பதும், ஆளுக்கு ஒன்று என்று போட்டி போடுவதில் அடுத்த நிமிடமே பீங்கான் தட்டுகள் காலியாவதுமாக அங்கே கைக்கும் வாய்க்குமெனப் பலத்த போட்டி நடந்து கொண்டிருந்தது, மூன்று ஆண்களுக்கிடையே.

பாலாவும் விக்கியும் எப்போதும் போல ஃபுல் பார்மில் இருக்க, தானும் அவர்களுக்குச் சரிக்குச் சரியெனக் களத்தில் குதித்திருந்தான் தருணும்.

"இது இருக்குற வேகத்துக்கு இன்னிக்கு நமக்கு ஒன்னும் கிடைக்-காது போல இருக்கு..." கவி எதிர் டேபிளில் அமர்ந்திருந்த சரயுவிடம் தருணைக் கண் காட்ட, "புள்ள சாப்பிடுறதை கண்ணு போடாதே... அப்படித் திரும்பு..." சரயு அக்காவை கடிந்தாள்.

"ஆமாம்டி.... இவனைக் கண்ணு வேற போடுறாங்க.. இங்க வந்-ததுல ஏதாவது ஆவி கீவி அடிச்சிருச்சோன்னு நானே பயந்து போய் உட்கார்ந்திருக்கேன்.... முட்டைனாவே வீட்டை சுத்தி சுத்தி ஓடுவான்... இப்ப என்னன்னா, இந்தப் போடு போடுறான்.. இது நான் பெத்த பையன் தானான்னு எனக்கே டவுட்டா இருக்கு"

கவி 'ஆ'வென்று பார்க்கிற மாதிரி தான் தருணும், "எனக்கு இன்-னொரு புல்ஸ் ஐ.... அப்புறம் டபிள் ஆம்லெட் வித் ஆனியன்..." என்று கத்திக் கொண்டிருந்தான்.

காலையிலும் மதியமும் பெரிதாக உணவிற்கென்று ஒதுங்காமல் நாள் முழுவதும் ஊர் சுற்றியது அனைவருக்குமே அகோர பசியைக் கிளப்பி

விட்டிருக்க, "இங்க நூடுல்ஸ் தான் தேசிய உணவு போல இருக்கே..." எதிரில் கன்னத்தில் கை வைத்து அமர்ந்திருந்த மாமி சொன்னார். அவர் சொல்கிறமாதிரி வந்த நாளாகப் பார்க்கும் அத்தனை இடங்களிலும் நூடுல்ஸ் பாக்கெட்டுகள் வாசலுக்கு வாசல் தொங்கின.

எந்தச் சேர்மானமும் இல்லாமல் வெறுமனே கொதி நீரில் வேக வைத்துக் கொடுத்தார்கள். இங்கு உள்ள குளிரா, மழையும், பனியுமாக இருக்கிற அந்தக் காலநிலையா இல்லை அந்தக் குளிருக்கென்றே உருவாகும் பிரத்யேக பசியா என்று தெரியவில்லை. சூட்டின் சுவை மட்டுமே இருந்த அந்த உணவு அத்தனை ருசியாகவும் இருந்தது ஆச்சரியம் தான்.

"இதுல வெறும் காய்கறி மட்டும் தான் இருக்கும் அங்கிள்... பயப்படாம சாப்பிடுங்க..." கோஸ், கேரட் சேர்த்து வேக வைத்து வந்திருந்த மேமோவை பிட்டுக் காட்டினான் மித்ரன்.

"உங்களுக்கு மட்டும் தனிப் பாத்திரத்தில நூடுல்ஸ் கொதிக்க வச்சு கேக்கட்டுமா.... நாம கீழறங்கி ஹோட்டலுக்குப் போறதுக்கு ரொம்ப நேரம் ஆகிடும்... எவ்ளோ நேரம் பசியோட இருப்பீங்க?"

முட்டை சேர்க்கும் பாத்திரங்களில் சமைத்துக் கொடுப்பார்களோ என்ற தயக்கத்தில் பசியை மென்றபடி அமர்ந்திருந்த மாமா மாமியிடம் கேட்டவன், உள்ளே சென்று ஹோட்டல் பணியாளரிடம் சொல்லிவிட்டு வந்தான்.

"உங்களுக்கு மட்டும் பசிக்கலையா...? ஏன் எதையுமே எடுக்காம இருக்கீங்க....?" தன்னருகே வந்தமர்ந்தவனிடம் சரயு மெல்லிய குரலில் கேட்டாள்.

"என்னவோ என் மனசு இருக்குற இருப்புக்கு சாப்பிட தோணல... பசிக்கல..." என்றான் அவள் கண்களை நோக்கி. அவள் எந்தப் பதிலும் சொல்லாமல் கன்னத்தில் முட்டுக் கொடுத்து வேறெங்கோ பார்த்தாள்.

ஏதோ ஒரு வேகத்தில் படபடவென்று மனதில் இருந்ததைக் கொட்டிவிட்டுக் குருத்வாராவில் இருந்து இறங்கி வேனில் வந்து அமர்ந்தது தான் மித்ரனுக்குத் தெரியும்.

சுற்றிலும் ஹோவென்று இருக்கின்ற இயற்கையின் விஸ்தீரணத்தில் இத்தனை நாள் உள்ளே உளைந்து கொண்டு கிடந்ததை எல்லாம் தயக்கமே இல்லாமல் வெளியே எடுத்து கொட்டி விட்டு வந்தாயிற்று.

இனி....!?

'அவ இல்லாம நீ இருந்திடுவியா...? பெரிய தியாகி மாதிரி டயலாக் அடிச்சிட்டு வந்துருக்க... அறிவு கெட்டவனே... 'என்ன நடந்து இருந்தாலும் நீ தான் என் பொண்டாட்டி... எதுவா இருந்தாலும் பார்த்துக்கலாம்.... பேசாம என்கூடக் கிளம்பி வா'ன்னு குண்டு கட்டா தூக்கிட்டு வராம....'

'ப்ச்... இல்ல வேணாம்... ஆருவுக்கு எது சந்தோஷமோ அப்படியே அவ இருக்கட்டும்... இப்படி இழுத்துட்டு போகணும்னு நினைக்கிறது கூடக் குறுகிய மனப்பான்மை தான். இனிமேலயும் சுயநலமா இருக்க எனக்கு விருப்பம் இல்ல...' மனதின் இரண்டு பக்கங்களும் மாறி மாறி அடித்துக் கொண்டன.

அவனது சஞ்சலத்திற்கு விடை சொல்வது போல மடியிலிருந்து விழித்துப் பார்த்த நிலா தன் கோழி குண்டு கண்களை உருட்டினாள்.

"பட்டுக்குட்டி" சரயுவின் சிவப்பு ஸ்வட்டருக்குள் குட்டி ரோஜாப்பூ ஒன்று பொதிந்து கிடப்பதைப் போல நிலாவின் முகம் மட்டும் தெரிந்தது. நிலாவின் கன்னத்தைப் புறவிரலால் வருடி கொஞ்சியவன், அவள் மேல் இருந்த கம்பளி உடுப்பையும் மென்மையாக வருடினான்.

இந்த ஸ்வெட்டர் கூட முதன்முதலாக இவர்கள் இருவரும் ஹைதராபாத் போன சமயம் வாங்கியது. விலை பார்த்து சரயு தயங்கியபோது இவன் வாங்கியே ஆக வேண்டும் என்று விடாப்பிடியாக நின்றான். காஷ்மீர் உல்லனில் மார்பெங்கும் சிவப்பு ரோஜாக்கள் மலர்ந்து கிடக்கிற மாதிரியான கலைநயமான கைவேலையில், தொட்டால் துவளுகிற மென்மையும் உறுதியுமாக மிக அழகான ரத்தச் சிகப்பில் சரயுவுக்கு என்றே தைத்தது போல...

அழுவாள் என்று நினைத்ததற்கு மாறாக மித்ரனின் முகம் பார்த்து கொஞ்சமும் சிணுங்காமல் லேசாக எழும்பி அவன் தோளில் தலை சாய்ந்த நிலா அசதியில் மீண்டும் கண் மூடிக் கொள்ள, குழந்தையை மென்மையாக அணைத்துக் கொண்ட மித்ரன் மிகவும் நெகிழ்வாய் உணர்ந்தான்.

'உன் சித்தியும் இதே மாதிரி மனசார எங்கிட்ட வரட்டும்... இல்லேன்னா வேணாம்...'

குழம்பிய மனதுடன் அவன் ஏதேதோ யோசித்துக் கொண்டிருக்க, "கொஞ்சம் நகருங்க.... எனக்கு வின்டோ சீட் வேணும்..." அருகில் சரயுவின் குரல்.

தன்னருகே நிற்பவளின் அணுக்கத்தை உணர முடிந்தாலும் அவள் முகம் பார்க்கும் துணிச்சல் இன்றிக் குனிந்தபடியே மித்ரன் காலை நகர்த்தி வழி கொடுக்க, சரயு உள்ளே நுழைந்து ஜன்னல் அருகே அமர்ந்தாள்.

"புஜ்ஜும்மா.... எந்திரிச்சாச்சா....? சித்தப்பா மடியிலயே படுத்து நல்ல தூக்கமா அம்முக்கு..." தன்னிடம் தாவிய நிலாவின் கன்னங்களில் முத்தமிட்டு சரயு கொஞ்ச, மித்ரன் வேகமாக எழுந்தான். அவனுக்கு இருந்த படபடப்பில் இதயம் வெடித்து விடும் போல இருந்தது.

அவன் அங்கிருந்து எழுந்து செல்ல முயல, மேலே நகர முடியாமல் அவன் வலதுகையை இறுக பிடித்து நிறுத்தி இருந்தாள் சரயு.

"பேசாம உட்காருங்க... எல்லாரும் வர்றாங்க..." அவன் பொத்-தென்று இருக்கையில் அமர்ந்ததும் அவனது தோளை தன்னை நோக்கி இழுத்தவள், தன் கரத்தை உள்ளே செலுத்தி அவன் விரல்களோடு தன் விரல்களைப் பிணைத்துக் கொண்டாள்.

இருவரும் ஒரு வார்த்தை கூடப் பேசவில்லை. ஒருவர் முகத்தை ஒருவர் பார்க்கவில்லை. எனினும் மித்ரனுக்கு மூச்சடைத்தது.

பதிலுக்கு அவள் விரல்களை இறுக்கமாகப் பற்றியவன் பெருமூச்-சுடன் இருக்கையில் கண் மூடி சாய்ந்து கொண்டான். அந்த நிமிடம் மனசு முழுவதும் நிறைந்து வழியும் பரிபூரண உணர்வு!

"சும்மா பழசை யோசிக்காதீங்க... ஒரு வகைல எல்லாமே நமக்கு ஒரு அனுபவம்தான்... ப்ரீயா விடுங்க... இனி நம்ம சந்தோஷம் நம்ம கைல..." அவன் காதருகே அவள் பேச, அவன் கண்கள் கலங்கின.

அவள் புறங்கையை உயர்த்தி அழுத்தமாக முத்தமிட்டவன், "லவ் யூ ஆரு... லவ் யூ சோ சோ மச்" என்றான் கனத்த குரலில். அந்த நெகிழ்வின் கனம் தாங்காமல் அவன் மீண்டும் விழி மூடிக் கொள்ள... "என்ன இது, குழந்தை மாதிரி..." அவள் கசிந்த அவன் கண்களைத் துடைத்து விட்டாள்.

அருகில் இருந்து அடிக்கடி பார்த்து ஒருவரையொருவர் காயப்படுத்-திக் கொள்வதை விடத் தள்ளி இருந்து ஏற்கனவே பட்டிருந்த புண்களை

ஆற்றிக் கொள்ளலாமே என்று தான் எடுத்த முடிவு அவனை வெகு-வாக நோகடித்து இருப்பதை அவளால் உணர முடிந்தது.

"Greatest battle is often fought with the closest people. இல்ல ஆரு...?" என்றான் மித்ரன் ஆழ்ந்த குரலில்.

உண்மைதான். நம் மனதுக்கு மிக நெருங்கியவர்களுடன் நடக்கிற யுத்தமே நம் மனதை மிக ஆழமாகக் காயம் செய்து விடுகிறது. வருத்-தத்துடன் சிரித்த சரயு, "போதுங்க... ப்ளீஸ்.... இதோட விடுங்க..." என்-றாள் பற்றியிருந்த அவன் விரல்களில் மென்மையாக முத்தமிட்டபடி.

"டேய், நீ ஏறுடா முதல்ல... நீயும் உன் தங்கச்சியும் சேர்ந்து அந்த மனுசனை பாவம் தரையைக் கழுவி விட வச்சுட்டிங்களே... டோய்... உண்மையைச் சொல்லு... நீ ப்ளான் பண்ணித்தானே செஞ்ச..." விக்கி தருணை வம்பிழுத்துக் கொண்டே வரும் குரல் கேட்டு இருவரும் சிரித்-தபடி வெளியே பார்த்தார்கள்.

குருத்வாராவில் இருந்து கிளம்பி அனைவரும் வண்டியில் ஏற, "அடுத்து எங்க...?" பாலா ஏறி பின்னே வந்தான். "நேரா எருமை சவாரி. அதை முடிச்சிட்டு சாப்புட்டு நேரா ரூமுக்கு போக வேண்டிய-துதான்..." ட்ரைவரை அழைத்து வண்டியை எடுக்கச் சொன்ன விக்கி முன்னால் ஏறி அமர்ந்தான்.

"வாட்... எருமை சவாரியா?..."

"யாக் மேல போறதை தான் அந்த லட்சணத்துல சொல்றான் அவன்... நீ இங்க வாடா..." தருணை இழுத்து அமர வைத்த கவி, முன் இருக்கையில் அமர்ந்திருந்த இருவரையும் பார்த்தாள்.

இருவரும் நெருங்கி அமர்ந்திருந்த விதமும், இருவர் கண்களிலும் ஒளிர்ந்த கனிவுமே அவர்களின் நிலையைச் சொல்லாமல் சொல்ல, கவி பாலாவைப் பார்த்தாள். பாலா கவியை. அதே நேரம் திரும்பிய விக்கி-யும் இவர்களைப் பார்த்து மையமாகச் சிரிக்க...

மூவரும் சந்தோசமாகச் சிரித்துக் கொண்டார்கள். கவியின் தோளை அர்த்தமாக அழுத்தி புன்னகைத்தபடி மாமியும் அவளருகே அமர்ந்தார்.

தங்கள் மேல் விழும் ஆதுரமான பார்வைகளை உணர்ந்தும் உணராத மனநிலையில் இருந்தார்கள் சரயுவும், மித்ரனும். அடுத்த ஒரு மணி நேரம் யாரும் தொந்தரவு செய்யாத அமைதியான பயணம். சரயு அவன் தோளில் பட்டும் படாமல் சாய்ந்தவாறு ஜன்னல் வழியே வேடிக்கை

பார்த்தபடி வந்தாள்.

ஊசிமலைத் தொடர்கள் மிக வேகமாகப் பின்னால் கடந்து சென்றன. சமமற்ற மலைப்பாங்கான நிலத்திலும் ஆங்காங்கே மக்கள் விவசாயம் செய்தபடி தங்கள் வயிற்றுப் பாட்டுக்கான தேவைகளைப் பூர்த்திச் செய்து கொண்டிருந்தார்கள். டிரைவர் ஒரு இடத்தில் வண்டியை மெதுவாக்கி கண்ணாடி வழித் தெரிந்த மலைச்சரிவைக் காட்டி ஏதோ சொன்னார்.

"இந்த இடம் முழுசும் உருளைக்கிழங்கு பயிர் பண்ணிருந்தாங்க ளாம்... போன மாசம் நடந்த நிலச்சரிவுல மொத்த இடமும் ஒண்ணுமே இல்லாம போயிடுச்சுன்னு சொல்றாரு..." மித்ரன் சுட்டிய சரிவில் மண்-ணுக்குள் புதைந்து கிடந்த ஓர் வீட்டு முகப்புத் தகரம் மட்டும் விளிம்-பாகத் தெரிந்தது.

"சே....என்ன கோரம் இல்ல இது??"

நாடுகள் எல்லை வகுத்துத் தம் அதிகாரத்தைச் செலுத்தும் எல்லைப் பிரச்சினைகள் போதாதென்று இயற்கையும் அவ்வப்போது சீண்டிக்-கொண்டே இருக்கிற நிலப்பிரதேசம். சவாலான இந்த வாழ்க்கை முறை-யிலும் சந்தோஷமாக, முடிந்த வரை கொண்டாட்டமாக வாழும் மக்கள்!

குடிசைத் தொழில் போலப் பத்துக்குப் பத்து அடி அறையில் இங்கு வந்து செல்லும் டூரிஸ்ட்களுக்கு உணவளித்து வருமானம் ஈட்டும் பெண்-கள், வண்டி ஓட்டி கைடுகளாகப் பணி செய்யும் ஆண்கள் என்று சுற்-றுலாவையே பெருமளவு நம்பி இருந்தார்கள்.

நம்மூர் டீக்கடை பாய்லர்கள் போல எல்லோர் வீட்டு முன்பாகவும் ரைஸ் குக்கரும் நூடுல்ஸ் பாக்கெட்டுகளும் தொங்கி பயணிகளை வரவேற்க, சரிந்த மூக்கும், ஒளிர்வான கண்களுமாகத் தாய்க்கு தமக்-கைக்கு உதவி செய்தபடி சுற்றிச் சுற்றி பரிமாறும் குழந்தைகள், ஒடுங்கிய அடுப்புகள் முன்பு வேகவேகமாக மேமோக்கள் அடுக்கிற இளம்பெண்கள் எனக் கிடைக்கும் வாய்ப்புகளில் தங்கள் வாழ்வாதாரத்தைத் தேடிக் கொள்கிற வேகமான ஜனக்கூட்டம்.

அது என்னவோ, இங்கிருக்கும் மண்ணின் வளமா, இல்லை தூய்-மையான காற்றின் மகத்துவமா, மருந்து கலக்காமல் கிடைக்கிற காய்கறி பாலின் ஊட்டமா என்று தெரியவில்லை. இந்த ஊரின் பெண்கள் அனைவரும் பாரபட்சமின்றி அத்தனை அழகாக இருந்தார்கள்.

"பெரும்பாலும் நார்த் ஈஸ்ட்ல இருந்து தான் சவுத்-க்கு நிறைய பியூட்டிசியன்ஸ் வர்றதே... சிட்டில நாம எல்லாம் என்ன பேஷன் பண்ணுறோம்.. இவங்க கிட்ட கேட்டுப் படிக்கணும்... அவ்வளவு அப் டூ டேட்" கவி சொன்னமாதிரி அழகுணர்வு கொண்ட பெண்கள் துளி மாசு மருவில்லாமல் அடி முதல் நுனி வரை நறுவிசும், செழிப்பழுமுமாக...

ஒருவேளை இருக்கும் வசதிக்குள் நிறைவாக வாழ்கிற அந்த மனசு தான் இத்தனை பவித்திரமான அழகைக் கொடுக்கிறதோ... !?

"இங்க கேங்டாக் மாதிரி மெயின் சிட்டிஸ்க்கு டூரிஸ்ட் வருமானமாவது இருக்கு. உள்ளடங்கின கிராமங்கள்ல என்ன இருக்கும்னு நினைக்கிற...? வறுமைல கஷ்டப்படுற ஜனங்க தான் அதிகம்... அப்புறம்..." என்ற கவி குரலை குறைத்தபடி இவள் காதருகில் வந்து சொன்ன விஷயம், இப்போது நினைத்தாலும் மயிர்க்கால்கள் கூச்செரிந்தன.

"வறுமையோட கொடுமைல சானிடரி தேவைக்குக் கிழிஞ்ச துணி கூடக் கிடைக்காம அந்த நேரத்துக்குச் சலிச்ச நைஸ் மணலை யூஸ் பண்ணுவாங்களாம், சில கிராமங்கள்ல..."

"மை காட்..." கேட்கும்போதே அதை ஜீரணிக்க முடியாமல் இரு காதுகளையும் அடைத்துக் கொண்டாள் சரயு.

'கடவுளே! என்ன கொடுமை இது...' நினைத்துப் பார்க்கவே குலை நடுங்கியது.

'நாம தான் சின்ன விஷயத்துக்கு எல்லாம் மாஞ்சு போறோம்... உலகமே கவிழ்ந்தமாதிரி உடைஞ்சுடுறோம்... எந்த வசதிக் குறைவையும் பொருட்படுத்தாம, அடுத்த நிமிஷம் என்ன ஆகுமோன்னு பயப்படாம, இத்தனை சிரமங்களுக்கு நடுவுலயும் இவங்கல்லாம் சந்தோஷமா இருக்குறது புரியாத புதிர் தான், இல்ல...?' சரயு தன்னைத் தானே கேட்டுக் கொண்டாள்.

புதிரும் அல்ல... ஒன்றும் அல்ல.. அவர்கள் இந்த நிமிடத்தில் வாழ்கிறார்கள், போனதைப் பற்றி யோசிப்பதில்லை. வருவதைப் பற்றி அலட்டிக் கொள்வதில்லை, கிடைக்கும் வசதிகளை வைத்து அன்றன்று நிம்மதியாக நிறைவாக வாழ்கிறார்கள் என்று விடை சொன்னது அவள் மனது.

"நீங்கள் மன அழுத்தத்திலிருந்தால்,
இறந்த காலத்திலிருக்கிறீர்கள்;

நீங்கள் கவலையிலிருந்தால்
எதிர்காலத்தில் இருக்குநீர்கள்.
நீங்கள் மன அமைதியில் இருந்தால்
நிகழ்காலத்தில் வாழ்கிறீர்கள்..."

எங்கேயோ படித்து மனதில் அழுத்தமாகப் பதிந்திருந்த வரிகள் நினைவில் வந்தன. உண்மை தான். இந்தக் கணம் மட்டுமே நிச்சயம். போன நொடி இறந்து விட்டது, அடுத்த நொடி யாரும் அறியாத புதிர்... இருக்கும் இந்த நொடி மட்டுமே நம் கைகளில் சத்தியமாய்...

'யார் யாருக்கோ இருக்குற போதாமையை மனசுல போட்டு தேவை இல்லாம பாரமாக்கிக்கிட்டு.... மனசை கெடுத்து, உடம்பையும் கெடுத்து....'

காலம் யாருக்காகவும் காத்திருப்பதில்லை. கையில் இருப்பதை நழுவ விட்டு, கண் கெட்ட பின்னால் புலம்பி....

'வேணாம்... வாழ்க்கை வாழறதுக்குத் தான்... இது என் வாழ்க்கை... அதை எப்படி எடுத்துட்டுப் போகணும்கிறது என் கைல தான் இருக்கு '

அறிந்தோ அறியாமலோ அதுவரை மனதுக்குள் சேர்ந்திருக்கும் கசடுகளை அகற்றி, விடாப்பிடியாகப் பிடித்து வைத்திருக்கும் ஈகோவின் முனைகளை மழுங்கடித்து உடைத்துப் போட்டு விடுகிறது பயணம் என்-கிற மந்திரக்கோல்.

வீட்டிற்கு வெளியே வைக்குற ஒவ்வொரு அடியும் ஒவ்வொரு கதவு-களை, அறியாத திறப்புகளைத் திறந்து விட்டுக் கொண்டே செல்ல, வெளியே பார்ப்பதும், உள்ளுக்குள் உற்று நோக்குவதுமாக...

சரயுவின் முகத்தைத் தழுவிச் சென்ற சாரல் மிகுந்த அந்த மலைக்-காற்று அவள் மனதில் படிந்திருந்த சொச்சநச்ச அழுத்தங்களையும் அறவே நீக்கி வெளியே வீசி எறிந்திருக்க, மனசு எடையற்று மிதந்தது. அவள் மித்ரனின் தோள் மேல் அழுத்தமாகச் சாய்ந்து கண்மூடிக் கொண்டாள்.

"செல்லக்குட்டி... எல்லோரும் ஜோடி ஜோடியா எருமை சவாரி பண்றாங்கடா... அங்க பார்த்தியா... வயசான காலத்துல அந்த அங்கிள் கூட ஜோடியா கெத்து காட்டுறதை... அநேகமா ஆன்ட்டி காதுல புதிய வானம், புதிய பூமின்னு டூயட் பாட்டிட்டு இருக்காருன்னு நினைக்கி-றேன்... நீயாவது என்கூட வாடா... எனக்கு கம்பெனி கொடு...." மித்-

ரனை விட்டு வராமல் அடம்பிடித்த தருணை தன்னிடம் வரச் சொல்லி தாஜா செய்து கொண்டிருந்தான் விக்கி.

"எருமை மாடே.. சின்னப் புள்ளகிட்ட என்ன பேசுற..?" சரயு அவனை முறைத்தபடி விக்கி கைகாட்டிய இடத்தைப் பார்த்தாள்.

பார்த்தவள், அடக்கமாட்டாமல் வாயில் விரல் வைத்து சிரித்தாள்.

அவன் சொன்னமாதிரி தூரத்தில் யாக் மேல் மாமியும் மாமாவும் சவாரி செய்து கொண்டிருந்தார்கள். இருவர் முகத்திலும் புதிய உலகை தரிசனம் செய்கிற வெட்கமும், சிரிப்புமாக....

கண்கள் ஒளிர எதைப் பற்றியோ ஆழ்ந்து பேசிக் கொண்டு அவர்-கள் இருவரும் செல்லும் காட்சி கண்கொள்ளாத கவிதையாக இருக்க....

"பாவம், மனுசனுக்கு இந்த எழுபது வயசுல தான் உலகமே புரியுது போல... அனாவசியமா நாற்பது வருசத்தை வேஸ்ட் பண்ணிட்டோ-மேன்னு பீல் பண்றாருன்னு நினைக்கிறேன்..."

"கூடவே போற ஆளுகிட்ட சொல்லுண்ணா.... அவரு போற வேகத்தைப் பார்த்தா சைனா பார்டரையும் தாண்டி போயிடுவாரு போல..." பாலாவும், விக்கியும் இங்கிருந்தே வம்பிழுத்துக் கொண்டிருந்-தார்கள்.

"நான் சித்தி சித்தப்பா கூடத் தான் வருவேன்.." என்று அடம்பிடித்த தருணை அதற்கு மேல் அடம் பிடித்து விக்கி அழைத்துக் கொண்டு செல்ல, "நீங்க முதல்ல போயிட்டு வாங்க... அப்புறமா நாங்க போறோம்..." பாலா எல்லோரையும் கேமரா கொண்டு கிளிக்கிக் கொண்டிருந்தான்.

"வேணாம்... நான் ஏறல... பயமா இருக்கு... குதிச்சு குதிச்சு போகுது. எனக்கு முதுகு வலிக்கும்..." கொண்டு வந்து நிறுத்திய யாக்-கின் மேல் ஏறிய மித்ரன் சரயுவுக்குக் கை கொடுக்க, அவள் ஏறாமல் முரண்டு செய்து கொண்டிருந்தாள்.

"சும்மா ஏறு ஆரு... நான் தான் இருக்கேன்ல... கமான்..." சொல்லிச் சொல்லிப் பார்த்தவன், "ஏறுடி முதல்ல.... இத்தனை தூரம் லொங்கு லொங்குன்னு ஓடி வந்து, இந்த ஒரு வாரமா உன் பின்னாடி லோலோன்னு அலைஞ்சதுக்கு இந்த ஒரு சந்தோஷமாவது இருந்துட்டு போகட்டும்... இதுக்கு மேல முரண்டு பிடிச்ச மகளே..." மிரட்டிய மித்ரன் அவளை ஏற்றி தன் முன்னால் உட்கார வைத்தான்.

"ஹனிமூன் கூட உருப்படியா வந்ததில்லை... இத்தனை வருஷம் கழிச்சு இப்பதான் ஒரு ட்ரிப்... அதுலயும் ஏற மாட்டேன், நோற மாட்-டேன்னு அடம்.... அப்புறம் அவங்களை மாதிரி வயசான காலத்துல உட்கார்ந்து ஃபீல் பண்ண வேண்டியதுதான்..."

"ஆமா... நீங்க அப்படியே ஃபீல் பண்ணிட்டாலும்...!?"

"ஏன், நான் ஃபீல் பண்ண மாட்டேன்னு நினைச்சியா? ஒரு நிமிசம் தனியா கிடைச்சா கூடப் போதும், நான் எவ்வளவு ஃபீல் பண்றேன்னு காட்டிடுவேன்..... இந்தக் கூட்டத்துல நான் எப்படிச் சொல்ல...? பேசாம இதுங்களை எல்லாம் கழட்டி விட்டுட்டு நாம மட்டும் இங்க இருந்து இப்படியே ஓடிப் போயிடலாமா?"

தன் கழுத்தோரம் குறுகுறுத்த மீசை உராய்வில் சிணுங்கிய சரயு, சிரித்துக் கொண்டே தன்னை வளைத்திருந்த அவன் கையில் அடித்-தாள்.

ஹோட்டலில் அமர்ந்திருந்த இந்த நேரத்திலும் அவன் புறங்கையில் அடித்தாள் சரயு. "அங்க போய் ஒன்னும் கிடைக்காது... ஒழுங்கா சாப்-பிடுங்க..."

அவள் செல்லமாக மிரட்ட, "நான் தான் சொல்றேன்ல... மனசு எங்கேயோ மிதந்துட்டு இருக்கு.... பசிக்கலன்னு " அவன் அவளைத் திரும்பிப் பார்த்துக் கண்களைச் சிமிட்டினான்.

"போதும்... வழியுது..." சிரித்தபடி நூடூல்ஸ் தட்டை அவனருகே நகர்த்தி வைத்தாள்.

"ப்ச்... எனக்கு இதெல்லாம் வேணாம்... எப்படா இந்தத் தடியனுங்க சாப்பிட்டு கிளம்புவாங்க, ரூம்க்கு போவோம்னு இருக்கு..."

"டர்டி மைண்ட்..." அவன் புறங்கையைக் கிள்ளிவிட்டுச் சிவந்தி-ருந்த தன் முகத்தைத் திருப்பிக் கொண்டாள் சரயு.

"சொல்ல மாட்ட பின்ன... கல்யாணம் பண்ணியும் பிரம்மச்சாரியா காய்ஞ்சு போய் திரிஞ்சுட்டு இருக்கேன்... அலையவிட்டவளுக்கு என் அவஸ்தையைப் பத்தி என்ன அக்கறை...?"

"உஷ்... வாயை மூடுங்க.... அலைஞ்சான் மாதிரி பேசுறதுல ஐயா-வுக்கு ரைமிங் வேற..." எதிரில் இவர்கள் அடிக்குரலில் பேசிக்கொள்வது காதிலேயே விழாதது போல அங்கேயும் இங்கேயும் பார்த்துக் கொண்டி-ருந்த மாமா மாமியைப் பார்க்க இருவருக்கும் பக்கென்று சிரிப்பு வந்தது.

"சிரிடி... சிரி... நல்லா சிரி.... ராட்சசி..." கண்களில் நீர் வர முறைத்துக் கொண்டே சிரிப்பவளைப் பார்த்த மித்ரனுக்கு உண்மையில் அந்தக் கணம் மனசு கொள்ளாமல் தளும்பி வழிந்தது நிஜம்!

சிறிது நேரம் இல்லாத பொறுமையை வரவழைத்துக் கொண்டு அவள் சாப்பிடட்டும் என்று அமர்ந்திருந்தவன், "பெக்கபெக்கன்னு உனக்கு நீயே சிரிச்சுக்காம சீக்கிரம் சாப்டு எந்திரி... கிளம்பணும்.... எனக்கு நிறைய வேலை இருக்கு..." வேகத்தோடு அவளைக் கிளப்ப...

"மானத்தை வாங்காம பேசாம உட்காருங்க..." சரயு தலையில் அடித்துக் கொண்டாள். அவன் அடிக்கும் லூட்டியில் அவள் காது மடல்களும், மூக்கு நுனியும் ரத்தமெனச் சிவந்திருந்தன.

"டேய் போதும்டா.... டைம் ஆயிடுச்சு... இரண்டு மணி நேர ட்ரா- வல் இருக்கு.. வெளிச்சம் இருக்கும்போதே புறப்பட்டு நேரங்காலத்தோட ஹோட்டலுக்குப் போய்ச் சேரலாம்..." அதற்கு மேல் பொருந்தி அமர முடியாமல் எழுந்த மித்ரன் எல்லோரையும் கிளப்பினான்.

"...ண்ணா... நாங்க செட் ஆயிட்டோம்னா... முதல்ல இவனை நிறுத்த சொல்லு... அப்புறம் நான் நிறுத்துறேன்..." விக்கி தருணைக் கை காட்டினான்.

"முதல்ல நீங்க நிறுத்துங்க... அப்புறம் நான் நிறுத்துறேன்.." என்- றான் தருணும் விடாமல்.

"அடச்சீ... எந்திரிங்கடா எருமைகளா.. வாரத்துக்கு வாங்கி வச்ச முட்டை கேஸ் எல்லாம் காலின்னு அங்க கையை விரிச்சாச்சு..." மித்- ரன் மிரட்ட, பாலா சிரித்துக் கொண்டே "லைக் பாதர்... லைக் சன்..." என்று கைகழுவி வந்தான்.

"சாப்பாட்டு ராமனுங்களுக்குப் பெருமை வேற..." கவி நொடிக்க, மனசே இல்லாமல் தருணும், விக்கியும் இடத்தைக் காலி செய்தார்கள்.

"டேய்... உன்னால தான்டா எல்லாம்... கடைக்காரனே கிளம்புங்க- டான்னு கதவை சாத்தியாச்சு... உன்னால எனக்கும் ஒரே ஷேம் ஷேம் பப்பி ஷேம்..." விக்கி தருணை வம்பிழுத்துக் கொண்டே முன்னால் செல்வதைக் கண்டு சிரித்தபடி மித்ரனும் சரயுவும் வெளியே வந்தார்கள்.

வண்டியில் ஏறி அமர்ந்த இருவரின் விரல்களும் இப்போதும் பிணைந்தே கிடந்தன. காதலின் நிலைகடந்த மோகத்தின் உச்சியில் தீயாகக் கொதித்த அவன் உள்ளங்கையின் தாகம் தணிக்கும் பனியாகக்

குளிர்ந்து கிடந்தன அவள் விரல் நுனிகள்!

கண்களில் மிதக்கும் லாகிரியுடன் ஒருவரின் நெருக்கத்தில் மற்றவர் விழி மூடிக் கடந்த அந்த ஒன்றரை மணிநேரப்பயணம் வாழ்வில் என்றுமே மறக்க முடியாததாய்....

21

"ஜாக்கிரதையா போயிட்டு வாடா அம்மு... ஹாப்பியா ஜாலியா இரு... பேசணும்னு நினைக்கிறதை அப்பப்ப பேசிடணும், மனசுல எதை-யும் போட்டு உருட்டக் கூடாது, புரியுதா...?" கவி பேசிக்கொண்டே செல்ல, "போதும் கவி... சும்மா குழந்தைக்குச் சொல்ற மாதிரி சொல்லி அறுக்காதே... அவங்க வண்டிக்கு நேரமாச்சு" பாலா கவியைக் கண்க-ளால் முறைத்தான்.

"கிளம்புற நேரம் அதிகம் பேசி அவளைக் குழப்பாதே... அவங்க இரண்டு பேருமே வளர்ந்தவங்க, விவரம் தெரிஞ்சவங்க... அவங்க வாழ்க்கையை எப்படி வாழணும்னு அவங்களுக்குத் தெரியும்..." இரவு முழுக்கப் படித்துப் படித்துச் சொல்லி இருந்தாலும் சரயு கிளம்புகிற நேரம் கவி தன் அணையைத் திறந்து விட மறக்கவில்லை.

சரயுவோ அதற்கும் மேல்... "நீயும் குட்டியை ஜாக்கிரதையா கவனிச்சுக்கோ.... தம்பி இருக்கானென்னு அவங்க இரண்டு பேரையும் தனியா விட்டுட்டு நீ கிச்சன்ல இருக்காதே... கவனமா இரு... தருணை மப்ளர் கட்டி வெளில அனுப்பு..."

இரண்டும் மாறி மாறி பிழிந்து கொண்டிருக்க... "அநேகமா நீ பிளைட்டை பிடிக்கப் போறதில்லன்னு நினைக்குறேன்..." பாலா தலை-யில் அடித்துக் கொண்டான். "விடு... பேசிட்டு வரட்டும்" மித்ரன் சிரித்-தான்.

"அன்பு மலர்களே... ட்டடா பாச குயில்களே... ட்டடா... நாளை நமதே... நாளை நமதே..." விக்கி சுற்றி சுற்றி வந்து பாட, தருணும் கூடவே சேர்ந்து டான்ஸ் ஆட... "குரங்குகளா... கொஞ்சம் எமோ-ஷனலா ஃபீல் பண்ண விட மாட்டீங்களே..." கவி இருவரையும் துரத்தி

முதுகில் ஒன்று வைத்தாள்.

"உங்களை மாதிரி யங்ஸ்டர்ஸ் கூட இருந்து ஊரை சுத்தி பார்த்ததுல எங்களுக்கும் ஏதோ பத்து வயசு குறைஞ்சுட்ட மாதிரி இருக்கு.... எங்க போனாலும் தனியா விடாம நல்லா பார்த்துக்கிட்டிங்கடி பொண்ணு-களா... எப்பப்பாரு எதையாவது யோசிச்சு குழம்பிட்டே இருப்பேன்... இந்த விக்கி பயலோட ஒரு வாரம் இருந்ததுல எனக்கே நல்ல மாற்றமா இருக்கு...."

"ஜாக்கிரதையா போயிட்டு வாம்மா... எங்க ட்ரைன் நாளைக்குக் காலைல தான்.... உங்கக்கா மாமாவோடயே கிளம்பி ஸ்டேஷனுக்குப் போயிடுறோம்..." மாமி அவளை அணைத்துக் கொண்டு நீளமாகப் பேசினார்.

"சீர்காழி வந்தா அவசியம் எங்க வீட்டுக்கு வரணும். அக்காவும் தங்கையும் இதே மாதிரி எப்பவும் ஒத்துமையா சந்தோஷமா இருக்க-ணும்..." இரு வார்த்தைகள் என்றாலும் திருவார்த்தைகளாக சொல்லி மாமா விடைகொடுக்க, சரயுவும் மித்ரனும் சிக்கிமில் இருந்து கிளம்பிக் கொண்டிருந்தார்கள்.

கவியும் பாலாவும் நேராக இங்கிருந்தே டெல்லி செல்வதாகத் திட்-டம். "இது எல்லாமே ஊர்ல இருந்து கிளம்பும்போதே உனக்குத் தெரி-யும்... எங்கிட்ட ஒன்னுமே காட்டிக்கல, அப்படித்தானே??" சரயு கவி-யிடம் கேட்க, 'எல்லாம் உன்னோட நன்மைக்குத்தான்...' என்கிற மாதிரி செல்லமாக அவளுடைய முகவாயைப் பிடித்து ஆட்டினாள் கவி.

தங்கள் உடைமைகளை எடுத்து வைத்த மித்ரன், "எங்கடா உன் பேக்...?" விக்கியைப் பார்த்தான்.

"எந்த அனிமல் பேரை சொல்லிக் கூப்பிட்டாலும் இந்த விக்கி பொறுத்துப்பான். ஆனா, எந்த நாளிலும் கரடிக்குட்டின்னு பேரு வாங்-காத மானஸ்தன் இவன்.... நான்..."

அளந்து கொண்டிருந்த விக்கி, மித்ரன் முறைக்கவும், "நாளைக்-குத்தான் எனக்கு ரிடர்ன் போட்டுருக்கேண்ணா... நீங்க ரெண்டு பேரும் கிளம்புங்க....."

"பாலாண்ணா பேமிலியையும் பத்திரமா ஊருக்கு அனுப்பி வச்சிட்டு, என் கடமைய முழுசா செஞ்சு முடிச்ச திருப்தியோட நான் கோயம்-புத்தூர் வரேன்... அங்க நீங்க எனக்காகக் காத்திருங்க..." மேஜர் சுந்-

தர்ராஜன் குரலில் மீண்டும் ஆரம்பிக்க....

"போச்சுடா... இவன் அடுத்த பிட்டை போட ஆரம்பிச்சுட்டான்... டேய்... நீ எங்க கிளம்புற... டெல்லி வந்து எங்களோட நாலு நாள் இருந்துட்டுக் கிளம்பு..." இது பாலா.

"ஐயையோ இல்லண்ணா... ஊர்ல இருந்து வந்த கையோடு இங்க ஓடி வந்துட்டேன்... இதுக்கு மேல வீட்ல தங்காம சுத்திட்டு இருந்தா என் மம்மி முதுகுல டின் கட்டிடுவாங்க... எங்க வீட்டு மூர்த்தி ஏற்கனவே ருத்ரமூர்த்தியா திரியுறாரு... டைம் சரியா இருக்கும்... கீழ போகலாம் மித்ராண்ணா... நாமெல்லாம் ஒரே ஊருக்காரங்க.... அங்க மீட் பண்ணிக்கலாம்... பார்ட்டி பண்ணிக்கலாம், ஓகே...."

பாலாவிடம் கொக்கரி காண்பித்தபடி விக்கி அவர்களுடைய பெட்டி- களை ஹோட்டல் வாசலில் எடுத்து வைக்க, கவி தங்கையின் கன்னத்- தில் முத்தமிட்டு "பை டா" என்றாள். சரயுவும் அவளை இறுக கட்டிக்- கொண்டு விடுவித்தாள்.

"நான் இப்ப நிறைய வளர்ந்திருக்கேன்கா... பயப்படாதே.. ஐ வில் டேக் கேர்..." சரயு சொல்ல, இருவர் முகத்திலும் கண்ணீருடனான புன்- னகை...!

அவர்களுக்கான டாக்சி வந்துவிட, அனைவரும் வாசல் வரை வந்து வழி அனுப்பினார்கள். நம்மைச் சுற்றி நம் நலம் நாடும் உறவுகள் இத்- தனை பேரா? தனக்கென அமைந்துள்ள ஆசிர்வாதங்களைச் சரயுவின் நெஞ்சம் நெகிழ்ச்சியுடன் குறித்துக் கொண்டது.

சரியான நேரத்தில் மலையிலிருந்து இறங்கி, பக்டோரா விமானநி- லையத்தை அடைந்து அங்குச் சில மணி நேரங்கள் செலவழித்து நள்- ளிரவில் இண்டிகோ விமானத்தைப் பிடித்தவர்கள், காலை பத்து மணி போலக் கோவை வந்து சேர்ந்தார்கள்.

எத்தனையோ வருடங்கள் கழித்து இங்கு வருவதைப் போலச் சரயு- வின் உள்ளத்தில் ஒரு பரபரப்பு தோன்றியது. இவர்களுடைய கார் வீட்டு வாசலில் சென்று நின்றபோது கீழ் வீட்டு ஆன்ட்டி வெளி திட்டிலேயே அமர்ந்திருந்தார்.

"சரயு பொண்ணைப் பார்க்காம கண்ணு பூத்து போச்சு போ... எப்படி இருக்கம்மா? அக்கா, அம்மா எல்லோரும் நல்லா இருக்காங்களா?" அவர் மேலே வந்து ஆலம் கரைத்து இருவரையும் உள்ளே அழைக்க,

சரயுவுக்குத் தான் ஏதோ புதுக்குடித்தனத்துக்குள் நுழையும் உணர்வு...!

"இதுவும் புதுக்குடித்தனம் மாதிரி தான். இத்தனை நாளா பூட்டிக் கிடந்த வீடு தானே... பால் காய்ச்சி குடிச்சிட்டு சாப்பிடுங்க..." வாங்கி வைத்த பால் பாக்கெட்டுகளுடன் ஹாட் பேக்கில் காலை உணவையும் அவர் தந்து விட்டுச் செல்ல, தனக்கான ஆசிர்வாதங்களின் எண்ணிக்கை கூடுவதைச் சரயுவின் மனம் குறிப்பெடுத்துக் கொண்டே இருந்தது.

மித்ரன் வந்த கையோடு குளித்துவிட்டு "கொஞ்சம் கிராசரிஸ் வாங்கிட்டு வந்திடுறேன்" என்று வெளியே சென்றான். பயணக் களைப்பு தீர ஆற அமர குளித்து வந்த சரயு ஈரத் தலையைத் துவட்டிக்கொண்டே வீட்டை சுற்றி வந்தாள். ஒரு வருடமாக ஆள் புழங்காத வீடு என்று சொல்ல முடியாதபடி துப்புரவாகச் சுத்தம் செய்திருந்தது.

'இது என் வீடு, எனக்கே எனக்கான என்னோட வீடு.... எனக்கான சந்தோஷம் இங்கதான், இந்த நாலு சுவத்துக்குள்ள தான் இருக்கு...' பழசு எதையும் நினைக்காமல் மனதிற்குள் அணு அணுவாய் உற்சாகத்தைப் புகுத்தியபடி அவள் ஒவ்வொரு அறையாகச் சுற்றி வந்தாள்.

"கொஞ்சம் காய்கறி, முட்டை, பால்னு வாங்கினேன். இந்தா டிபன்... ஆன்ட்டி கொண்டு வந்ததோட இதையும் கலந்து இப்ப சாப்ட்டுக்கலாம்... லஞ்சுக்குச் சூடா போய் வாங்கிட்டு வரேன்... நீ எதுவும் செய்ய வேணாம். பேசாம தூங்கு..."

பை பையாக ஏந்திக்கொண்டு உள்ளே வந்த மித்ரன் அவளுக்கு மிகவும் புதிது! வீட்டுக் கதவில் சாவியை நுழைத்துத் திறக்கும்போதே "ஆரு... எனக்கு ஒரு டி போடு..." என்று ஆரம்பித்து விடுவான்.. இன்று!!

"இருக்கிறதே போதுங்க... சுத்தமா எனக்குப் பசியில்ல... சாப்பிட்டுப் படுத்தா போதும்னு இருக்கு.... மதியானம் எதுவும் வாங்க வேண்டாம்...." இருவரும் அமர்ந்து ஆன்ட்டி கொடுத்திருந்த இட்லிகளோடு மித்ரன் வாங்கி வந்த மசால் தோசைகளைப் பகிர்ந்து சாப்பிட்டு எழுந்தார்கள்.

விமானத்தில் வந்தோம் என்ற பெயர் தானே தவிர, நேரடி விமானம் கிடைக்காததில் சென்னை சென்று காத்திருந்து மாறி வந்ததில் உடம்பு கண்டு கண்டாக வலித்தது.

"நீங்க எப்ப ஆபிஸ் கிளம்பணும்?"

"கிளம்பணும்ல...!? இந்த ஒரு வாரம் ஓடினதே தெரியல... மண்டேல இருந்து ரொட்டின் ஆரம்பிச்சிடும்..." அவனுடைய பெருமூச்சு அவள் கன்னங்களைச் சுட்டுச் சென்றன.

"பேசாம தூங்குங்கப்பா.... எனக்கு டயர்டா இருக்கு..." அவள் கையை விலக்கி விட, "அது தான் நானும் சொல்றேன்.. கையைக் காலை வச்சிக்கிட்டு பேசாம தூங்கு ஆரு, எனக்கு ரொம்ப டயர்டா இருக்குன்னு..." திரும்பி தன்னை முறைப்பவளைப் பார்த்து அவன் அப்பாவியாகச் சிரித்தான்.

"உங்ககிட்ட வாய் கொடுத்து என்னால முடியல..." அவள் தலை-யில் அடித்துக் கொள்ள, "ரொம்ப க்ரீனா பேச ஆரம்பிச்சுட்ட ஆரு நீ.... சே... ரொம்ப மோசம்... எனக்கே வெட்கமா இருக்கு..."

எதைச் சொன்னாலும் தனக்குச் சாதகமாகவே திருப்பிக் கொள்ப-வனை என்னதான் செய்ய!!?? அவள் சிரிப்பும் முறைப்புமாகப் பார்த்துப் பார்த்தே களைத்துப் போனாள்.

ஒருவழியாக இருவரும் உறங்கி மீண்டும் விழிக்கும்போது இரவு கனிந்திருந்தது. வாசலில் அடித்த அழைப்பு மணியில் சரயு அடித்துப் பிடித்து எழுந்து குளியலறைக்குள் செல்ல, மித்ரன் வெளியே சென்று கதவைத் திறந்தான்.

அவள் முகம் கழுவிவிட்டு வெளியே வந்தபோது பெரியவர் ஒருவர் ஹாலில் அமர்ந்திருந்தார்.

"நான் சொன்னேன்ல ஆரு. இவரு தான் மிஸ்டர் சேதுராமன்... கம்பெனி பெர்சனல் மேனேஜர்..." மித்ரன் அறிமுகம் செய்து வைக்க, "வாங்க.... வாங்க சார்... காபி சாப்பிடுவீங்க இல்ல..?" சரயு உள்ளே சென்று மூவருக்குமாகக் காபி கலக்கி எடுத்து வந்தாள்.

"எல்லாம் வசதியா இருக்குங்களா...?" அவள் நீட்டிய கோப்பையை எடுத்துக் கொண்டவர் சரயுவிடம் கேட்க, "ரொம்ப நல்லா சுத்தம் பண்ணி வச்சிருக்கீங்க... இத்தனை மாசம் புழங்காத வீடு மாதிரியே தெரியல... ரொம்ப தேங்க்ஸ்..." என்றபடி அவளும் மித்ரன் அருகே அமர்ந்தாள்.

"மேடமும் வேலையா இருக்கீங்க, சீக்கிரம் மாத்திட்டு இங்க வந்து-டுவீங்கன்னு சார் சொன்னாரு... பரவால்ல... ரொம்ப நாள் பண்ணாம சீக்கிரம் வந்துட்டீங்க..."

மித்ரன் ஏதோ எடுக்க அறைக்குள் செல்ல, சரயு புரிந்து கொண்-
டாள்.

அவரிடம் தலையசைத்து சிரித்தாள். ''ஆமா சார்... இல்லேனா
தனியா இவர் மட்டும் மேனேஜ் பண்றது கஷ்டம்...'' என்றாள்.

''அதைச் சொல்லுங்கம்மா... யாரு இருந்தாலும் நீங்க இருக்கிற
மாதிரி வருமா? சரி, அப்ப நான் கிளம்பட்டுமா? ஏதாவது தேவைன்னா
கேட்டுட்டுப் போகலாமேன்னு வந்தேன்.''

''ஒன்னும் வேணாம் சார்... நீங்க செஞ்சிருக்க உதவியே ரொம்பப்
பெரிய உதவி...'' அவள் எழுந்து விடை கொடுக்க, மித்ரனிடமும்
சொல்லிக் கொண்டு அவர் கிளம்பினார். அவள் ஏதோ கேட்பாளோ
என்கிறமாதிரி பார்த்தவனைக் கண்டு கொள்ளாமல் சரயு சமையலறைக்-
குச் சென்று அவன் வாங்கி வந்திருந்த மளிகை பொருட்களை எடுத்து
வைத்தாள்.

தான் கடந்து வந்ததைப் போலவே இவனும் இந்தச் சில மாதங்களில்
பல சிரமங்களைக் கடந்து வந்திருக்கிறான், யாரிடமும் எதுவும் விட்டுக்-
கொடுக்க முடியாமல் அந்தந்த நேரத்திற்கு எதையாவது சொல்லி சமா-
ளித்து....

'ப்ச்... இவரும் பாவம் தான்...' அவள் மனம் கனிந்து போனது.

டிப்ரெஷன் என்பதைச் சரியான விதத்தில் புரிந்துகொள்ளும்
அளவிற்கு இன்னும் மக்களின் மனம் விசாலமாகவில்லையே. உடம்பிற்கு
வருவதைப் போலவே தான் மனதுக்கும் என்பது புரியாமல் வேறு என்-
னென்ன புனைப்பெயர்கள் கொடுத்து நோகடிப்பார்கள் என்பதை நேர-
டியாக அனுபவித்து நிறையக் கடந்து வந்தவனுக்கு இப்போது அவன்
பட்ட வலியும் கொஞ்சம் புரிவதாய்...

''என்ன செஞ்சிட்டு இருக்க...?'' மித்ரன் பின்னால் வந்து நின்றான்.

''நைட் என்ன டின்னர் பண்ணலாம்னு பார்த்துட்டு இருக்கேன்''

''வெளில ஏதாவது வாங்கிட்டு வரேனே''

''வேண்டாம்.... வேண்டாம்... எத்தனை நாள் வெளில சாப்பிடுறது...
நானே ஏதாவது செஞ்சிடுறேன்...''

''எனக்கும் அப்படித்தான் இருக்கு..... சூடா ரசமும் சாதமும்
இருந்தா கூடப் போதும்ணு...'' சொல்லிக் கொண்டிருந்தவன் நாக்கைக்
கடித்துக் கொண்டபடி பாதியில் நிறுத்தினான்.

"இல்லல்ல... இப்பவே வேணும்னு சொல்லல.... ஈசியா என்ன செய்ய முடியுதோ அதுவே போதும்..."

"ஆமாம்... ரசமும். சோறும் வைக்கிறது பெரிய கம்பசூத்திரம் பாருங்க..." என்றவள், அவனையே விழி எடுக்காமல் பார்த்தாள்.

"இதை உரிமையா கேட்கக்கூட ஏங்க இப்படித் தயங்குறீங்க? மத்தி-யானமே செஞ்சு ஒழுங்கா சாப்ட்டுருக்கலாம் இல்ல..." விலகிச் சென்ற-வனின் சட்டையைப் பிடித்து இழுத்து நிறுத்தினாள்.

"இப்படி இருக்காதீங்க ப்ளீஸ்.... என்னவோ ரொம்ப வித்தியாசமா... பழைய மாதிரி இருங்க.." அவனுடைய காலர் பட்டனைத் திருகியபடி மறுகுபவளின் உச்சியில் கொட்டினான் மித்ரன்.

"ஏ... லூசு... நான் எப்பயும் போலத் தான் இருக்கேன்..." அவன் விளையாட்டாகச் சிரித்தாலும் ஒவ்வொன்றையும் யோசித்து யோசித்துக் கேட்பவனைப் பார்க்க அவளுக்கே பரிதாபமாக இருந்தது.

பக்கத்தில் தலை சாய்த்ததும் தன் தலையைக் கொண்டு அவளை இடித்து அவள் கையை எடுத்து தானே கேசத்தில் வருடி காட்டி அதைத் தொடரச் சொல்லி கெஞ்சும் வழக்கம் எல்லாம் நின்றே போயிருந்தது.

இரவு அவளே அவன் தலையைக் கோதி விட, இறுகிப் போய்ப் படுத்திருந்தவனின் விழிகள் கசிந்தது கண்டு அவள் துடித்துப் போனாள்.

"என்ன மித்து நீங்க...?" என்று அவள் பதற, "இல்லல்ல... நீ இல்-லாதப்போ எத்தனையோ நாள் இந்த வருடலுக்கு ஏங்கியிருக்கேன்... நீ திரும்ப என்கிட்டே வருவியான்னே தெரியாதப்ப, நான்..." பதிலுக்குப் பேச்சு வராமல் அவன் குரல் உடைந்து போக...

என்ன செய்து இவனுடைய பழைய இயல்பை மீட்க என்று புரியாத தவிப்பில் அவன் அதரங்களில் அழுந்த முத்தமிட்டு தன் நெஞ்சோடு சேர்த்து அணைத்துக் கொண்டாள்.

"நான் இழுத்து வச்சது, இட் வில் டேக் டைம் டு ஹீல்.... இல்ல?"

"அப்படில்லாம் ஒண்ணுமில்ல ஆரு... நீயா ஏதாவது யோசிச்சு குழப்பிக்காதே..." மித்ரன் நழுவி கொண்டு சென்றாலும் அவனுடைய மாற்றம் அவளுக்கும் புரிந்தே இருந்தது. அவளை அதிகம் படுத்தக் கூடாது என்கிற கவனம் அவனுடைய ஒவ்வொரு அணுவிலும் நிரம்பி இருப்பதை...

அருகிலுள்ள பூங்காவிற்கு நடைப்பயிற்சி சென்று உள்ளே நுழைந்த வேகத்தில் "ஆரு... லெமன் டீ" என்று குரல் கொடுப்பவன், இப்போது காலை எழுந்தவுடன் பாலைக் காய்ச்சி இருவருக்குமாகக் காபி கலந்து வைப்பதை....

என்ன சமையல் செய்யட்டும் என்று கேட்டால் கூட "இதை ஏன் என்கிட்டே கேட்குற? ஏதோ ஒன்னு செய்.." என்று அலுத்துக் கொள்பவன், "என்ன செய்யலாம்னு சொல்லு... ஏதாவது வாங்கிட்டு வரணுமா?" என்று கேட்டபடி உதவிக்கு வந்து நிற்பதை...

"நானும் நிறையத் தப்புப் பண்ணிட்டேன்... என்னமோ என் தோள்ல தான் எல்லாத்தையும் தாங்குற மாதிரி ஒரு நினைப்பு... எதையும் ரொம்ப விலாவரியா ஷேர் பண்ணதும் இல்லை... எனக்கு உதவி வேணும்ம்னும் கேட்டதில்லை.... இப்பதான் அப்படி ஒன்னும் சூப்பர் வுமனா இருக்கத் தேவையில்ல... சாதாரண மனுசியா இருந்தா போதும்ம்னு உரைக்குது...."

பேசிக்கொண்டே அவள் கிரைண்டரில் மாவு போட்டு எடுக்க, மித்-ரன் 'உம்' கொட்டியபடி இரவிற்கான கிச்சடிக்குக் காய்கறிகளை நறுக்-கிக் கொண்டிருந்தான். பழக்கம் இல்லாத பழக்கத்தில் பீன்சும் கேரட்டும் அங்கொன்றும் இங்கொன்றுமாகத் துண்டுகள் விழுந்து கொண்டிருந்தன.

"இப்படியா இருக்கும்...? நீ கட் பண்ணி காண்பிச்சது வேற மாதிரி தானே இருக்கு... இது பெருசா? இன்னும் சின்னதா கட் பண்ணட்-டுமா?" அவன் தன் பேலன்ஸ் ஷீட் எண்களைக் கூட இத்தனை துல்-லியமாகக் கவனித்துக் கவலைப்பட்டதில்லை.

"எப்படி இருந்தாலும் வேகவைச்சுச் சாப்ட்டுக்கலாம். உங்களுக்கு எப்படி வருதோ அப்படியே நறுக்குங்க...." ஆரம்பத்தில் அளவாக வெட்டிக் காண்பித்தவள், அவன் குவாலிட்டி செக் அழுத்தத்தில் தடு-மாறுவதைக் கண்டு அவன் போக்கிலேயே விட்டாள்.

"நாங்க மட்டும் என்ன பிறக்கும்போதே கரண்டியும், கத்தியும் பிடிச்-சிட்டா பிறந்தோம்...? ஸ்பீட் எல்லாம் மெதுவா வரும்... நீங்க உங்-ளுக்கு வர்றதை நிதானமா செய்யுங்க.... கையை வெட்டிக்காதீங்க...."

அவன் கற்றுக் கொள்வதற்கு உதவி செய்தாளே தவிர, மறந்தும் "உங்களுக்கு எதுக்கு இந்த வேலை? நீங்க உட்கார்ந்து ரெஸ்ட் எடுங்க.. நான் பார்த்துக்கிறேன்" என்கிற பழைய டயலாக்கை அடிக்கவில்லை.

"இந்த சொசைட்டி பொண்ணுங்களை வீட்டை விட்டு வெளில வா, படி, வேலை பாரு, உன்னை நீயே உயர்த்திக்கோன்னு சொன்ன வேகத்தைப் பாவம் இந்தப் பசங்ககிட்ட காட்டல... வேலைக்குப் போற அம்மாவுக்கு உதவி செய், உன் வைஃப்புக்கு ஹெல்ப் பண்ணுன்னு சொல்லித் தராம அப்படியே மட்டிஸாவே வச்சிருக்கு..." கவியும் இவளுமாகக் கிண்டலாகப் பேசிக்கொண்டது நினைவில் வர புன்னகைத்துக் கொண்டாள்.

"பாவம் தாண்டி இதுங்களும். முக்காவாசி ஆம்பிளைங்களுக்கு உண்மைல என்ன பண்ணனும்னு தெரியல... தெரிஞ்சா ஹெல்ப் பண்ணக் கூடாதுன்னு நினைக்குற அளவுக்கு மோசமான ஆளுங்கல்லாம் இல்ல... அவங்களுக்குச் சின்னதுல இருந்து யாரும் கத்துத் தரல.... அது தான் விஷயம்"

நிதர்சனம் இது தான். இருவருமாகப் பணி செய்யும் சூழலில் நிறைய ஆண்களுக்கு உண்மையில் வீட்டில் எப்படி உதவி செய்வது என்றே தெரியவில்லை. அவர்கள் எப்போதும் போலவே படித்து, வேலை தேடி, ஆண்பிள்ளை சம்பாதித்தால் போதும் என்கிற புரிதலில் வீடு வந்ததும் டிவி முன்னால் அமர்வதை மட்டுமே தங்கள் கடமையாக நினைத்துக் கொண்டிருக்கிறார்கள்.

"அன்பு வேற... உட்கார வைச்சு சோம்பேறி ஆக்குறது வேற... அவங்களை உட்கார வைச்சு வேலை செஞ்சு நம்ம உடம்பை கெடுத்துக்கிறது தான் அன்பு, பிரியம்னு நினைக்குறதை விட முட்டாள்தனம் வேறு எதுவும் இருக்கா? தங்களோட அசட்டை எந்தளவுக்குப் பெண்களைப் பாதிக்குதுன்னு புரிஞ்சுக்காத அசடுங்க தான் நம்ம ஊரு பசங்க எல்லாம்... நாமதான் அவங்களை எஜுகேட் பண்ணனும்..." சரயு தனக்கு கவுன்சிலிங் தந்த மனோன்மணி விலாவரியாகப் பேசியதை எண்ணிக் கொண்டாள்.

'அய்யோ பாவம்... இவங்க மெல்லமா புரிஞ்சு படிச்சு பாஸ் ஆகுறதுக்குள்ள நமக்கு நட்டு போல்டு எல்லாம் கழண்டு விழுந்துடும் போலவே...'

பக்கத்தில் நின்றபடி வேலை செய்து கொண்டிருந்த மித்ரனை கிண்டலாகப் பார்த்தாள். பரிதாபம் மேலிட்ட அதே கணம் சிரிப்பும் வந்தது. அவள் நறுக்கிக் காட்டிய ஓரிரு துண்டுகளை மாதிரியாக வைத்தபடி

ஸ்கேல் வைத்து அளப்பது போலக் கத்தியை நகர்த்திக் கொண்டு...

'ஓ... மை கடவுளே... என்ன கொடுமைடா சாமி இது...' அவள் ஹாலுக்குச் சென்று வாய்விட்டு சிரித்து விட்டு வந்தாள்.

"அடுத்து என்ன பண்ணனும் ஆரு..?" பிடியளவு காய்கறிகளை அரிந்ததிலேயே மலையைப் வளைத்து எலியைப் பிடித்தது போல மித்ரன் களைத்துப் போய்ச் சொம்பு நிறையத் தண்ணீர் பிடித்துக் குடித்தான்.

"அப்பா..... அதுக்குள்ள சாருக்கு எப்படி வேர்த்துப் போச்சு? நாலு டம்ளர் தண்ணியை அளந்து இதுல வச்சுட்டு இப்படி உட்கார்ந்து ரெஸ்ட் எடுங்க... நான் ரவைய வறுத்துட்டு தாளிக்கிறேன்...." சரயு சிரித்துக் கொண்டே வழித்து எடுத்த மாவில் உப்பு போட்டு அடித்துக் கலக்கி- னாள்.

22

"ஒவ்வொரு நாளும் இந்த பேங்க் வாசலை மிதிக்குறப்ப உன்னை நினைக்காத நாளே இல்ல சரயு... ஐ மிஸ்ட் யூ..." ரகோத்தமனின் அறைக்குச் சென்று பேசி விட்டு வெளியே வந்தவளின் கரத்தை ஆர்த்தி வாஞ்சையுடன் பற்றிக் கொண்டாள்.

"ஐ க்நோ ஆர்த்தி... நீ எப்படி இருக்க? ஆத்யா எப்படி இருக்கா?" மலர்ந்த சிரிப்புடன் அவள் தோள் ஒற்றி விலகினாள் சரயு.

"நல்லா இருக்கா. இங்க கிட்ஸ் ப்ளேல தான் டே-கேர் விடுறேன்... நீ எப்படி இருக்க, அதைச் சொல்லு முதல்ல... என்னதான் போன்ல பேசினாலும் உன்னை நேர்ல பார்க்குற மாதிரி வரல, தெரியுமா..."

"நல்லா இருக்கேன் ஆர்த்தி.... நீ தான் சொல்லேன் எப்படி இருக்-கேன்னு?"

"சூடா டயும், வடையும் சாப்ட்டுடே சொல்றேனே..." என்ற ஆர்த்தி மேல் தளத்தில் இருந்த கேண்டினுக்கு அவளை இழுத்துச் சென்றாள்.

"இளைச்சிருக்க... ஆனா பளிச்சுன்னு இருக்க. போன தடவை வீடியோ கால்ல பார்த்தப்ப கண்ணுக்கு கீழ தெரிஞ்ச கருவளையம் எல்-லாம் காணாம போய்... குட்... நான் முதல் முதல்ல பார்த்த சரயு கொஞ்சம் கொஞ்சமா திரும்பி வர்ற மாதிரி இருக்கு... அப்புறம் எப்ப ஜாயின் பண்ற? உன் லீவ் எக்ஸ்டென்ட் பண்ண ரகோதம்மன் சார் தான் ரொம்ப ட்ரை பண்ணாரு"

"தெரியும் ஆர்த்தி... நீங்க எல்லோருமே என் வொர்க்கை ஷேர் பண்ணி ஜோனல் ஆபிஸ்க்கு எஸ்கலேட் பண்ணாம இருந்ததால தான் லீவ் எக்ஸ்டென்சன் சாங்க்ஷன் ஆச்சுனு ரகோத்தமன் சார் சொல்லியி-ருக்காரு... உங்க எல்லோருக்கும் தான் நான் தேங்க்ஸ் சொல்லணும்..."

"ஏ.... போ... சும்மா தேங்க்ஸ் அது இதுன்னா பல்லை உடைப்-பேன்..." உரிமையாய் அவள் தோள்பட்டையில் அடித்தாள் ஆர்த்தி.

"வர்ற புதன்கிழமை ஜாயின் பண்ணலாம்னு இருக்கேன்பா..."

"சூப்பர்... அப்புறம் மத்த எல்லாம் ஓகேவா?" என்றாள் சரயுவை ஆழமாகப் பார்த்தபடி.

"எல்லாம் ஓகே... இப்ப நல்லா இருக்கேன் ஆர்த்தி. சந்தோசமா இருக்கேன். எது ஓகேவா இருந்தாலும் இல்லைனாலும் இங்க ஓகேவா வச்சுக்கணும்னு தீர்மானமா இருக்கேன்" என்றாள் ஒரு விரலால் தன் நெஞ்சைத் தொட்டுக் காட்டியபடி.

"தட்ஸ் மை கேர்ள்...." என்று ஆர்த்தி உற்சாகமாக ஹை-பை தந்தபோது "ஹேய்... சரயு எப்படி இருக்க...?" சேதுவும், மனோவும் உள்ளே வந்தார்கள். வங்கி மூடும் நேரம் என்பதால் இவள் வந்த தகவல் தெரிந்து நண்பர்கள் ஓரிருவராக வந்து கூட....

ஒவ்வொருவரின் பரிவான விசாரிப்பிலும், அன்பின் கனத்திலும் அவள் நெகிழ்ந்து போனாள்.

'இதெல்லாம் மனசுல நல்லா உரைக்கணும்னு தான் ஒரு தடவை விழுந்து எழ வச்சுதோ வாழ்க்கை?' 'ப்ளஸ்ட் ஜ'யம்' என்று நினைத்துக் கொண்டாள்.

இப்போதெல்லாம் 'கவுன்ட் யுவர் ப்ளஸ்ஸிங்ஸ்' என ஒவ்வொரு கணமும் தன்னை சுற்றி நிகழும் ஒரோர் விஷயத்தையும் நன்றியுடன் உணரத் தவறவில்லை அவள் உள்ளம். நண்பர்களுடனான நேரத்தை உணர்ந்து அனுபவித்த மகிழ்ச்சியுடன் அவள் வீடு வந்து சேர்ந்தபோது மித்ரன் ஏற்கனவே வந்து சமையல் கட்டில் நின்றபடி எதையோ குடைந்து கொண்டிருந்தான்.

"நானே வந்து பிக்கப் பண்ணலாம்னு நினைச்சேன். நீ ஹோட்டலுக்-குப் போறேன்னு சொன்னதுல வீட்டுக்கு வந்துட்டேன்... என்ன சொல்-றாங்க உன் ஃப்ரெண்ட்ஸ் எல்லாம்?"

"சும்மா பேசிட்டு தான் இருந்தோம்... இந்த ஒரு வருஷமா வேலை கை விட்டுப் போகாம இருக்க ஒவ்வொருத்தரும் எனக்காக எவ்வளவோ ஹெல்ப் பண்ணியிருக்காங்க. அதுதான் அப்படியே பக்கத்துல இருந்த ஈட் அவுட்-க்கு கூட்டிட்டு போய் டிபன் வாங்கிக் கொடுத்து பேசிட்டு வந்தேன்..."

"உனக்கும் சேர்த்து தான் போட்டேன். அப்ப வேணாமா உனக்கு?" அவன் தேநீரை வடிகட்டியபடி கேட்க, "இல்லல்ல கொடுங்க... சூடா வேணும்..." அவன் நீட்டிய டம்ளரை எடுத்துக் கொண்டாள்.

"என்ன பண்றீங்க?"

"நீ வர்றதுக்குள்ள சாம்பார் பண்ணி அசத்திடலாம்னு பருப்பு எடுத்து ஊற வச்சேன்.... எந்த வீடியோவை பார்த்து சமைக்கலாம்னு தேடிட்டு இருந்த நேரத்துல வந்துட்ட..."

"பாருடா... இந்தளவுக்குத் தேறிட்டிங்களா...?" அவன் ஊற வைத்த பாத்திரத்தை எட்டிப் பார்த்தவள், நமுட்டாகச் சிரித்தாள்.

"இது என்ன பருப்பு?"

"என்ன பருப்புன்னு கேட்டா சாம்பார் வைக்குற பருப்பு தான்..." அவனும் எட்டிப் பார்த்து விட்டு விழித்தான்.

"உங்க மூஞ்சி... இது பட்டாணி பருப்பு... வடைக்கு அரைக்கிறது. சாம்பார்க்குத் துவரம்பருப்பு தான் போடணும்.... இந்தப் பருப்பு இப்படியே ஊறட்டும்.... அரைச்சு எடுத்து வச்சுட்டு நாளைக்கு வடகறி பண்ணிக்-கலாம்..."

"சொதப்பிடுச்சா....??" 'வடை போச்சே' என்கிற மாதிரி பார்த்தான் மித்ரன். அவள் கையைக் கழுவிக்கொண்டு மேலே இருந்த ஷெல்பில் இருந்த துவரம்பருப்பை எடுத்து குக்கரில் அளந்து கொட்டி கழுவினாள்.

"ஏன், இதைப் போட்டா என்ன? இதுவும் அதே மாதிரி தட்டையா மஞ்சளா தானே இருக்கு....?"

"ம்ம்ம்... போட்டு பண்ணலாமே... அந்த அட்வெஞ்சர் இன்னொரு நாளைக்கு.. இன்னிக்குச் சாதா சாம்பார் வைப்போம்.... பெட்டர் லக் நெக்ஸ்ட் டைம்"

அவள் கட்டை விரலை உயர்த்திக் காண்பிக்க, "போடி சரிதான்... பெருசா உனக்குத் தான் சமையல் தெரியுதுன்னு அலட்டிக்குற... நானும் கத்துக்கிட்டு ஒரு நாள் செஞ்சு காண்பிப்பேன், இரு...." அவன் தோளில் கிடந்த துண்டால் அவளை அடித்து விட்டுப் போனான்.

"சீக்கிரம் வேலையை முடிச்சு வைச்சா நம்ம வேலையை ஆரம்பிக்-கலாம்னு பார்த்தா..... எல்லாம் சதி பண்ணுது..." அவன் இருகைகளை-யும் உயர்த்தி நிலைக்கதவைப் பற்றியபடி புலம்ப...

"ஆமா... இதுல மட்டும் கணக்கா இருங்க..... ஆரிய கூத்தாடினா-லும் காரியத்துல கண்ணு...." சரயு அவன் முதுகைப் பிடித்துத் தள்ளி-விட்டு அவன் வந்து பிடிப்பதற்குள் அறைக்கதவைச் சார்த்தித் தாளிட்-டாள்.

"மரியாதையா கதவை திறந்துரு... என் ஸ்ட்ரென்த்தை காண்பிக்க வேணாம்னு பார்க்குறேன்..."

"ஆமா.... இல்லேனா மட்டும் இவரு அப்படியே கதவை பேர்த்துட்டு உள்ள வந்துடுவாரு.... மனசுல பாகுபலி பிரபாஸ்னு நினைப்பு...." நக்-கலடித்துச் சிரித்துக் கொண்டே சரயு உடை மாற்றினாள்.

"வெளில வா.... அப்புறம் இருக்கு உனக்கு... இன்னிக்கு நைட்டே இந்த லாக்கை கழட்டி வீசி எறியுறேனா இல்லையா பாரு..."

கதவைத் தள்ளி ஓய்ந்தவன் கத்துவது காதில் விழ, அவள் உதட்-டோர சிரிப்புடன் தலையைப் பிரித்து வாரிக் கொண்டாள். இப்போது கதவைத் திறந்தால் என்ன நடக்கும் என்று தெரியும்.

என்னவோ நேற்று தான் திருமணமாகி வந்தது போன்ற கிளர்ச்சி இருவரிடத்திலும்...!

பிரியமோ, காதலோ, அன்போ எந்த வார்த்தை கொண்டு அழைத்-தாலும் இருவருக்கும் இடையேயான ஈர்ப்பின் பரிமாணம் அதிகரித்துக் கொண்டே செல்வதை ஒவ்வொரு கணமும் உணர்கிறாள். லுல்லுலாய் சண்டைகளும், சமாதானங்களுமாக, வீட்டில் இருக்கும் நேரம் முழுக்க ஒன்றாகவே இருப்பதில் புரிதல் பலமடங்கு உயர்ந்திருப்பது நிதர்சன-மாய்...

நிதானமாகத் தயாராகி வெளியே வந்தவள், அவன் முறைப்பான் என்று ஒரக்கண்ணால் பார்க்க, மித்ரன் ஏதோ அழைப்பில் பேசிக் கொண்டிருந்தான்.

"ஆபிஸ் காலா?" இவள் காதுகளில் கை வைத்து கேட்டாள்.

மையமாகத் தலையசைத்தவன் எழுந்து பால்கனிக்குச் சென்று பேச, சரயு உள்ளே சென்று சமையலைத் தொடர்ந்தாள். வெகுநேரம் பேசிக் கொண்டிருந்தவன் உள்ளே வந்தபோது எல்லாம் தயாராக இருந்தது.

"சாப்டலாமா?"

"ம்ம்ம்..."

"ஏன் இப்படிக் கொறிக்குறீங்க...? நல்லா தானே இருக்கு..."

"என்னமோ பசியே இல்ல... போதும்" சாப்பிட்டு முடித்துச் சிறிது நேரம் டிவி பார்த்தவர்கள், உறங்கச் சென்றார்கள். தூக்கம் வராமல் இவள் என்ன வளைத்து வளைத்துப் பேசினாலும் அவனிடம் இருந்து சுரத்தே இல்லாத பதில்கள் தான் வந்தன.

"ஏன் ஒரு மாதிரி இருக்கீங்க?"

"இல்லையே....நான் நார்மலா தான் இருக்கேன்..."

"நீங்க நார்மலா இருந்தீங்கனா எப்படி இருப்பீங்கனு எனக்குத் தெரி-யாதா? வாட் இஸ் ஈட்டிங் யு.... ம்ம்?" இவள் விடாமல் துளைக்க, "நந்துண்ணா பேசினான்...." என்றான் எதையோ யோசித்தபடி.

"அதுக்கேன் இப்படி இருக்கீங்க? அங்க எல்லோரும் நல்லா இருக்-காங்கல்ல...?"

"நல்லா இருக்காங்க...... அதெல்லாம் ஒன்னும் பிரச்சனை இல்ல...."

"அப்புறம்...?"

"ஒன்னுமில்ல ஆரு... பேசாம படு..."

"நீங்க என்னன்னு சொல்றவரைக்கும் கண்டிப்பா எனக்குத் தூக்கம் வரப் போறதில்ல..." அவள் எழுந்து தலையணையில் சாய்ந்து அமர்ந்-தாள்.

"விசா முடிஞ்சு போச்சாம். இதுக்கு மேல எக்ஸ்டென்ட் பண்ண முடியாதாம். சசியும் மூனு மாசத்துக்கு மேல சமாளிக்க முடியலன்னு சொல்றான். அம்மாவும் நாணாவும் நெக்ஸ்ட் மன்த் எண்ட் வர்றாங்க ஆரு...." அவன் அவளுடைய முகத்தைக் கவனமாகப் பார்த்தபடியே மெதுவாகச் சொன்னான்.

"வரட்டும்.... விசா முடிஞ்சா இங்க வரத்தானே செய்யணும்... அதுக்கென்ன?" உண்மையிலேயே அவளுக்குப் புரியவில்லை.

அவள் முகம் மாறும், கலவரப்படுவாள், எரிச்சல் அடைவாள் என்று எண்ணி அவளையே பார்த்திருந்தவன், "அவங்க சாதாரணமா இருந்தா நான் ஏன் கவலைப்படுறேன்...? இப்பதான் எல்லாம் சரியா இருக்கு... அதுக்குள்ள அவங்க வர்றது?"

"சசி வைசாக்லையே வீடு பார்த்து வச்சிடலாம். ஆள் போட்டு பார்த்துக்கலாம்னு சொல்றான். இங்க இருக்கிறது நாம மட்டும் தான். அவ்வளவு தூரத்துல அவங்களை விட்டுட்டு ஏதாவது ஆத்திரம் அவச-

ரம்னா சிரமம்னு நானும் நந்துவும் சொல்றோம்..."

"ஓ.... த்ரீ ரோசஸ் சேர்ந்து குரூப் டிஸ்கஷன்... இன்ட்ரெஸ்டிங்..." ஏதோ கதை கேட்கிற மாதிரி நாடியில் விரல் பதித்து அவள் கேட்க, "உனக்குக் கிண்டலா இருக்கு....?" அவன் முறைத்தான்.

"நாளைக்குச் சேதுராமன் சார் கிட்ட விசாரிச்சு இங்க லக்ஸூரி ஹோம் மாதிரி ஏதாவது அரேஞ்ச் பண்ணலாம்னு இருக்கேன்.... அவங்- களுக்கும் நிம்மதி... நமக்கும் நிம்மதி..."

'ஐ சீ... அப்புறம்...' என்கிற மாதிரி பார்த்தவள், எந்தப் பதிலும் சொல்லவில்லை.

"அப்படியே ஒன்னும் விட்டுடப் போறது இல்லையே... கூடவே வச்சு பார்த்துக்கணும்னு நமக்கு மட்டும் ஆசை இருந்தா போதாது. அந்- தப் பக்கமும் ஒத்து வரணும்.... விடு.... அவங்களுக்குக் கொடுத்து வைக்கல... தானே கெடுத்துக்கிட்டாங்க.... இன்னொரு தடவை சான்ஸ் எடுக்க எனக்கு விருப்பமில்ல.... புரியுதா?"

அவன் பேசிக் கொண்டே போக, பொறுமையிழந்த சரயு தன் கையில் வைத்திருந்த குஷனை அவன் மேல் வீசி எறிந்தாள்.

"ஹலோ.... என்னைப் பத்தி என்ன நினைச்சுட்டு இருக்கீங்க? சீரி- யல்ல வர்ற வில்லின்னா ?"

"நீ வில்லியா இருந்திருந்தா எனக்கேன் இந்த அவஸ்தை எல்- லாம்...? பட்டது வரைக்கும் போதும் சாமி... இது தான் பிராக்டிகலா ஒத்து வரும்.... இந்த விஷயத்தை நான் பார்த்துக்குறேன், நீ விட்டுடு..."

"அப்படி என்ன நீங்க அவஸ்தைபட்டுட்டீங்க?"
மித்ரன் எரிச்சலுடன் பார்த்தான்.

"பழசை எடுத்து நோண்ட எனக்கு விருப்பம் இல்ல ஆரு... ஊர் பேசும்கிறதுக்காக எதையும் இழுத்து விட்டுக்க நான் தயாரா இல்ல... உன்னோட நிம்மதி தான் இப்ப எனக்கு முக்கியம்.... பேசாம படு... எனக்குத் தூக்கம் வருது..."

"மித்து.... நான் சொல்றதை கொஞ்சம் கேளுங்க.... எனக்கு டிப்ரெ- ஷன் வந்ததுக்கு அவங்க காரணம் இல்ல. உடனே என்னால தான்னு ஆரம்பிக்காதீங்க... இன் பாக்ட் யாருமே காரணம் இல்ல... நான்.... நான் மட்டும் தான் காரணம்..."

"பிரச்சனை வேண்டாம்ன்னு ஒதுங்கி ஒதுங்கி... இன்னொரு பக்கம் எல்லாத்தையும் உள்ள வச்சு புழுங்கி... ஒருவேளை நீங்க இங்கேயே இருந்திருந்தா அப்பப்ப பேசி லெட் அவுட் பண்ணியிருப்பேன், நீங்க காது கொடுத்து கேட்கிற ஆளா இருந்திருந்தா உங்ககிட்ட காலிப் பண்ணி அதைக் கடந்து போயிருப்பேன்.... அவ்வளவு தான்..."

"மத்தபடி எத்தனை தூரம் வளைஞ்சு போகணும், எப்ப வளையுறதை நிறுத்தி நிமிர்ந்து நிக்கணும்ணு தெரியாம போன என் முட்டாள்தனமும், அந்தந்த சூழ்நிலைக்கு ஏத்தமாதிரி உடனே ரியாக்ட் பண்ணத் தெரியாத என் கோழைதனமும் தான் எல்லாத்துக்கும் காரணம்... 'தீதும் நன்றும் பிறர் தர வாரா'ன்னு நீங்க படிச்சது இல்ல...."

"போதும்... உன் பிரசங்கத்தைக் கேட்க யாரும் இங்க தயாரா இல்ல..."

மித்ரன் அந்தப் பேச்சை அத்தோடு முடிக்க நினைக்க, சரயு விடுவ-தாக இல்லை. இருவருக்குமான வாக்குவாதத்தின் முடிவில் யார் வென்-றது, யார் தோற்றது என்று இருவருக்குமே புரியவில்லை.

அடுத்த மாத இறுதியில் கோவை விமான நிலைய வளாகத்தில் காத்திருந்தார்கள் மித்ரனும், சரயுவும்.

தங்களை நோக்கி வரும் நாராயணனையும், சுகுமாரியையும் பார்த்து சிரித்த சரயு, "வாங்க மாமா, எப்படி இருக்கீங்க அத்தை....?" அவர்-களை முகம் மலர வரவேற்றபடி அருகே சென்றாள்.

23

சில வருடங்களுக்குப் பிறகு –

"மஞ்சும்மா.... ராத்திரி டிபன் உங்க பொறுப்பு. சப்பாத்தி போட்டு குருமா வச்சிடுங்க... மதியம் செஞ்ச பருப்புக் கூட்டு இருக்கு... அதை-யும் சூடு பண்ணி எடுத்து வச்சிடுங்க..."

சாரதாவிடம் விலாவரியாகச் சொல்லியபடி பால்கனியில் ஸ்டூல் போட்டு அமர்ந்து மகளுக்குத் தலை சீவி விட்ட சரயு, "உச்சிக் குடுமி சூப்பரா இருக்குதே அம்முக்குட்டிக்கு... இதோ... இங்க பாரு... பிடிச்சி-ருக்கா....?" எழுந்து அவளை உயர்த்திக் கண்ணாடியில் காட்டினாள்.

தன் குடுமியைத் தொட்டுப் பார்த்துக் கொண்டு வெட்கமாகச் சிரித்த ஷாலினி "ம்ம்..." என்றபடி சரிந்து சரயுவின் கன்னத்தில் உதடு பதிக்க, "சரியான திருடு... குடுமி போட்டுவிட்டே ஆகணும்ன்னு இவ்வளவு நேரம் அடம்பிடிச்சுட்டு இப்ப அம்மாவுக்கு லஞ்சம் கொடுக்குது பாரேன்...." பாத்திரங்களை வெளியே எடுத்துப் போட்டுக் கொண்டிருந்த சாரதா கிண்டல் செய்தாள்.

"அச்சச்சோ... எங்க அம்முவுக்கு அடம் பிடிக்கவே தெரியாதே.... நல்ல பிள்ளை.... அவளை அப்படில்லாம் சொல்லாதீங்க மஞ்சும்மா..." கள்ளச்சிரிப்புடன் மகளைக் கொஞ்சிய சரயு, அங்கிருந்த குழாயைத் திறந்து ஷாலினிக்கு முகம் கழுவித் துடைத்து விட்டாள்.

"ஓடிப்போய்ச் சத்தம் போடாம அண்ணனை மட்டும் எழுப்பிக் கூட்-டிட்டு வா பார்க்கலாம்..." அவள் சொல்லியதும், மூன்று வயது ஷாலினி கொலுசு சதங்கைகள் குலுங்க உள்ளே ஓடியது.

"மெதுவா போடி.... அப்பாவை எழுப்பி விட்டுடாத...." தானும் முகம் கழுவிய சரயு கண்ணாடியைப் பார்த்தபடி முகத்தை ஒற்றி எடுத்-

தாள். நிதானமாய் இப்படி நின்று தன் முகத்தைத் தான் கவனித்துப் பார்த்தே பல நாட்களாகி விட்ட உணர்வு!

திருமணமாகி கழுத்தில் கருகமணி மாலையுடன் ஒன்றும் அறியாத இளம் பெண்ணாக இந்த வீட்டிற்குள் அடியெடுத்து வைத்தது, இப்போது அவள் எதிரே கனிவும் களையுமாக நடுத்தர வயதுக்குள் நுழைய காத்-திருக்கும் 'மங்கை' நின்றிருந்தாள்.

கன்னங்கள் செழுமையாகி, கழுத்தில் துருத்தித் தெரியும் எலும்புகள் உள்ளடங்கி, பூசிய உடல்வாகுடன்.... நடுவில் ஆண்டுகள் ஓடியதே நினைவில் உறைக்கவில்லை. இரண்டு பிள்ளைப்பேறுகள், பிரசவம், குழந்தைகள் வளர்ப்பு என்று ஓட்டமாய் ஓடியே இருந்தன வருடங்கள்.

கடந்து சென்ற அனுபவங்களின் கூடுதல் போனசாக வயதுக்கேற்ற முதிர்ச்சியும், நிதானமும் கண்களில் படிந்திருக்க, இப்போதுதான் முன்பை விடத் தான் அழகாய் இருப்பதாக அவளுக்குத் தோன்றியது.

புன்னகையுடன் தலையைப் பிரித்துப் பின்னி சீப்பில் படிந்திருந்த முடிச்சுருள்களை விரலில் சுருட்டியபோது "ம்மா... இந்த டாகி என்ன தூங் விட மாட்றாம்மா..." கண்ணைக் கசக்கியபடி வந்த நிதின் அவள் இடுப்பைக் கட்டிக் கொண்டான்.

ஐந்து வயதென்றாலும் பேச்சில் இன்னும் மழலை மாறவில்லை.

"இப்ப தூங்குனா நைட் தூங்க மாட்ட கண்ணா.... அப்பா எழுந்து வந்ததும் மூனு பேருமா சேர்ந்து மார்கெட் போய்ட்டு ஐஸ்கிரீம் சாப்பிட்டு வருவீங்களாம்.... லிஸ்ட் அங்க இருக்குன்னு அப்பாகிட்ட சொல்லு... இப்ப இரண்டு பேரும் சேர்ந்து சண்டை போடாம விளையாடணும், ஓகே....?" பேசிக்கொண்டே அவனுக்கும் முகம் கழுவி துடைத்து அனுப்பினாள்.

சமையல்கட்டில் சில வேலைகளை முடித்தவள், மணி நான்கடிக்கவும் உடைமாற்ற உள்ளே சென்றாள். காப்பர் சல்பேட் நிற குர்தாவும், வெள்ளி நிற சுடிதாரும் அணிந்து காம்பேக்ட் கொண்டு ஒற்றியபோது இரு கரங்கள் முன்னே வந்து அவளை இழுத்து இணைத்துக் கொண்டன.

"எழுந்தாச்சா? தூங்குறீங்கனு நினைச்சுப் பூனை மாதிரி நான் நடந்-துட்டு இருக்கேன்...."

"அப்பவே எழுந்தாச்சு... உன் பொண்ணு வந்து காதுக்குள்ள கத்-துனா எங்க தூங்குறது?"

"அது சரி... இப்ப மட்டும் என் பொண்ணா?" அவள் காஜலை திருகி விழி விளிம்புகளில் இட்டுக் கொண்டாள்.

"கிளம்பிட்டியா...? இந்த கலர் உனக்குச் செமையா இருக்கடி"

"இப்படி ட்ரெஸ்ஸை போட்டு கசக்காம இருந்தா இன்னும் செமையா இருக்கும்" சொன்னவளை இதழோர சிரிப்புடன் மித்ரன் முறைத்தான். வீம்பிற்காகவே அவளை இன்னும் இறுக சேர்த்து அணைத்தவனின் வேகத்தில் அவளுக்கு மூச்சு முட்டியது.

"நகருங்க மித்து...." அவனுடைய கைகளை விலக்கி விடும் ஒவ்-வொரு முயற்சியும் தோல்வியைத் தழுவ.....

"டைம் ஆகுது... நான் போய்ட்டு வந்துடுறேன்...."

"வந்து பார்த்துக்கலாம்ங்கிற..... ம்ம்...???"

"உங்களை...??? ப்ளீஸ்ங்க..." அவளுடைய ப்ளீஸ் செய்த ப்ளீஸில் அவன் பிடி இளகியது.

"பசங்களுக்குப் பால் கலந்து வச்சிருக்கேன். நீங்க டி மட்டும் போட்-டுக்கணும்... ஓகேவா....?"

"அதெல்லாம் நான் பார்த்துக்குறேன்... வண்டில பெட்ரோல் இருக்கா? போட்டுட்டு வரட்டுமா?"

"இருக்கு... இரண்டு நாள் முன்னால தான் போட்டேன்..."
படிகளில் இறங்கி கீழே வந்தாள்.
கீழ் வீட்டுக் கதவைத் தட்டி அவள் காத்திருக்க, கதவு திறந்தது,
கதவுக்குப் பின்னால் சுகுமாரி நின்றிருந்தார்.

"என்ன இந்த நேரத்துல ட்ரெஸ் பண்ணிட்டு..... எங்க கிளம்பி-யாச்சு...?"

உலகில் பெரும்பாலான புகுந்த வீட்டு உறவுகள் நாளடைவில் பெற்ற தாய் தகப்பனுக்கும் மேலாக நெருங்கிப் போகிறார்கள். சிலர் மட்டும் எத்-தனை வருடங்கள் கழிந்தாலும் மாமனார் மாமியார்களாகவே...

"வெளில கிளம்புறேன் அத்தை...." என்றபடி சரயு உள்ளே நுழைந்-தாள்.

இனி அழைக்கும் அழைப்புகளில் கூடத் தன் மனதுக்கு ஒவ்வாத-தைச் செய்யக் கூடாதென உறுதியாக இருந்தவள் அத்தை, மாமா என்று

மாற்றி அழைத்த நேரம் இருவர் முகத்தையும் பார்க்க வேண்டுமே....

"இதென்னடா உன் பொண்டாட்டி வித்தியாசமா கூப்பிடுறா? கொஞ்ச நாள் ஊர்ல இல்லேன்னதும் பழக்கமெல்லாம் மாறிப் போச்சா?" சுகுமாரி இங்கு வந்திறங்கிய கையோடு கொதித்தபோது பழைய மித்-ரனாக இருந்திருந்தால் "அய்யய்ய... இதெல்லாம் ஒரு பிரச்சனையா? எனக்கொன்னும் தெரியாது. நீங்க அவகிட்டயே கேட்டுக்கோங்க..." என்றிருப்பான்.

இவன் பட்டுத் தெளிந்தவன், இருபக்க உறவுகளிலும் பல எல்லைக்-கோடுகளை வரைய வேண்டிய பொறுப்பு தனக்கு இருப்பதை உணர்ந்த-வன். அவள் உடல்நலம் கெட்டு இருந்த நேரம் என்னென்ன வார்த்தை-கள் சொல்லி காயப்படுத்தினார்கள் என்று அவனே உள்ளுக்குள் வெந்து போயிருந்தான்.

"ஏன் மரியாதையா தானே கூப்பிடுறா...? அவ அம்மா அப்பான்னு கூப்பிட்டா மட்டும் அம்மா அப்பாவாகிட முடியுமா? அவளுக்கு எப்படித் தோணுதோ அப்படியே கூப்பிடட்டும்...." மெல்லிய பதில் முணுமுணுப்-புடன் முதல் கோட்டை தெளிவாக வரைந்தான்.

அடுத்தக் கோடு இருப்பிடம்....

"நீங்க என்ன சொன்னாலும் சரி, இந்த முடிவுக்கு நான் ஒத்துக்கவே மாட்டேன்... ஆயிரம் தான் இருந்தாலும் உங்களைப் பெத்தவங்க... அவங்க மனசு எரிஞ்சா நாம நல்லா இருக்க முடியாது..." வயது முதிர்ந்தவர்களுக்கான சீனியர் சிட்டிசன் வீடுகளைப் பற்றி மித்ரன் பேசி-யபோது, நந்து, சசி என அனைவரும் ஒத்துக் கொண்டாலும் சரயுவை மட்டும் யாராலும் சமாளிக்க முடியவில்லை.

"இது ஹோம் மாதிரி இல்லடி.... அவங்களுக்கான சர்வீஸ் அபார்ட்-மென்ட்... சாப்பாடு, ஆக்டிவிட்டிஸ்னு வசதியா இருக்கும்... அவங்களும் ப்ரீயா இருப்பாங்க... அண்ணிங்க முதற்கொண்டு எங்க எல்லோருக்கும் இது தான் சரின்னு படுது..."

"நீங்க என்ன வேணா சொல்லுங்க... என்னால ஒத்துக்க முடியல..." அவனுடைய எந்தவித சமாதானங்களுக்கும் உடன்படாமல் அவள் முரண்டு பிடிக்க, மித்ரன் மண்டையைக் குடைந்து கொண்டு அமர்ந்தி-ருந்தான்.

ஒரு மாதம் இந்தக் குழப்பத்திலேயே கழிய, அன்று மாலை கீழ் வீட்டு ஆன்ட்டி குங்குமச் சிமிழுடன் வந்தார். "என் மகனும், மருமகளும் அப்புறமா வந்து பத்திரிக்கை கொடுப்பாங்க... இரண்டு பேரும் அவசியம் வந்துடணும்..." அவர்கள் வெள்ளலூர் அருகே வீடு கட்டி கிரகப்பிர-வேசம் செய்யப் போவதால் அதற்கு அழைக்க வந்திருந்தார்.

"உட்காருங்க ஆன்ட்டி... புது வீட்டுல எல்லா வேலையும் ஆகி-டுச்சா?" குங்குமத்தை எடுத்து நெற்றியில் இட்டுக் கொண்டாள் சரயு.

"ஆச்சும்மா... பூச்சு வேலை மட்டும் இன்னும் இருக்கு... இஞ்சினி-யர் பண்ணின குளறுபடில வேலை இழுத்துட்டுது... இந்த முஹுர்த்-தத்தையும் தவற விட்டா இன்னும் இரண்டு மாசத்துக்குத் தோதா நல்ல நாள் இல்ல... நாங்களும் மூணு மாசமா சொல்றோம். இந்த மாசம் காலி பண்ணுவோம், அடுத்த மாசம் காலி பண்ணுவோம்னு... தம்பியும் பொறு-மையா இருந்துச்சு..."

சிறிது நேரம் பேசிக்கொண்டிருந்தவர், அவசியம் வந்து விட வேண்-டும் என்று மீண்டும் வலியுறுத்திவிட்டு கிளம்பிச் செல்ல, வழியனுப்பி-விட்டு உள்ளே வந்த சரயு பெருமூச்சுடன் அமர்ந்தாள்.

"எனக்குத் தான் இவங்க கிளம்புறது கஷ்டமா இருக்கு.. நல்ல டைப் இல்ல... புதுசா வர்றவங்களும் இதே மாதிரி அமைஞ்சா நல்லா இருக்-கும்... ப்ரோக்கர்கிட்ட சொல்லி வைச்சுட்டிங்களா?"

"ம்ம்... " என்ற மித்ரன் கொஞ்ச நேரம் கழித்துக் கேட்டான்.

"ஆரு... இப்படிச் செஞ்சா என்ன?..."

அவன் சொன்னதற்கு அவள் தலையைப் பலமாக ஆட்டி ஆட்சே-பிக்க, "கொன்னுடுவேன் உன்னை. இது தான் என் முடிவு...." என்றான் அவன் உறுதியாக.

"கீழ் வீட்டுக்கு வேற யாரும் குடி வர வேணாம்... அம்மா நாணா கீழயே தங்கட்டும்..."

"உளறாதீங்க மித்து.... ஒரே இடத்துல இருந்துட்டு தனித்தனியா இருந்தா நல்லாவா இருக்கும்? பேசுறவங்க என்னைத்தான் தப்பா பேசு-வாங்க..."

அவனுக்குத் தலையில் அடித்துக் கொள்ளத் தான் தோன்றியது.

"உன்னை மாதிரி ஒரு பைத்தியத்தை நான் பார்த்ததே இல்ல.. நான் சொல்றதை நீ சொன்னா கூட ஒரு லாஜிக் இருக்கு... நீயும் தான்

இருக்கியே...?"

"இன்னுமா அடுத்தவங்க என்ன சொல்லுவாங்கன்னு யோசிக்குற...? அப்பா அம்மாவை கூட வச்சு பார்த்து அதோட கஷ்ட நஷ்டம் தெரிஞ்சவன், 'அடடா.... இது ரொம்ப நல்ல யோசனையா இருக்கே'ன்னு பாராட்டத் தான் செய்வான். பெத்தவங்களை அண்ட விடாம தூர வச்சிருக்கவன் தான் 'இப்படிக் கவனிக்கணும், அப்படிக் கவனிக்கணும்'னு எல்லா ரைட் ராயலும் பேசுவான்... தெருவுல போற வர்ற எவன் பேசுறதைப் பத்தியும் எனக்குக் கவலை இல்ல..." மித்ரன் தன் முடிவில் தீர்மானமாக இருந்தான்.

"லாங் ரன்க்கு இது தான் நல்லது, அவங்களுக்குன்னு தனியா ஒரு ஸ்பேஸ் இருக்கட்டும்... நாணாவோட ஃப்ரென்ட்ஸ், நம்ம சொந்தக்காரங்கன்னு யாரு வந்தாலும் இரண்டு பக்கமும் ப்ரீயா தங்கலாம்... அவங்கவங்க வசதிக்குத் தூங்கலாம், எந்திரிக்கலாம்.... அவங்களும் சின்னச் சின்ன வேலைகளைச் செய்யட்டுமே... அப்ப தான் உடம்பும் ஆரோக்கியமா இருக்கும்.... மனசும் கொஞ்சம் விரியும்..."

அவன் சொல்கிற அனுகூலங்களும் அவளுக்குப் புரியாமல் இல்லை. காலத்தின் தேவைக்கேற்ப இங்கே அதிகரிக்கும் முதியோர் இல்லங்கள், அதற்கு எதிர்மாறாக வெளிநாடுகளில் அதிகரிக்கும் மதர்-இன்-லா அபார்ட்மெண்ட்கள்....

உறவுகளின் முதுமைக்காலத் தேவை உணர்ந்து, அதே நேரம் இரண்டு பக்க சுதந்திரத்தையும் விட்டுக் கொடுக்காமல்....

மாற்றம் ஒன்றே மாறாதது. இதுவும் ஒரு மாற்றம் தான். ஏற்றுக்கொள்ளத் தான் வேண்டும்.... சரயு மெல்ல இளகி வந்தாள்.

வந்த புதிதில் சில ஆர்ப்பாட்டங்கள் இருந்தாலும் ஆஸ்திரேலியாவிலும் கனடாவிலும் பட்டுத் தெரிந்து வந்ததாலோ என்னவோ, நாராயணன் கொஞ்சம் அடக்கியே வாசிப்பதை உணர முடிந்தது.

"பாவம்... நீயே அங்கேயும் செஞ்சு இங்கேயும் செய்யுற... இத்தனை பழம் எதுக்கு, இவளுக்கும் ஒத்துக்காது.." அரிதாய் வெளிப்படும் பரிவான வார்த்தைகளுடன், "இந்த மீன் குழம்பு அப்படியே எங்கம்மா வைக்குற மாதிரியே இருக்கு..." என்ற புகழுரைகளும் அவ்வப்போது வெளிப்படும்..

இதே சமையல் குறித்து இன்றிரவே "ஐஸ் போட்ட மீன்ல என்ன ருசி இருக்கு? மண்ணாட்டம்... வைசாக்ல கிடைக்குற மாதிரி வராது" என்று பல குறைகள் வாட்சப் வழியே பறக்கும் என்பதை அறிந்து வைத்திருக்கும் சரயு எதுவும் காட்டிக் கொள்ளாமல் சிரிப்பாள்.

"பரவால்ல மாமா... வச்சு சாப்பிடுங்க... அத்தைக்கும் கொய்யாகாய் இருக்கு... அரிஞ்சு கொடுங்க.... இன்னும் கொஞ்சம் குழம்பு போடட்டுமா?"

இவர் இப்படி என்றால் சுகுமாரியின் நடத்தை அந்தந்த மனநிலைக்கு ஏற்ப ஏறும், சில நாட்களில் தொப்பீரென்று கீழே இறங்கும்..

சக்கரையுடன் சேர்ந்து ரத்த அழுத்தமும் எகிறி இருக்க, அவர் உணவில் ஏகப்பட்ட கட்டுப்பாடுகள்; உடலில் உண்டாகும் இடர்பாடுகள் இன்னும் குணத்தைக் கெடுத்து வைத்திருக்க, அடிக்கடி ஊசியாக வந்து விழும் வார்த்தைகள்.

"இந்தச் வெத்து சோத்தை யாரு சாப்பிடுறது.... உங்களுக்கென்ன.... போங்க... போய் உங்க மருமக நல்லா உணக்கையா செஞ்சு வச்சிருப்பா, மூக்குப் பிடிக்கக் கோழி பிரியாணி சாப்ட்டுட்டு வாங்க..." நாராயணனிடம் கடுகெனப் பொரியும் சுகுமாரி, "ஏன் உன் புருசனுக்கு இங்க வந்து எட்டிப் பார்த்துட்டு போக முடியாதா? இத்துனூண்டு சின்னக் குட்டி கூட நேத்து நான் கூப்பிட கூப்பிட கேட்காம படில ஓடுது..." என்று சரயுவிடம் எகிறு விழும் சந்தர்ப்பங்கள் அநேகம்.

"அவரு வரவே பதினொன்னு ஆகுது... நீங்க தூங்குற நேரம்.... இன்னிக்குச் சனிக்கிழமை தானே... இங்க தான் நேரா வருவாரு.... அம்மு.... பாட்டி கூப்பிடுறாங்க பாரு... இங்க வா... " எல்லாப் பக்கமும் பாலமாக இணைத்து நிற்கவேண்டிய தேவை சரயுவுக்கு!

"பாவம், உனக்கு இந்த வேலை வேற சேர்ந்துக்குச்சு... என்னால இரண்டு சமையல், எனக்குன்னு மதியானம் தனியா ஒன்னும் செய்ய வேணாம். கொஞ்சம் கோதுமை கஞ்சி மட்டும் வச்சு சாரதாகிட்ட கொடுத்து விட்டுடு...." தினமும் காலை சக்கரை அளவை சோதிக்கச் செல்லும் சரயுவிடம் சுகுமாரி சில நேரம் பரிவுடன் சொல்வதும் உண்டு.

அதற்கும் சரயு மெலிதாகச் சிரித்துக் கொள்வாள். உயிர்த்தல் நிமித்தமான அன்புக்கும், உள்ளார்ந்த அன்புக்கும் ஆயிரம் வித்தியாசங்கள் என்று எண்ணிக் கொள்பவள், இப்போதெல்லாம் எதற்குமே அலட்டிக்

கொள்வதில்லை. என் கடமையைச் செய்கிறேன், போற்றுவோர் போற்-
றட்டும், தூற்றுவோர் தூற்றட்டும் என்கிற விடுபட்ட மனநிலை!

"நீ மட்டுமா வெளில கிளம்புற...?" அவளுடைய உடையை மேலும்
கீழுமாகப் பார்த்த சுகுமாரி கேள்வியாக இழுத்தார்.

"ஆமா, அத்தை நான் மட்டும் தான்...."

"அவன் வரல?"

"இல்ல.... அவரு பசங்களைப் பார்த்துக்குறேன்னுட்டாரு... கொடிசி-
யால ஹோம் எக்ஸிபிஷன் போட்ருக்காங்க.... ஃப்ரெண்ட்ஸோட அங்க
போய்ட்டு அப்படியே சினிமாவுக்குப் போகப் போறோம்..."

"யார் யாரு?" சுகுமாரியின் முகத்தில் அப்பட்டமான அதிருப்தி
தெரிந்தது.

"ஆர்த்தி, மனோ, சுகந்தி அப்புறம் பரிமளா..."

"சரி தான். எல்லோரும் உங்க பேங்க்ல வேலை செய்யுறவங்களா?
பொம்பளைங்க எல்லாம் புருஷன் புள்ளைங்களைத் தனியா விட்டுட்டு
சினிமாவுக்குப் போறளவுக்குக் கலி முத்திப் போச்சு..." அவளுக்குக்
கேட்குற சுதியில் முணுமுணுத்துக்கொண்டே சுகுமாரி உள்ளே வர,
அவர் பேசுவதைக் கண்டுகொள்ளாமல் தான் கொண்டு வந்திருந்த பால்
பாக்கெட்டை ப்ரிட்ஜில் வைத்தாள் சரயு.

'உங்க பையன் மாசா மாசம் ஃப்ரெண்ட்ஸோட ட்ரிப் கிளம்புறாரு....
அத்திபூத்த மாதிரி என்னிக்கோ ஒரு நாள் எனக்குன்னு வெளில கிளம்-
பும்போது மட்டும் ஏன் இத்தனை கேள்வி கேட்குறீங்க?' இப்படியெல்லாம்
நினைத்து உள்ளபடிக்கே அவளுக்குக் கோபமோ எரிச்சலோ தோன்ற-
வில்லை. இது இப்படித்தான் என்று புரிந்து கொண்ட தெளிவு மட்டுமே
அவள் முகத்தில்.

"மாற்ற முடிவதை மாற்றுங்கள், மாற்ற முடியாததை ஏற்றுக்கொள்-
ளுங்கள் இல்லை மாற்றவே முடியாத சூழலில் இருந்து வெளியேறுங்கள்"
என்ற சொல்லாடலில் சரயு இரண்டாவதைத் தேர்ந்தெடுத்துக் கொண்-
டாள்.

தன் சூழ்நிலையை முழு மனதுடன் ஏற்றுக் கொண்டவள், பிடிக்காத
சந்தர்ப்பங்களை மனதுக்கும், உவப்பில்லாத வார்த்தைகளைக் காதுகளுக்-
கும் எடுத்துச் செல்வதே இல்லை. "குப்பைத் தொட்டி" தத்துவத்தின்
தாத்பரியமாகத் தேவையில்லாததை அங்கேயே உதிர்த்து விட்டு செல்வது

சுலபமாக இருந்தது.

"அவங்க வீட்டுல எல்லாம் எதுவும் சொல்ல மாட்டாங்களா?"

'எவங்க வீட்டுல?' என்று ஒரு நொடி குழம்பியவள், "ஒன்னும் சொல்ல மாட்டாங்க அத்தை. இங்க மாதிரி தான். எல்லோரும் நல்ல அண்டர்ஸ்டாண்டிங்...." கடைசி வார்த்தையை அழுத்தம் கொடுத்து உச்சரித்தபடி சுகுமாரியின் கண்களைப் பார்த்தாள்.

அந்தக் கண்களில் கோடாக ஒரு திகைப்பு ஓடி, பிறகு "ஓ.." என்றது.

"காபி பொடி அரைக்கக் கொடுத்திருக்கேன். வரும்போது வாங்கிட்டு வரேன். இப்ப டீ போட்டுக்குங்க..." இங்கும் அடுப்பு, பிரிட்ஜ் என்று சகல வசதிகளையும் செய்திருந்தார்கள். மூன்று வேளைகளும் நேரம் தவறாமல் உணவு தயாராகிக் கீழே வந்து விட, தங்கள் இருவருக்குமான டீ, காபி மட்டும் சுகுமாரியின் பொறுப்பில்.

"சாயங்காலம் பில்டர் காபி இல்லேன்னா எனக்கு முடியாதே... ப்ரூ தூள் தலை சுத்தும்...." முகம் சுணுங்கிய சுகுமாரி, "மூட்டு வலிக்கு அந்த எலும்பு டாக்டர்கிட்ட அபாயின்மென்ட் வாங்குறேன்னு சொன்ன.... இன்னிக்கு கூட்டிட்டு போவன்னு நினைச்சேன்" என்றார் விறைத்த குரலில்.

"இன்னிக்கு முடியாது அத்தை. நான் வெளில கிளம்புறேன். அடுத்த வாரம் அபாயின்மென்ட் வாங்கியிருக்கேன். அப்ப போகலாம்...."

அவள் உறுதியாகச் சொன்னபிறகு அதற்கு மேல் அழுத்த முடியாததால் உட்கார்ந்த நிலையிலேயே கால் மூட்டை இரு கைகளாலும் பிடித்து அழுத்தி விட்டுக் கொண்டார்.

'இவங்களுக்கும் ஷாலு குட்டிக்கும் வித்தியாசமே இல்ல, போ... சரியான அட்டென்ஷன் சீக்கிங்... இப்ப உடனே நான் எல்லா ப்ரோக்ராமையும் கேன்சல் பண்ணிட்டு டாக்டர்கிட்ட கூட்டிட்டு போகணும்....' கதவைத் திறந்து விட்டு அவர் நன்றாக நடந்து வந்து சோபாவில் அமர்ந்ததைக் கவனித்திருந்த சரயு தனக்குள் சிரித்துக் கொண்டாள்.

வாழ்க்கை என்பது மிக மிக அழகானது. அதைத் தக்க வைத்துக் கொள்ள, உள்ளும் புறமும் அனுபவிக்க ஒன்றே ஒன்று தான் தேவை, கொஞ்சமே கொஞ்சம் துணிச்சல். 'நோ' என்று சொல்ல வேண்டிய இடத்தில் எந்தத் தயக்கமோ, தடுமாற்றமோ இல்லாமல் சொல்ல முடிகிற

ஒற்றை 'நோ'.

'இது என்னால முடியாது...' 'இதைச் செய்ய இப்ப எனக்குத் தோணல...', 'இந்த விஷயத்தை என்னால மனசு ஒத்துக்கிட்டுச் செய்ய முடியாது, ஸாரி...' என்று எந்த ஆர்ப்பாட்டமும் இல்லாமல் அமைதி- யாகச் சொல்லி கடந்துவிட முடிகிற திடம் மட்டுமே 'எ கம்ப்ளீட் கேம் சேன்ஞர்...'

இந்த அசெர்டிவ்தனத்தை மட்டுமல்ல, 'டு பி டூ குட் இஸ் பேட் (To be too good is bad)' என்பதையும் வலிக்க வலிக்கக் கற்றுக் கொண்டவள், இப்போது தன் எல்லைகளை அழுத்தமாக வரைய கற்- றிருந்தாள். அவர்களுக்கான கவனிப்பில் குறைச்சலும் இல்லை, துளி கூடுதலும் இல்லை.

'நோ ஓவர்டியிங்' என்பதில் தெளிவாக இருந்தவள், மற்றவர்களிடம் கனிவாக இருப்பது எவ்வளவு முக்கியமோ, அவ்வளவு முக்கியம் நம்மி- டம் நாமே கனிவு காட்டுவதும் கூட என்பதை நன்றாகப் புரிந்து வைத்- திருந்தாள்.

"அப்ப நைட்டு நீ வர லேட்டாகும்னு சொல்லு... டிபனுக்கு என்ன பண்றது? நான் தான் கஞ்சி காய்ச்சணுமா...?"

"வேணாம்... வேணாம்... மஞ்சும்மா சப்பாத்தி போட்டு கொண்டுட்டு வருவாங்க..."

"தொட்டுக்க....??"

"குருமா வைக்கச் சொல்லி இருக்கேன்... காலிஃப்ளவரும் பட்டா- ணியும் போட்டு...."

"சாரதா குருமா வச்சா மண்ணு மாதிரில வைப்பா...."

"மிக்ஸில எல்லா மசாலாவையும் போட்டு கொடுத்துட்டு தான் வந்தி- ருக்கேன்... உங்களுக்கு ஏத்த மாதிரி காரம் கம்மியா தான் இருக்கும்..."

"எத்தனை மணியாகும் நீ வர்றதுக்கு?"

"நீ வெளில சாப்பிட்டு வருவியா? இல்ல, இங்க வந்து சாட்டுவியா?"

"புள்ளைங்களுக்கு அவன் தான் ஊட்டணுமா...?"

அவள் கூடவே இறங்கி வந்து அங்குத் தொடர்ந்து நடைபெறும் விசாரணைகளையும், துளியும் நிதானம் இழக்காத சரயுவின் பதில்களை- யும் கேட்டபடி அவள் வண்டியைத் துடைத்துக் கொண்டிருந்த மித்ரனுக்- குத் தலை சுற்றி மயக்கம் வந்தது.

"ஆரு... பேசிட்டே இருக்க.... நேரம் ஆகலையா...?" வெளியில் இருந்தே குரல் கொடுத்தான்.

"இதோ வந்துட்டேன்... மாமாகிட்ட சொல்லிடுங்க அத்தை... போய்ட்டு வரேன்"

"ம்ம்ம்..."

அவள் செருப்பை அணிந்தபடி வெளியே வர, "எதுக்கு சினிமா- வுக்குப் போறேன்னு சொன்ன? வெறும் எக்ஸ்பிஷன்னு மட்டும் சொல்ல வேண்டியது தானே. எவ்ளோ இன்ட்ராகேஷன்?" என்றான் அவன் அடிக்குரலில்.

"எதுக்குப் பொய் சொல்லணும்... சினிமாவுக்குப் போறது தப்பா என்ன? அவங்களுக்குப் பிடிக்குதோ பிடிக்கலையோ... நாம எப்பவும் உண்மையாவே இருந்துட்டு போலாம்ங்க.."

"இருங்க ஒரு நிமிஷம்..." மீண்டும் படிகளில் ஏறியவள், "நான் கிளம்பட்டுமா மஞ்சும்மா...? அத்தைக்கும் மாமாவுக்கும் எண்ணெய் போடவேண்டாம்... சுக்காவா போட்டு கொடுங்க... நிதின்... அத்தை கூடக் கீழ எல்லாம் எடுத்துட்டுப் போய் ஹெல்ப் பண்ணனும் கண்ணா... அம்மு அப்பாவை தொந்தரவு பண்ணாம விளையாடு.... சரியா?" பிள்- ளைகளிடம் விடைபெற்று, ஸ்கூட்டியை தயாராக வெளியே எடுத்து வைத்திருந்த மித்ரனிடம் தலையசைத்து வண்டியைக் கிளப்பினாள்.

"ஹேய்... இந்தா ஹெல்மெட்..." அவன் நீட்டியதை வாங்கிப் போட்- டுக் கொண்டவள், அவனிடம் சிரித்தபடி "கிளம்பட்டுமா?" எனக் கேட்க, அவளுக்கு மட்டுமேயான முறுவலுடன் கண்ணிமைத்து விடைகொடுத்த- வன், "ஹேவ் எ குட் டைம்... மெதுவா போ..." என்றபடி வண்டியின் பின்புறம் கை வைத்தவாறு தள்ளினான்.

"பை..." சரயு வேகமெடுக்க, பதிலுக்குக் கை ஆட்டியவன், கிரில் கதவில் இரு முழங்கைகளையும் பதித்துத் தாங்கியவாறு சில நிமிடங்கள் அங்கேயே நின்றான்.

சரயு சாலையைக் கடந்து புள்ளியாக மறையும் வரை பார்த்துக் கொண்டிருந்தவன் மனதில் இத்தனை பலமான பெண்ணினத்திற்கு யார் மெல்லினம் என்று பெயர் வைத்தார்கள் என்ற கேள்வி எழுந்தது.

"ப்பா.... ண்ணா....." அடுத்த மெல்லினம் அவனைத் தேடி வந்து கால்களைக் கட்டிக் கொள்ள, "யாருடா என் பேபியை அழ வைக்-

கிறது....?'' குனிந்து அழும் மகளின் கன்னத்தில் முத்தமிட்டபடி கேட்-
டான்.

"..... ன்னா... அடிச்சுட்டான்..."

"நீ தான் ரொம்ப ஸ்ட்ராங் கேர்ள் ஆச்சே... அடிச்சுட்டான்னு அப்-
பாகிட்ட வந்து சொல்றதை விட என்னை அடிக்காதேன்னு அண்ணா-
கிட்டயே சொல்லு... நீ தைரியமா அவனை நேருக்கு நேரா பார்த்துச்
சொன்னா அண்ணா உன்னை அடிக்க மாட்டான்... குட்டிம்மா கூட
ஒழுங்கா விளையாடுவான்.. ஓகே??..."

சிணுங்கியவளைத் தூக்கிக் கொண்டு படிகளில் ஏறியவனின் இதழ்-
களில் 'இந்தப் பெண்கள் சூழ் உலகு தான் எவ்வளவு அழகானது!?'
என்ற பிரமிப்பும் பெருமிதமும் அழுத்தமாகப் படிந்திருந்தன.

'ஆழி சூழ் உலகு வாழ்வதற்கான அத்தனையையும் தரலாம், அவள்
சூழ் உலகு தான் வாழ்க்கைக்கான உயிர்ப்பையே தருகிறது!' என்று
நினைத்துக் கொண்டவன், மகள் கன்னத்தில் இன்னொரு முறை அழுத்-
தமாக முத்தமிட்டபடி வீட்டுக்குள் நுழைந்தான்.